रक्तचंदन

दिलीपराज प्रकाशन प्रा. लि.™
२५१ क, शनिवार पेठ, पुणे - ४११०३०.
दिलीपराज प्रकाशनाची सर्व पुस्तके आता आपण Online खरेदी करू शकता.
आमच्या Website ला कृपया एकदा अवश्य भेट द्या. अथवा Email करा.
Email - diliprajprakashan@yahoo.in
www.diliprajprakashan.in

रक्तचंदन

रामचंद्र नलावडे

दिलीपराज प्रकाशन प्रा. लि.™
२५१ क, शनिवार पेठ, पुणे - ४११ ०३०.

रक्तचंदन / Raktachandan

◆ **प्रकाशक** -
राजीव दत्तात्रय बर्वे
मॅनेजिंग डायरेक्टर,
दिलीपराज प्रकाशन प्रा. लि.
२५१ क, शनिवार पेठ, पुणे - ४११ ०३०
दूरध्वनी (सर्व फॅक्ससहित)
२४४७१७२३, २४४८३९९५, २४४९५३१४
Email: diliprajprakashan@yahoo.in

◆ **प्रथमावृत्ती** - २५ सप्टेंबर २०१५

◆ **प्रकाशन क्रमांक** - २२२७

◆ **ISBN** - 978 - 93 - 5117 - 085 - 3

◆ **मुद्रक** -
Repro India Ltd,
Mumbai.

◆ **टाइपसेटिंग** -
अक्षरवेल
दत्तवाडी, पुणे - ४११ ०३०

◆ **मुद्रितशोधन** - एस.जी. दीक्षित, वाई

◆ **मुखपृष्ठ** - अनिल उपळेकर

कोकणभूमीतील साहित्यिक

आणि माझे मित्र

माधव गव्हाणकर यांना...

मनोगत

वडार ही एक भटक्या-विमुक्त संवर्गात मोडणारी जात. शतकानुशतकं एकाच रिंगणात आखलेल्या मार्गानं फिरत राहिलेल्या या वडार समाजानं आज देशाला स्वातंत्र्य मिळून सहासष्ट वर्षं पूर्ण झाली तरी सामाजिक, शैक्षणिक आणि सांस्कृतिक क्षेत्रांत म्हणावी तशी प्रगती केलेली नाही. याला अनेक कारणं असू शकतील. स्वातंत्र्यपूर्व काळात वडार समाज अगदी पशुवत जिणं जगत होता. ब्रिटिशांनी या समाजावर गुन्हेगारीचा ठपका ठेवून त्यांना सळो की पळो करून सोडलं होतं. ब्रिटिशांनी या समाजापासून रयतेला धोका आहे म्हणून त्याला तारेच्या कुंपणात ठेवलं होतं. अमेरिकेत रेड इंडियन लोकांनी गोऱ्या लोकांकडून जेवढे जुलूम, अत्याचार सहन केले, त्याप्रमाणे या देशातसुद्धा भटक्या-विमुक्त जातीनं सहन केलं आहे. त्या ठिकाणी गोऱ्या लोकांनी रेड इंडियन लोकांना गोळ्या घालून ठार केलं त्याप्रमाणे या देशात घडलं नाही, एवढीच सुदैवाची बाब आहे.

ब्रिटिश अमदानीत वडार समाज अन्वनित अत्याचार सहन करीत रानावनांतील फळं, कंदमुळं खाऊन जगला. राजे-महाराजे यांच्या काळात या समाजाकडून गड, किल्ले, धरणं, तलाव, रस्ते इत्यादी तयार करून घेतले जात असत. ब्रिटिश अमदानीत त्यांचा रोजगार बुडाला असल्यामुळे जगण्यासाठी हा समाज गुन्हेगारीकडे वळला होता.

महाराष्ट्रात अनेक साधू, संत, समाजसुधारक होऊन गेले. परंतु भटक्या- विमुक्त समाजाचं दु:ख, व्यथा, वेदना इत्यादी समजून घेऊन त्यांचं जीवनमान उंचावण्यासाठी कुणीही कार्य केलं नाही, असं मला खेदानं म्हणावं लागत आहे. महामानव डॉ. बाबासाहेब आंबेडकर यांच्या अथक प्रयत्नांनी देशाच्या राज्यघटनेत शासकीय नोकऱ्यांमध्ये असलेल्या आरक्षणाचा लाभ या समाजालासुद्धा मिळत असल्यामुळे त्यांचं जीवनमान हळूहळू उंचावत आहे. देश महासत्ता होण्यासाठी याची मोठी गरज होती. तळागाळातील माणूस सामाजिक, सांस्कृतिक आणि शैक्षणिक क्षेत्रांच्या मुख्य प्रवाहात आल्याशिवाय देश महासत्ता होणार नाही. हे त्या महामानवानं दूरदृष्टीनं केव्हाच ओळखलं होतं. आज त्यांचा वैचारिक आणि विधायक कार्याचा वारसा पुढे घेऊन जाण्याची नितांत गरज आहे, असं मला अगदी मनापासून वाटतं.

मी लेखक होईन असं मला आधी स्वप्नातदेखील वाटलं नव्हतं. माझा जन्म वडार या भटक्या-विमुक्त जातीत झाला असल्यामुळे मी माझ्या लहानपणी भूक, उपासमार, अपमान सहन करीतच जगत होतो. येथील विषम व्यवस्थेमुळे जनावरापेक्षाही हीन जगणं माझ्या वाट्याला आलं होतं. मी बोलायला लागलो तेव्हा माझ्या तोंडात अधिकतर घाणेरड्या अश्लील शिव्या असत. माझी मातृभाषासुद्धा मराठी नाही. तेव्हा 'अमृतासी पैजा जिंकणारी' मराठी भाषा माझ्या आकलनापलीकडे कितीतरी योजने दूर होती.

अत्यंत प्रतिकूल परिस्थिती असताना माझ्या निरक्षर आईवडिलांनी माझ्या मोठ्या भावानंतर मला पुण्याजवळील उरळीकांचन येथे मराठी शाळेत घातलं. त्यामुळे मला मराठी अक्षरांची ओळख झाली. मी लिहू व वाचू लागलो. त्यामुळे मी माझ्या आईवडिलांचे माझ्यावर असणारे ऋण या जन्मी तरी विसरू शकणार नाही. त्यांच्या आशीर्वादामुळेच आज माझी मराठी साहित्यक्षेत्रात लेखक म्हणून ओळख निर्माण झाली आहे. माझ्या आईवडिलांनी तेव्हा मला जर शाळेत घातलं नसतं, तर माझ्या जीवनाचं काय झालं असतं याची कल्पना करायलासुद्धा मला भीती वाटते.

सुमारे पंचवीस वर्षांपूर्वी मला मराठी साहित्याचा परिसस्पर्श झाला,

तेव्हा मला अमृतकुंभ गवसल्याचा आनंद झाला. माझ्या रुक्ष, वाळवंटाप्रमाणे असणाऱ्या जीवनात पाण्याचा खळखळ वाहणारा जिवंत झरा मला सापडला होता. मिळेल ती पुस्तकं मी वाचू लागलो. त्याआधी शाळेतील पुस्तकांशिवाय दुसरी पुस्तकं मला ठाऊक नव्हती. साहित्याचा तर माझ्या आधीच्या पिढ्यांना गंधही नव्हता. मराठी साहित्याचा परिचय झाल्यावर मी सुरुवातीला बेहोशीतच कथा लिहू लागलो. त्या वेळी मला कथा कशा लिहायच्या असतात, याचं बाळबोध ज्ञानदेखील नव्हतं. दहा कथा लिहून झाल्यावर मी त्या कथासंग्रहाला 'जोगवा' हे शीर्षक देऊन पुण्याच्या मेहता पब्लिशिंग हाऊस या प्रकाशनाकडे वाचायला दिलं आणि मी माझं 'दगडफोड्या' हे आत्मकथन लिहायला सुरुवात केली. आणि ते मी पाच-सहा महिन्यांत नोकरी सांभाळून लिहून पूर्णसुद्धा केलं.

मेहता पब्लिशिंग हाऊस, पुणेतर्फे माझा 'जोगवा' हा कथासंग्रह जुलै १९९४ मध्ये प्रसिद्ध झाला. 'जोगवा' हा कथासंग्रह माझं पहिलंवहिलं पुस्तक असल्यामुळे मी त्याचा प्रकाशन समारंभ मान्यवरांच्या हस्ते मोठ्या थाटामाटात केला. 'दगडफोड्या' या माझ्या आत्मकथनाचं हस्तलिखित सात-आठ वर्षं या प्रकाशकाकडून त्या प्रकाशकाकडे फिरत राहिलं होतं. आपलं आत्मकथन कधी ना कधीतरी नक्की प्रकाशित होईल या एकाच आशेवर मी धीर न सोडता प्रकाशकांचे उंबरठे अक्षरश: झिजवत होतो. एकदाचं माझ्या प्रयत्नांना यश आलं. देशमुख आणि कंपनी, पुणे या दर्जेदार प्रकाशनातर्फे माझं 'दगडफोड्या' हे आत्मकथन सप्टेंबर २००० मध्ये प्रकाशित झालं. त्या वेळी झालेला आनंद मला शब्दांत सांगता येत नाही. ज्येष्ठ समीक्षक मा. शंकर सारडा यांनी माझ्या आत्मकथनाचं विस्तृत परीक्षण लिहून ते दै. लोकमतच्या रविवार पुरवणीत छापून आणल्यामुळे त्याचा मराठी साहित्यक्षेत्रात आणखी गवगवा झाला. माझ्या 'दगडफोड्या' या आत्मकथनाला मानाच्या दमाणी पुरस्कारासह आणखी तीन पुरस्कार मिळाले. लेखक म्हणून मी मराठी वाचकांना आणखी परिचित झालो.

माझ्या 'दगडफोड्या' आत्मकथनामध्ये माझ्या बालपणापासून ते मी जुनी अकरावी होईपर्यंत म्हणजे १९७४ पर्यंतच्या घटनांचा ऊहापोह केला आहे. यात समाजात असणाऱ्या वाईट चालीरीती, भूक, अंधश्रद्धा,

अत्याचार इत्यादी बाबींचा समावेश केला आहे. या आधी वडार समाजाचं दु:ख, दारिद्र्य, व्यथा, वेदना हे मराठी साहित्यात कधी आलेलं नव्हतं. एक-दोन लेखकांचा अपवाद सोडता कुणी लिहिण्याचा तसा प्रयत्नसुद्धा केला नव्हता. मराठी साहित्यात अनेक थोर साहित्यिक होऊन गेले. परंतु भटक्या-विमुक्त जातीचं दु:ख मराठी साहित्यात मांडण्यासाठी त्यांनी त्यांची लेखणी झिजवली नाही, असं खेदानं म्हणावं लागत आहे.

माझं 'दगडफोड्या' हे आत्मकथन अपूर्ण होतं. त्यात फक्त मी माझ्या वयाच्या सतराव्या-अठराव्या वर्षापर्यंतच्याच घटनांचा समावेश केला होता. मी माझ्या वयाची चाळिशी पार केल्यानंतर पुन्हा मला माझ्या गत आयुष्याकडे वळून पाहावंसं वाटल्यामुळे मी माझ्या आत्मकथनाचा पुढील भाग म्हणून 'झगडा' हे आत्मकथन लिहिलं. माझं हे आत्मकथन पुण्याच्या सुगावा या प्रकाशनातर्फे १८ जुलै २००७ रोजी प्रकशित झालं आहे आणि या आत्मकथनाला आपटे वाचन मंदिर, इचलकरंजीचा उत्कृष्ट वाङ्मय पुरस्कार मिळाला आहे. माझ्या 'झगडा' या आत्मकथनात १९७५ ते १९९८ पर्यंतच्या माझ्या आयुष्यातील घटना मी त्यात लिहिल्या आहेत. मी महसूल खात्यात नोकरी करीत असल्यामुळे या कालावधीत माझा भुकेचा प्रश्न मिटला होता. समाजात माझी माणूस म्हणून ओळख निर्माण करण्यासाठी मला या कालावधीत झगडावं लागत होतं. त्यावेळी मला आलेले अनुभव मी माझ्या 'झगडा' या आत्मकथनात मांडण्याचा अल्पसा प्रयत्न केला होता. जन्माला आलेल्या प्रत्येक माणसाला जगण्यासाठी त्याच्या शेवटच्या श्वासापर्यंत झगडावं लागतं, हे मला पुढे पुढे कळत गेलं.

माझी 'दगडफोड्या' आणि 'झगडा' ही दोन आत्मकथनं प्रसिद्ध झाल्यावर माझ्या जीवनातील जगण्यासाठी सुरू असलेला संघर्ष संपला नसल्यामुळे मला माझं तिसरं आत्मकथनसुद्धा लिहावंसं वाटू लागलं. माझ्या या आत्मकथनाला 'रक्तचंदन' हे शीर्षक देण्याचं मी आधीच नक्की केलं होतं. रक्तचंदनाची बाहुली स्वत: झिजून वेदनादायी जखमा बऱ्या करून आनंद देण्याचं काम करीत असते. अलीकडील काळात असंच जगणं माझ्याही वाट्याला आलं होतं. माझ्या वाट्याला आलेलं आयुष्य अगदी प्रांजळपणे या आत्मकथनामध्ये मी मांडण्याचा प्रयत्न

केला आहे. आधीच्या आत्मकथनांप्रमाणे मराठी वाचक माझ्या या आत्मकथनाचंसुद्धा चांगलं स्वागत करतील, याची मला खात्री वाटते.

दिलीपराज प्रकाशन संस्थेचे प्रकाशक मा. राजीव बर्वे यांच्याकडून मला वेळोवेळी साहित्यक्षेत्रात बहुमोल सहकार्य मिळत आहे. त्यांचे हे ऋण फिटणार नाही. माझं हे आत्मकथन प्रसिद्ध केल्याबद्दल मी त्यांचा अत्यंत आभारी आहे. दिलीपराज प्रकाशन संस्थेच्या कार्यालयातील कर्मचारीवृंद आणि चित्रकार हेमंत देशपांडे यांचेही मन:पूर्वक आभार.

- रामचंद्र नलावडे

१

माझी मुलं आता शाळा-कॉलेजमध्ये शिकत होती. माझ्या तिन्ही मुलांना उच्च शिक्षण देऊन स्वत:च्या पायावर उभं करावं, अशी माझ्या मनात सुप्त इच्छा होती. त्यासाठी कष्ट घेण्याची माझी तयारी होती. हल्लीच्या संगणकयुगात शिक्षणाशिवाय तरणोपाय नाही, हे आता माझ्यासुद्धा ध्यानात आलं होतं. माझ्या लहानपणी भयाण दारिद्र्य हे आमच्या पाचवीलाच पुजलं होतं. त्या वेळी खूप शिकावं आणि नोकरी-व्यवसाय करून म्हातारपणी आपले वृद्ध मातापिता यांना सुखात ठेवावं, असं माझं एक स्वप्न होतं. भूक, उपासमार सहन करतच मी कसाबसा जुनी एस.एस.सी.ची परीक्षा पास झालो.

शाळा शिकत असताना मी उपासमारीनं बेजार होऊन कधीकधी भीकसुद्धा मागायचो. त्या वेळी माझ्या जो अपमान झाला होता, तो अजूनही मला लख्ख आठवतोय. तीन तीन दिवस काहीही खायला मिळत नव्हतं. भूक मारण्यासाठी सारखं सारखं पाणी प्यावं लागत होतं. पाणी पिऊन पोट 'टम्म' फुगायचं. मग धड रस्त्यानं चालतासुद्धा येत नसे. पोटात भुकेचा आगडोंब उसळल्यावर समोर शिक्षक काय शिकवतात हे माझ्या डोक्यात शिरायचं नाही. उपाशीपोटी ब्रह्मज्ञान काहीही उपयोगाचं नसतं. शिकायला वह्या-पुस्तकं मिळणं म्हणजे दिवाळी-दसरा. आई-वडिलांकडे वह्या-पुस्तकांना पैसे मागायला मुळात धाडस होत नसे. अंगावरचे कपडे तर जीर्ण-शीर्ण होऊन फाटलेले. आई सुई-दोरा घेऊन माझ्या कपड्यांना वेगवेगळ्या रंगांच्या कापडांची ठिगळं लावायची. त्यामुळे सर्कसमधील विदूषकाप्रमाणे माझी गत व्हायची. माझं ध्यान पाहून शाळेत पोरं फिदी फिदी हसत असत. त्यांचं ते हसणं माझ्या अगदी जिव्हारी लागायचं, मस्तकात असह्य कळ उठायची आणि माझाच मला राग यायचा.

नको ते कुत्र्या-मांजरासारखं जगणं आणि नको ते शिकणं असं मनात विचार आला, तरी पुढे शिकत राहिलो.

सहलीला कधी मला जाता आलं नव्हतं. बापाकडे सहलीला जायला पैसे मागितले, तर तो लगेच मारायला अंगावर धावायचा. "भाड्या, हिथं मला दारू प्यायला पैसं मिळंना झालंय नि तू सलीला जायला पैसं मागतूस व्हय? आपल्याला कश्याला जायला पाह्यजे सलीला? जल्मभर आपुन ह्या गावातनं त्या गावात सारकं सारकं फिरतच अस्तू." माझ्या घरात खूप गरिबी असल्यामुळे मला माझ्या शाळेत कसली वर्गणी देता येत नसे. शिक्षकांना माझी दया यायची. मग ते स्वत:च्या खिशातून माझी वर्गणी भरायचे, तेव्हा त्यांच्याबद्दलचा आदर आणखी वाढायचा, कृतज्ञतेनं ऊर भरून यायचा. त्या क्षणी माझे शिक्षक मला देवतुल्य वाटत.

मी जरी शिक्षण घेण्यासाठी खस्ता खाल्ल्या असल्या, तरी माझ्या मुलांना ते दु:ख भोगावं लागलं नाही, त्या यातना सहन कराव्या लागल्या नाहीत. मी जेव्हा वेरळ गावी नवीन घर बांधलं तेव्हा कर्जबाजारीपणामुळे थोडे दिवस खाण्याचे वांदे झाले असले, तरी पुढे पुढे कर्जाचे हप्ते जाऊन कर्ज फिटू लागल्यावर पोटभर खायला आणि अंगावर चांगले कपडे घालायला मिळू लागले.

मुलं शिक्षण घेत असताना वेरळ गावी माझा कायम मुक्काम असल्यामुळे माझ्या मुलांना माझ्याप्रमाणे शाळा बदलाव्या लागल्या नाहीत. मी मराठी शाळेत शिकत असताना कधी झाडाखाली, तर कधी देवळात शिक्षण घेतलं होतं. माझ्या मुलांना सिमेंट क्राँक्रीटच्या इमारतीत लाकडी बाकड्यावर बसून शिक्षण घेण्याचं भाग्य लाभलं होतं.

माझा मुलगा विनायक हा कलाशाखेतून बारावीची परीक्षा उत्तीर्ण झाल्यावर त्याला मी लगेच डी.एड. कॉलेजला प्रवेश घेण्यासाठी सांगितलं. याचं कारण दिवसेंदिवस सरकारी नोकरी मिळविण्यात फार अडचणी निर्माण होत आहेत. सरकारी नोकऱ्यांमध्ये मागास जातींना जरी आरक्षण असलं, तरी जीवघेणी स्पर्धा करूनदेखील नोकरी मिळेल, याची शाश्वती कुणालाच देता येत नव्हती. 'एक अनार और सौ बिमार' अशीसुद्धा सरकारी नोकरीमधील तऱ्हा आहे. माझ्या मुलाला नोकरी करीत असताना पुढे शिकतासुद्धा येणार होतं, हा विचार तेव्हा माझ्या मनात होता.

स्थानिक वर्तमानपत्रात डी.एड. प्रशिक्षण घेण्यासाठी शैक्षणिक कागदपत्रं जोडून शासनातर्फे, जिल्ह्याच्या ठिकाणी अर्ज मागविण्यात आले होते. त्याप्रमाणे माझ्या मुलानं शैक्षणिक कागदपत्रं जोडून मुदतीत जिल्ह्याच्या ठिकाणी अर्ज सादर केला. सुदैवानं भटक्या-विमुक्त जातीत असलेल्या राखीव कोट्यातील जागेत त्याची प्रशिक्षणासाठी

निवड करण्यात आली. कुणबी शिक्षण संस्था, भरणे या कॉलेजमध्ये त्याची प्रशिक्षणासाठी निवड करण्यात आली होती. ते डी.एड. कॉलेज आमच्या घरापासून अवघ्या एक-दीड किमीच्या अंतरावर होतं. माझ्या मुलासाठी ते फार सोईचं होतं. जिल्ह्यात त्याची अन्य डी.एड. कॉलेजमध्ये निवड झाली असती, तर त्याच्या जेवणाचा, राहण्याचा खर्च मला करावा लागला असता. आणि माझी आणखी आर्थिक ओढाताण झाली असती.

आता ज्याप्रमाणे डी.एड. आणि बी.एड. कॉलेजचं गावोगावी पीक आलं आहे, तशी परिस्थिती पंधरा-सोळा वर्षांपूर्वी बिलकूल नव्हती. रत्नागिरी जिल्ह्यात हाताच्या बोटांवर मोजण्याइतकीच डी.एड., बी.एड.चे कॉलेजेस होती. ज्या उमेदवारांची शासनाच्या आरक्षित कोट्यामधून निवड झाली आहे, अशा उमेदवारांकडून संस्थाचालकांना भरमसाठ फी देणगी म्हणून घेता येत नव्हती. त्यामुळे मागासवर्गीय उमेदवारांना संस्थाचालकांचा रोष पत्करावा लागत होता. संस्थाचालकांकडून त्यांना सापत्नभावाची नेहमी वागणूक मिळत असे. संस्थेचा अध्यक्ष शिक्षणसम्राट म्हणून मिरवत असे. शिक्षणसंस्था चालवून लाखो रुपयांचा मलिदा आपोआप त्याच्या घश्यात जात असे. गरीब मागासवर्गीय उमेदवारांच्याकडे ते सहानुभूतीनं कधी पाहत नसत. त्यांच्याकडून फी वसूल करण्यासाठी ते पठाणी तगादा लावत, तेव्हा त्या मागासवर्गीय विद्यार्थ्यांची धरलं तर चावतंय आणि सोडलं तर पळतंय, अशी विचित्र गत व्हायची.

विनायक हा भरणे नाका येथे कुणबी शिक्षणसंस्थेच्या डी.एड. कॉलेजमध्ये पहिल्या वर्षात प्रशिक्षण घेत होता. एके दिवशी तो गंभीर आवाजात मला म्हणाला,

"अण्णा, तुम्हाला माझ्या कॉलेजमध्ये बोलावलंय."

"कुणी?" मी त्याला लगेच विचारलं.

"आमच्या कॉलेजच्या प्राचार्यांनी."

"कशाला बोलावलंय?"

"फीबद्दल."

"देतो म्हणून सांग." -मी.

"मला ते भरवर्गात फीबद्दल विचारतात. तुम्हीच येऊन त्यांना सांगा. मी सांगून त्यांना पटायचं नाही."

"तू त्यांना सांग की, आज माझं एक महत्त्वाचं काम आहे. त्यामुळे मला कॉलेजमध्ये येता येत नाही म्हणून. मी उद्या नक्की तुझ्या कॉलेजमध्ये प्राचार्यांना भेटायला येतो."

"हं, सांगतो." विनायक आज्ञाधारकपणे म्हणाला.

फीमुळे भर वर्गात मुलाला सरांचं ऐकून घ्यावं लागू नये म्हणून मी दुसऱ्या दिवशी त्याच्यासोबत कॉलेजला गेलो. दुसऱ्या मजल्यावर प्राचार्यमहोदय यांचं छोटंसं कार्यालय होतं. आतमध्ये प्राचार्य कुणाशीतरी चर्चा करीत असल्यामुळे आम्ही दोघं बाहेर ठेवलेल्या लाकडी बाकावर बसलो. प्राचार्य आपली अडचण समजून घेतील का, याचा मी माझ्या मनात विचार करीत बसलो होतो. उच्च शिक्षण घेतलेली माणसं सुसंस्कृत असतीलच, हे मला खात्रीनं सांगता येत नव्हतं. त्यामुळे माझ्या मनात थोडी काळजी वाटत होती. थोड्या वेळानं प्राचार्यांच्या समोर बोलत बसलेली माणसं त्यांचं काम झाल्यावर बाहेर पडून निघून गेली. वेळ वाया न घालविता मी माझ्या मुलाला घेऊन आत शिरलो.

माझ्या डोळ्यांसमोर पन्नाशी उलटून गेलेली आणि रंगानं ठार काळी असलेली व्यक्ती प्राचार्यांच्या खुर्चीत अगदी रुबाबत बसली होती. त्यांचा चेहरा गंभीर दिसत होता. त्यांच्या दोन्ही डोळ्यांत प्राचार्यपदाच्या खुर्चीचा रुबाब दिसत होता.

ते माझ्याकडे चेहऱ्यावरील रेष जराही न बदलता रोखून पाहत होते. मी सरांना नमस्कार करून त्यांना माझं नाव सांगितलं. माझं बोलणं ऐकून सरांनी मला करड्या आवाजात विचारलं,

"बोला, काय काम आहे?"

"सर, हा माझा मुलगा आहे. आपल्याच डी.एड. कॉलेजमध्ये पहिल्या वर्गात शिकतोय."

"बरं मग?"

"फीसाठी सरांनी मला कॉलेजमध्ये बोलावलंय, असं मला यानं सांगितलं. म्हणून मी आपली भेट घेण्यासाठी आलोय." -मी.

"तुम्ही किती फी भरलीय?"

"पाच हजार रुपये." आवंढा गिळून मी त्यांना म्हणालो.

माझं बोलणं ऐकून सरांच्या कपाळावर नाराजीची आठी उमटली, हे मला माझ्या डोळ्यांनी दिसत होतं. थोडा आवाज चढवून त्यांनी मला लगेच विचारलं,

"बाकीची फी तुम्ही कधी भरणार. ते आधी सांगा पाहू."

"सर मी महसूल खात्यात नोकरी करतो. माझा पगार महिन्याच्या एक तारखेला होतो. पगार झाल्यावर मी थोडे पैसे भरतो."

"ते मला मुळीच जमणार नाही. तुमच्याकडे राहिलेले पैसे तुम्ही १ तारखेला एकरकमी भरायचं. यापुढे तुम्हाला पैसे भरण्यासाठी मुळीच सवलत मिळणार नाही. सगळ्या विद्यार्थ्यांना अशी आम्ही सवलत देत बसल्यावर ही संस्था आम्हाला बंद

करावी लागेल. ही संस्था चालायची कशी? तुम्ही जर १ तारखेला उरलेले संपूर्ण पैसे भरले नाहीत, तर आम्ही तुमच्या मुलाला वार्षिक परीक्षेला मुळीच बसू देणार नाही. मग त्याच्या होणाऱ्या नुकसानीला आम्ही जबाबदार राहाणार नाही, हे मी तुम्हाला आधीच स्पष्टपणे सांगून ठेवतो. नंतर म्हणाल की, तुम्ही मला सांगितलं नाही म्हणून.''

प्राचार्यांचं तुसडेपणाचं बोलणं ऐकून मी थोडा काळजीत पडलो. माझ्या आर्थिक परिस्थितीची त्यांना कल्पना नव्हती. दीर्घ नि:श्वास सोडून सरांना माझी आर्थिक अडचण सांगत म्हणालो,

''सर, मी वेरळ गावी कर्ज काढून नवीन घर बांधलंय. त्याच्या कर्जाचे हप्ते अजून माझ्या पगारातून कापून जात आहेत. माझ्या दोन मुली खेडला हायस्कूलमध्ये शिक्षण घेत आहेत. त्यांच्या शिक्षणाचा खर्च मला करावा लागतो. नोकरीशिवाय मला अन्य कोणतंही उत्पन्नाचं साधन नाही. आपण मला थोडं सहकार्य केलंत, तर बरं होईल. परीक्षेच्या आधी मी उरलेली सर्व फी भरून टाकतो.''

मी अजीजी करत सरांना सांगितलं. परंतु त्याचा काहीही उपयोग झाला नाही. ते पुन्हा मला थोड्या गुश्शात म्हणाले,

''ते तुम्ही मला अजिबात सांगायचं नाही. तुमचं तुम्ही ते बघायचं. मला त्याच्याशी काहीही देणं-घेणं नाही. तुम्ही पैसे एक तारखेपर्यंत भरले नाहीत, तर मी तुमच्या मुलाला वार्षिक परीक्षेला बसू देणार नाही. यापुढे पैसे भरण्यासाठी सवलत मागायला तुम्ही माझ्याकडे बिलकूल यायचं नाही. या तुम्ही.''

सरांनी माझं काहीही ऐकून घेतलं नव्हतं. माझ्या आर्थिक परिस्थितीचा त्यांनी विचार केला नव्हता. ते त्यांच्या मनात त्यांची संस्था टिकविण्याचा विचार करीत होते आणि मी माझ्या मनात माझ्या आर्थिक परिस्थितीचा विचार करीत होतो. सरकारी कोट्यातून विनायकला प्रवेश मिळाल्यामुळे मला त्यासाठी एक रुपयादेखील खर्च करावा लागला नव्हता. मुलाची जवळजवळ रुपये दहा हजाराची शैक्षणिक फी भरण्यासाठी मला लवकरात लवकर प्रयत्न करावे लागणार होते. 'या खत्रूड प्राचार्यांचं पुन्हा कधी तोंड पाहायचं नाही,' असं म्हणून मी माझ्या मनात खूणगाठ बांधली आणि त्यांच्या दालनातून निराश मनानं मुलाला घेऊन बाहेर पडलो.

❖❖❖

२

आज बुधवार होता. मी दुपारच्या जेवणाचा डबा घेऊन कामावर जाण्याच्या गडबडीत होतो. मी माझ्या तलाठी कार्यालयात नेहमी सकाळी दहाच्या आत हजर होत होतो. मला कामावर जायला उशीर झाला की, मी माझ्या मनात बेचैन होत असे. नोकरीला लागल्यापासून मला माझ्या ऑफिसला वेळेवर जाण्याची सवय लागली होती.

आज विनायकसुद्धा लवकर उठला होता. हातात खराटा घेऊन तो त्याच्या तंद्रीत अंगणातील केरकचरा काढत होता. त्याच्याकडे पाहून मला त्याचं थोडं आश्चर्य वाटलं. याचं कारण असं होतं, की घरातील कामं करायला तो नेहमी टंगळमंगळ करीत असे. आज तो कुणी न सांगताच अंगण स्वच्छ करीत होता. हे काय गौडबंगाल आहे, असं मला माझ्या मनात वाटू लागलं. त्याला शारीरिक कामाची सवय व्हावी, घरातील कामं करण्यासाठी त्याला कसली लाज वाटू नये, असं मला अगदी मनापासून वाटायचं.

थोड्याच वेळात त्यानं अंगण झाडून स्वच्छ केलं आणि ताजा श्वास घेत तो माझ्यासमोर येऊन उभा राहिला. मी त्याला समाधानानं म्हणालो,

''विनायक, तू असंच रोज अंगण झाडून स्वच्छ कर. तुझा तेवढाच व्यायाम होईल आणि आपलं अंगणसुद्धा झाडून स्वच्छ होईल.''

माझं बोलणं ऐकून तो लगेच काहीही बोलला नाही. थोड्या वेळानं आवंढा गिळून तो मला म्हणाला,

''अण्णा, मला आज पैसे पाहिजेत.''

''कशाला?''

"आज माझ्या डी. एड. कॉलेजमधील मित्र-मैत्रिणी आपल्या घरी जेवायला येणार आहेत. त्यांना मी मटणाचं जेवण देण्याचं कबूल केलंय."

विनायकचं बोलणं ऐकून माझ्या डोक्यात लख्ख प्रकाश पडला. माझ्या भ्रमाचा भोपळा टचकन फुटला होता. घरी येणाऱ्या त्याच्या मित्र-मैत्रिणींना त्याचं घर आणि अंगण स्वच्छ दिसण्यासाठी त्यानं आज सकाळी उठून हातात खराटा घेतला होता. मी त्याला पुढे म्हणालो,

"तू त्यांना रविवारी नाही का बोलवायचं? म्हणजे माझीसुद्धा त्यांच्याशी ओळख झाली असती. मला तुझ्या मित्र-मैत्रिणींना पाहता आलं असतं."

"रविवारी सुट्टी असल्यानं ते सर्व आपापल्या घरी जात असतात. आजचा सोयीचा दिवस म्हणून आम्हीच ठरविला आहे."

मित्र-मैत्रिणीच्या समोर माझी घरात अडचण नको म्हणून त्यानं आजचा दिवस ठरविला तर नसेल, अशी शंका माझ्या मनात लगेच येऊन गेली. घरी आलेल्या मित्र-मैत्रिणींसोबत आपल्याला मनमोकळेपणानं बोलता येणार नाही, वडिलांचं दडपण आपल्या मनावर राहील, असाही विचार त्यानं त्याच्या मनात केला असावा.

माझ्या मनात आलेला विचार झटकून टाकून मी मुलाला विचारलं,

"किती पैसे तुला हवेत?"

"मला दोनशे रुपये हवेत."

"एवढे पैसे कशाला?"

"सांगतो. पाऊण किलो मटण, कोथिंबीर, आलं, टॉमेटो, लिंबू इत्यादी घ्यायला एवढे पैसे लागतीलच. समजा, त्यातले पैसे उरले तर संध्याकाळी मी ते तुम्हाला परत देईन." मुलगा हिशोब सांगत म्हणाला.

मुलानं मला अगदी पद्धतशीरपणे पटवून सांगितलं. पुढे त्याच्याशी एक शब्दसुद्धा न बोलता मी माझ्या खिशातील शंभराच्या दोन नोटा काढून त्याच्या हातात दिल्या. पैसे पाहून मुलाचे डोळे आनंदानं चमकले. त्या पैशातून त्यानं त्याच्या मित्र-मैत्रिणींना दुपारी घरी बोलावून मटणाच्या जेवणाची झकास पार्टी दिली. सायंकाळी जेव्हा मी थकूनभागून कामावरून आलो, तेव्हा माझ्या वाटणीला मटणाचा चमचाभर रस्सासुद्धा शिल्लक राहिला नव्हता. बायकोनं दुपारच्या जेवणाची भांडी घासून स्वच्छ करून ठेवली होती.

या गोष्टीला चार-पाच दिवस गेले असतील. मुलगा मला पुन्हा पैसे मागू लागला. मला त्याचं थोडं आश्चर्य वाटलं आणि त्याचा थोडा रागसुद्धा आला. माझा महिन्याचा पगार मला एक तारखेला मिळायचा. नोकरीच्या पैशाशिवाय घरात अन्य

कोणतंही उत्पन्नाचं साधन नव्हतं. त्यामुळे मला पैशाची उधळपट्टी न करता काटकसरीनं दिवस काढावे लागत होते. आईचं निधन झाल्यावर बायको महिन्याला लागणारं वाणसामान दुकानातून विकत आणायची. माझ्या आईप्रमाणे बायकोला काटकसर करून घर चालवायला जमत नसे. त्यासाठी तिला तारेवरची कसरत करावी लागायची.

बायको बाजार करून आल्यावर दुकानदारानं दिलेल्या पावत्या माझ्यासमोर ठेवायची आणि ती मला त्यांची पुन्हा बेरीज करायला सांगायची. किराणा मालाच्या दुकानदारावर तिचा मुळीच विश्वास नव्हता. दुकानदारानं तिच्याकडून मालाच्या घेतलेल्या पैशाची तिला शंका यायची आणि तिच्या मनातील शंका कधीकधी खरीसुद्धा ठरायची. किराणा मालाचा दुकानदार पावत्यांमध्ये बेरीज करताना लबाडी करीत असे. तिच्याकडून कधी शंभर, तर कधी पन्नास रुपये तो अधिक घ्यायचा. मी ते पैसे त्या दुकानदाराच्या दुकानात जाऊन नंतर वसूल करायचो.

मुलगा माझ्यासमोर मी कधी पैसे देतोय, याची वाट पाहत उभा होता. मी त्याला विचारलं,

"आता तुला कशाला पैसे हवेत?"

"मला नवीन पायजमा घ्यायचाय. त्यासाठी मला पैसे हवेत."

"आता माझ्याकडे पैसे नाहीत. एक तारखेला माझा पगार होईल, तेव्हा मी तुला नवीन पायजमा घ्यायला नक्की पैसे देईन हं." मी मुलाला समजावत म्हणालो.

"मला एक तारखेला पैसे नकोत. आताच मला पैसे हवेत." मुलगा हट्ट करीत म्हणाला.

माझ्याकडे त्याला नवीन पायजमा घेण्यासाठी पैसे नव्हते. म्हणून मी त्याच्या हट्टाकडे दुर्लक्ष केलं. थोड्या वेळानं तो घुसफूस करीत शांत झाला. एक तारखेला माझा पगार झाल्यावर मी त्याला नवीन पायजमा घेण्यासाठी पैसे दिले.

लेखक माधव कोंडविलकर आणि माझी ओळख झाली असल्यामुळे ते कधीतरी देवरूखवरून माझ्याकडे तीन-चार दिवसांसाठी राहायला येत, तेव्हा माझा मुलगा त्यांच्या दिमतीला हजर असे. एकदा ते माझ्या मुलाचं कौतुक करीत मला म्हणाले,

"नलावडे, तुमचा मुलगा गुणी आहे. त्याला तुम्ही भरपूर शिकवा. त्याचा त्याला पुढे चांगला उपयोग होईल."

माधव कोंडविलकरांचं बोलणं ऐकून मला खूप बरं वाटलं. शिक्षणाचं महत्त्व मलासुद्धा ठाऊक होतं. मुलगा लहानपणी थोडा हट्टी होता, छोट्या छोट्या गोष्टीवरून रुसण्याची त्याला सवय होती. परंतु पुढे पुढे त्याची ती सवय निघून गेली. काळ बदलला की माणसाचा स्वभावदेखील थोडा बदलतो.

माधुरी सर्वांत धाकटी. ती स्मितापेक्षा फक्त तीन वर्षांनी लहान होती. शाळेत घातल्यापासून माधुरी कधीही नापास झाली नव्हती. अभ्यासात जशी ती हुशार होती, तशी ती शाळेत होणाऱ्या सांस्कृतिक कार्यक्रमांतदेखील तिचा आवर्जून सहभाग असे. तिला मैत्रिणीसुद्धा खूप होत्या. शाळेत ती मैत्रिणींच्या घोळक्यातच असायची.

माधुरी कलाशाखेत बारावीची परीक्षा चांगल्या मार्कांनी उत्तीर्ण झाली, तेव्हा घरात आम्हा सर्वांना खूप आनंद झाला. मला तिचा खूप अभिमान वाटू लागला. मी लगेच बाजारात जाऊन लोकांना वाटण्यासाठी अर्धा किलो पेढे आणले. माधुरीनं देवासमोर पेढा ठेवून देवाला दोन्ही हात जोडून नमस्कार केला. मी माधुरीच्या समोर लगेच पेढ्यासाठी हात पसरला. माधुरी पेढ्याचा पुडा एका प्लॅस्टिकच्या पिशवीत ठेवत मला म्हणाली,

"अण्णा, आधी मी इंग्रजीच्या सरांना पेढा देऊन येते. मग घरात सर्वांना पेढे वाटते. माझं इंग्रजी कच्चं होतं. सरांनी माझी परीक्षेसाठी भरपूर तयारी करून घेतली होती म्हणून मला इंग्रजीचा पेपर चांगला गेला होता."

माधुरीचं बोलणं ऐकून मी तिला काहीही बोललो नाही. तिच्या समोर पेढ्यासाठी धरलेला हात लगेच मागे घेतला. इंग्रजीच्या सरांना आधी पेढा देण्यासाठी मी तिला आनंदानं परवानगी दिली. "गुरू देव भवं:" असं मी माझ्या मनात म्हणालो.

स्मिताचं गणित आणि इंग्रजी हे दोन्ही विषय पहिल्यापासून कच्चे राहिल्यामुळे दहावीच्या वार्षिक परीक्षेत तिला यश हुलकावणी देत होतं. त्या वेळी स्मिता मनात फार दु:खी होत असे. दहावीच्या परीक्षेला मन लावून अभ्यास केला तरी आपल्या पदरी अपयश येतं म्हणून तिला फार वाईट वाटत असे. निराश होऊन ती एकदा मला म्हणालीसुद्धा– "अण्णा, यापुढे मी दहावीची परीक्षा मुळीच देणार नाही."

स्मिताचं बोलणं ऐकून मी गालात हसलो आणि तिचं मतपरिवर्तन करण्यासाठी पूर्वी मॅट्रिकच्या परीक्षेत कोण कोण थोर पुरुष नापास झाले, नंतर त्यांनी चिकाटीनं अभ्यास करून पुढे आपलं सारं जीवन कसं उज्ज्वल केलं, हे तिला मी अगदी मायेनं समजावून सांगितलं. तिला मी मुळीच रागावलो नाही. मी जर तिला त्या वेळी रागावलो असतो, तर तिनं आणखी धसका घेतला असता. तिला अभ्यासाची गोडी लागावी आणि ती पुन्हा दहावीची परीक्षा देण्यासाठी उद्युक्त व्हावी म्हणून मला जे जे करण्यासारखं होतं, ते ते मी करीत होतो. तिचा भविष्यकाळ उज्ज्वल व्हावा एवढीच माझी अपेक्षा होती. घेतलेलं शिक्षण कधीही वाया जात नाही आणि त्यामुळे कुणाचं सुद्धा नुकसान होत नाही. उलटपक्षी उत्तम शिक्षण घेतलेला माणूस देशाचा उत्तम नागरिक होतो, हे मला ठाऊक होतं.

स्मिताच्या मनात मी आत्मविश्वास निर्माण केल्यामुळे ती दहावीच्या वार्षिक परीक्षेत एकदाची उत्तीर्ण झाली. त्याचा तिला जसा आनंद वाटला, तसा मलासुद्धा आनंद वाटला. स्मितानं लगेच ज्युनिअर कॉलेजमध्ये अकरावीला प्रवेश घेतला. तिला दहावीची परीक्षा उत्तीर्ण होण्यासाठी दोन वर्षं लागली होती. त्यामुळे तिच्यापेक्षा लहान असणाऱ्या माधुरीनं आणि तिनं एकाच वेळी ज्युनिअर कॉलेजमध्ये प्रवेश घेतला.

स्मिता आणि माधुरी कॉलेजमध्ये अगदी मन लावून अभ्यास करीत असल्यामुळे परीक्षेत त्यांना कधी अपयश येत नव्हतं. दोघी एम. ए. बी. एड. झाल्या. त्यांच्या शिक्षणासाठी वारेमाप खर्च होत असला, तरी मला त्याची कधी खंत वाटली नाही. कॉलेजमध्ये त्यांना प्रत्येक वर्षी प्रवेश घेण्यासाठी डोनेशन द्यावं लागत होतं. त्यांना बी.एड. करण्यासाठी मला महसूल खात्याच्या सोसायटीमधून कर्ज काढावं लागलं.

एकदा नवीन घर बांधलं त्या वेळी मला कर्जबाजारी व्हावं लागलं होतं आणि आता दुसऱ्यांदा मुलांच्या शिक्षणाच्या वेळीसुद्धा मला कर्जबाजारी व्हावं लागलं होतं. मी नोकरी करीत असताना निम्माअधिक माझा पगार कर्जाचा हप्ता देण्यातच जात होता.

स्मिता सात-आठ वर्षाची असताना घडलेली एक घटना अजूनही मला लख्ख आठवतेय. तिनं लहान वयातदेखील खूप मोठं धाडसाचं काम केलं होतं. आमच्या घरालगत जलील शहा नावाच्या व्यक्तीचं गाड्या धुण्याचं सर्व्हिसिंग सेंटर आहे. त्या ठिकाणी जमिनीला समांतर असणारी उघडी पाण्याची टाकी होती. मुलं तिथं नेहमी खेळायला जात. काही दिवसांपूर्वी त्याचा मालक दुबईला निघून गेल्यामुळे सर्व्हिसिंग सेंटर बंद पडलं होतं. जवळच बुरुड समाजाची दोन- तीन घरं होती. त्या मुलांच्या बरोबर स्मिता पाण्याच्या टाकीजवळ खेळत होती. मुलांचा खेळ सुरू असताना राजू नावाचा पाच वर्षांचा मुलगा तोल जाऊन त्या पाण्याच्या टाकीत धप्पदिशी पडला. "राजू पडलाऽऽ राजू पडला." मुलं गोंधळ करू लागली. एव्हाना राजू पाण्यात गटांगळ्या खात होता. स्मिता लहान असल्यामुळे तिला काय करावं, हे झटकन सुचेना. नंतर तिनं प्रसंगावधान राखून लगेच ओणवी होऊन गटांगळ्या खाणाऱ्या राजूचा हात पकडला आणि त्याला आपल्याकडे ओढून बाहेर काढलं. राजूच्या नाकातोंडात पाणी जाऊन तो गुदमरून गेला होता. आणखी थोडा जरी उशीर झाला असता, तर राजूला नक्कीच त्या पाण्याच्या टाकीत जलसमाधी मिळाली असती.

मुलांचा आरडाओरडा ऐकूण राजूची आजी धावतच त्या पाण्याच्या टाकीजवळ पोहोचली. कसलीही चौकशी न करताच म्हातारीनं रागानं स्मिताच्या पाठीत धपाटा घातला आणि ती तिला मोठ्या आवाजात म्हणाली. "वस्साडी मेली, तूच माझ्या राजूला पाण्याच्या टाकीत पाडलंस. थांब मी तुझं नाव तुझ्या बापसाला जाऊन सांगते.

आनी तुला मी चांगलं झोडून काडायला लावते.''

म्हातारीनं मारल्यामुळे स्मिता मुळूमुळू रडतच घरी आली. आज राजू वीस-बावीस वर्षांचा तरुण आहे. तो आजसुद्धा स्मिताला कृतज्ञपणे म्हणतो, ''ताई, आज मी तुझ्यामुळेच जिवंत आहे. तूच मला त्या वेळी जीवदान दिलं आहेस.''

राजू आता होमगार्डमध्ये भरती झाला आहे. दिवाळी, ईद, शिमगा आणि गणपतीच्या उत्सवात तो तालुक्याच्या ठिकाणी बंदोबस्तासाठी जात असतो. त्यात त्याला पैसे मिळतात. एरवी तो नदीत जाऊन मासे, खेकडे पकडून विकतो. त्यातून कधी वेळ मिळाला तर आईवडिलांना सुपं तयार करण्यासाठी मदत करतो.

माझ्या मुलाला कष्टाच्या कामाची सवय व्हावी म्हणून मी त्याला एकदा तालुक्याच्या ठिकाणी एका फर्निचरच्या दुकानात सुट्टीत कामाला ठेवलं. परंतु त्याचं त्या ठिकाणी मुळीच मन रमेना. त्याला त्या ठिकाणी कोंडून ठेवल्यागत वाटू लागलं. मित्रांच्या बरोबर क्रिकेट खेळायला, त्यांच्या बरोबर मौज-मस्ती करायला त्याला मनापासून आवडायचं. मुलानं त्या फर्निचरच्या दुकानात जेमतेम दहा-बारा दिवसच काढले आणि ते काम मला न सांगताच सोडून दिलं. त्याचा पगार घेण्यासाठीसुद्धा तो त्या दुकानाकडे कधी फिरकला नाही. शिक्षणाबरोबर मुलाला शारीरिक कष्ट करण्याची सवय लागावी, असं मला अगदी मनापासून वाटत होतं. त्यानं काम सोडून दिल्यामुळं मी मनातून थोडा निराश झालो.

माझ्या दोन्ही मुली खेडच्या आय.सी.एस. कॉलेजमध्ये शिकत होत्या. कॉलेजमध्ये शिकत असताना माधुरी सांस्कृतिक कार्यक्रम, सौंदर्य स्पर्धेत हिरिरीनं भाग घ्यायची. त्यासाठी तिला कुणी सांगण्याचीसुद्धा गरज वाटत नव्हती. एकदा कॉलेजतर्फे तालुकास्तरावर सौंदर्य स्पर्धा घेण्यात आली होती. त्या स्पर्धेत माधुरीचा तिसरा क्रमांक आला होता. पहिला क्रमांक आला नाही म्हणून माधुरी खूप निराश झाली. माधुरीची नाराजी दूर करण्यासाठी मी तिला समजावीत म्हणालो,

''माधुरी, तुला आज निराश होण्याचं काहीही कारण नाही. यापुढे आणखी सौंदर्य स्पर्धा होतील. त्यात तू भाग घेऊन प्रथम क्रमांक मिळविण्यासाठी प्रयत्न कर. तुला त्यात नक्की यश मिळेल. आणि एक गोष्ट तू पक्की ध्यानात ठेव की, सौंदर्य स्पर्धेत नुसत्या सौंदर्याला महत्त्व नसतं, बुद्धिमत्तेलादेखील महत्त्व असतं. तू तुझं सामान्यज्ञान वाढव.''

माझं बोलणं ऐकून माधुरीच्या मनातील नैराश्याचे ढग विरळ झाले. तिचा चेहरा थोडा उजळला होता. माझं बोलणं माधुरीला पटलं होतं. पुढे होणाऱ्या सौंदर्य स्पर्धेत भाग घेऊन आपण प्रथम क्रमांक मिळवायचाच अशी तिनं मनात खूणगाठ बांधली. त्यासाठी तिनं भरपूर तयारी करण्याचं ठरविलं.

माधुरीच्या मनातील इच्छा पूर्ण होण्याच्या आधीच दुर्दैवानं तिच्या गोऱ्या चेहऱ्यावर तांबडीभडक मुरमं दिसू लागली. आरशात चेहऱ्यावर आलेली मुरमं पाहून माधुरी अक्षरश: भांबावून गेली. मुरमं आल्यावर तिचा चेहरा विद्रूप दिसू लागला. एखाद्या शत्रूनं गनिमी काव्यानं हल्ला करावा तशी मुरमं तिच्या चेहऱ्यावर उगवली होती. त्याचा माधुरीला खूप राग आला होता. चेहऱ्यावर आलेली मुरमं घालविण्यासाठी माधुरी मला वर्तमानपत्र, दूरदर्शन यांवरील जाहिराती पाहून फेअर अँड लव्हलीची पाकिटं आणायला सांगायची. ती मी तिला लगेच आणून द्यायचो. चेहऱ्यावर आलेली मुरमं घालविण्यासाठी एखादी नवीन जाहिरात तिच्या वाचनात आली, तर ते औषध मला तिला आणून द्यावं लागत होतं. गाड्यांच्या बरोबर नळ्यांची यात्रा तसं मलासुद्धा त्याला त्रास सहन करावा लागत होता.

माधुरीच्या चेहऱ्यावर आलेल्या तारुण्यपीटिका कोणत्याच बाजारू औषधांना दाद देईनात. त्यामुळे माधुरी जेरीस आली होती. तिला बाहेर कुठं जायचं असेल, तर ती चेहऱ्यावर ओढणी घ्यायची. माधुरीचा उदास चेहरा मला पाहवत नव्हता. तिच्यामुळे मलासुद्धा काळजीनं घेरलं.

एकदा मी अंगणात शतपावली घालत होतो. माधुरी दोन्ही हातांत आरसा धरून तिचा तारुण्यपीटिकांनी भरलेला चेहरा पाहत बसली होती. आपला स्वत:चा विद्रूप झालेला चेहरा तिला आरशात मुळीच पाहवेना. ती मनात दु:खी झाली आणि तिच्या दोन्ही डोळ्यांतून घळाघळा अश्रू वाहायला सुरुवात झाली. तिला स्वत:चाच खूप राग आला. तिला राग अनावर झाल्यावर तिनं हातातील आरसा रागानं लादीवर आपटून त्याचे तुकडे केले आणि ती मला लगेच रडत म्हणाली,

"अण्णा, तुम्ही मला चिपळूणला स्किन स्पेशालिस्टकडे (त्वचातज्ज्ञ) घेऊन चला. त्याशिवाय माझ्या चेहऱ्यावर आलेली मुरमं जाणार नाहीत. मला त्यांचा खूप कंटाळा आलाय. माझ्या मैत्रिणीदेखील माझा चेहरा पाहून मला हसतात."

माधुरीचं बोलणं ऐकून मी तिला म्हणालो, "माधुरी, तरुण वयात चेहऱ्यावर मुरमं येणारच. त्याचं कशाला मनाला लावून घ्यायचं? मुरमं येतात आणि आपोआप जातातसुद्धा. बाजारातील औषधांनी किंवा डॉक्टरी उपाय करून त्याचा काहीही उपयोग होणार नाही. उगाच वेळ आणि पैसा खर्च कशाला खर्च करायचा?"

माझं बोलणं ऐकूनसुद्धा माधुरीच्या मनावर त्याचा काहीही परिणाम झाला नाही. ती मला घुश्शातच म्हणाली,

"अण्णा, तुम्ही मला चिपळूणला स्किन स्पेशालिस्टकडे घेऊन गेला नाही तर उद्यापासून मी मुळीच कॉलेजला जाणार नाही."

माधुरीसमोर माझा इलाज चालेना. मी हतबल होऊन तिला म्हणालो,

"ठीकाय. जाऊ आपण स्किन स्पेशालिस्टकडे."

माझं बोलणं ऐकूण माधुरीला थोडं बरं वाटलं. चेहऱ्यावरील मुरमं घालविण्यासाठी माधुरीनं वेगवेगळे उपाय केले. डॉक्टरांचा सल्ला घेतला. तात्पुरता त्याचा तिला गुण यायचा. लपून बसलेला सैनिक पुढे येऊन उभा राहावा तसं तिच्या चेहऱ्यावर पुन्हा मुरमं दिसू लागत. काही दिवसांनी तिच्या चेहऱ्यावरील मुरमं आपोआप गायब झाली, तेव्हा मी सुटकेचा नि:श्वास टाकला. त्या मुरमांमुळे माझीसुद्धा झोप उडाली होती.

एखादी गोष्ट मनाविरुद्ध घडली, तर माधुरीला त्याचा लगेच राग यायचा. परंतु तिला आलेला राग अळवाच्या पानावर पडलेल्या पावसाच्या थेंबाप्रमाणे असे. तिला जसा झटकन राग येई, तसा तो झटकन निघूनसुद्धा जाई. तिला अन्याय मुळीच सहन होत नसे. अन्याय करणाऱ्याचा तिला राग येत असे.

ती कॉलेजमध्ये शिकत असताना एक शिक्षक त्यांच्या तासाला ठरावीक चार-पाच मुलींना नेहमी प्रश्न विचारण्यासाठी उभं करीत असत. त्या मुलींमध्ये माधुरीसुद्धा होती. भरवर्गात त्या मुलींना प्रश्न विचारण्यासाठी सर नेहमी उभं करीत असल्यामुळे त्यांना त्याचा अपमान वाटे. त्या शिक्षकाची खोड मोडण्यासाठी माधुरी त्या मुलींना सोबत घेऊन थेट कॉलेजच्या प्राचार्यांना भेटायला गेली. त्या शिक्षकाची तिनं प्राचार्यांच्याकडे ते अपमानास्पद वागणूक देत असतात म्हणून तक्रार केली. माधुरीच्या सोबत गेलेल्या मुलींनीसुद्धा त्याला पुष्टी दिली.

कॉलेजच्या मुलींची तक्रार ऐकून प्राचार्यांचं पित्त एकदम खवळलं. त्यांनी लगेच शिपाई पाठवून त्या शिक्षकाला त्यांच्या दालनात बोलावून घेतलं. प्राचार्यांनी मुलींच्या समोर त्या शिक्षकाला फैलावर घेतलं. भीतीनं आणि अपमानानं ते शिक्षक थरथर कापत होते. त्यांना एव्हाना त्यांची चूक ध्यानात आली होती. 'पुन्हा मी असं करणार नाही' म्हणून शिक्षकानं मुलींची माफी मागितली. माधुरी आणि तिच्या सोबत गेलेल्या मैत्रिणी अगदी विजयी मुद्रेनं प्राचार्यांच्या दालनातून बाहेर पडल्या. सुंठीवाचून खोकला गेला होता. पुन्हा कधीही त्या मुलींना प्रश्न विचारण्यासाठी उभं करायचं नाही म्हणून त्या शिक्षकानं आपल्या कानाला खडा लावला. माधुरीनं तिच्या आयुष्यात ती लढाई पहिल्यांदाच जिंकली होती. त्या दिवसापासून माधुरीचा तिच्या मैत्रिणींमध्ये भाव एकदम वधारला.

❖❖❖

३

२००० हे साल माझ्यासाठी आणि माझ्या कुटुंबीयांसाठी लाभदायी आणि आनंददायी ठरलं होतं. डी.एड.ची परीक्षा उत्तीर्ण झाल्यानंतर माझ्या मुलाला लगेचच आरक्षण कोट्यातून शिक्षकाची नोकरी मिळाली. त्यासाठी मला एक रुपयादेखील कुणाला द्यावा लागला नाही. आजकाल सरकारी नोकरी मिळविण्यासाठी किती यातायात करावी लागते, ते मी माझ्या डोळ्यांनी नेहमी पाहत असतो.

मुलाला शिक्षकाची नोकरी मिळाली होती. त्यामुळे त्याला कॉलेजमध्ये जाऊन पुढे शिकता येणार नव्हतं. त्यानं घरी अभ्यास करून बाहेरून परीक्षा देण्याचं ठरवलं. शिक्षकाची नोकरी करता करता कॉलेजचं शिक्षण पूर्ण करण्यासाठी त्याला तारेवरची कसरत करावी लागत होती. कॉलेजची पदवी मिळविल्यानंतर पुढे एम. ए. बी. एड. करण्यासाठी तो कष्ट उपसू लागला. शिक्षक म्हणून त्याला दरमहा अडीच हजार रुपये वेतन म्हणून मिळत होते. त्यामुळे माझा आर्थिक ताण थोडा कमी झाला होता. त्याचा पगार झाल्यावर त्याला मिळालेली सर्व रक्कम तो माझ्या हातात आणून द्यायचा.

माझं 'दगडफोड्या' हे आत्मकथन मी १९९० मध्ये लिहिलं होतं. तीन-चार प्रकाशकांचे उंबरठे झिजवून मी त्याचं हस्तलिखित पुणे येथील दर्जेदार प्रकाशन संस्था 'देशमुख आणि कंपनी' यांना वाचायला दिलं. रवी गोडबोले यांनी ते हस्तलिखित वाचलं. त्यांना ते आवडल्यामुळे 'दगडफोड्या' हे माझं आत्मकथन एका वर्षाच्या आत त्यांच्याकडून प्रसिद्ध झालं. आत्मकथन प्रसिद्ध होण्यासाठी मला सहा वर्ष वाट पाहावी लागली होती. माझं आत्मकथन सप्टेंबर २००० मध्ये प्रकाशित झाल्यावर मला खूप आनंद वाटला. त्यासाठी घेतलेल्या कष्टांचं चीज झालं होतं.

माझं आत्मकथन प्रसिद्ध झाल्यावर ते लगेच सर्वत्र गाजू लागलं. सर्व स्तरांतील वाचक पत्रं पाठवून अभिप्राय कळवू लागले. काहींनी डोळ्यांतून पाणी काढतच अभिप्राय लिहिला होता. आताच्या प्रमाणे त्या वेळी मोबाईलचा वापर सहसा कुणी करीत नसत. त्यामुळे पुस्तक वाचल्यानंतर वाचक पत्रं पाठवून अभिप्राय कळवीत असत. डॉक्टर, वकील, हमाल, मजूर अशा गरीब-श्रीमंत वर्गाकडून पत्रांद्वारे अभिप्राय येत होते. त्या वेळी मला एक धमकीचं पत्रसुद्धा मिळालं होतं. धमकीच्या पत्रातील भाषा अश्लील आणि अरेरावीची होती. मी पत्र वाचलं आणि ते माधुरीला वाचायला दिलं. ते पत्र वाचून माधुरीला त्याचा राग आला. तिनं ते पत्र फाडून त्याचे दोन तुकडे करून टाकले. इतर पत्रांप्रमाणे मी ते माधुरीनं फाडलेलं पत्र अजून जपून ठेवलंय.

माझ्या ध्यानीमनी नसताना ४ डिसेंबर २००० रोजी माझ्या 'दगडफोड्या' या आत्मकथनाला सोलापूर येथील प्रतिष्ठेचा दमाणी साहित्य पुरस्कार जाहीर झाला. दूरदर्शनवर ती बातमी ऐकून मी आनंदानं हवेतच तरंगू लागलो. सोलापूर येथे मा. सुशीलकुमार शिंदे यांच्या प्रमुख उपस्थितीमध्ये पुरस्कारवितरणाचा कार्यक्रम होणार होता. पुरस्कार स्वीकारण्यासाठी मी सहकुटुंब जाण्याचं ठरविलं. माझ्या आनंदावर विरजण घालण्याचा प्रयत्न करीत तत्कालीन दाणीज नावाचे तहसीलदार त्या ठिकाणी जाण्यासाठी माझी किरकोळ रजा मंजूर करेनात. 'तुम्हाला रजा मिळणार नाही,' असं त्यांनी मला चक्क सांगितल्यावर 'आता काय करायचं?' म्हणून मला प्रश्न पडला.

दमाणी पुरस्कार स्वीकारण्यासाठी लेखकानं स्वत: त्या कार्यक्रमास उपस्थित राहिलं पाहिजे, अशी पुरस्कारसमितीची अट होती. त्यामुळे तेथील लोकांना लेखकाला पाहता येणार होतं आणि त्याचे विचार ऐकता येणार होते. तहसीलदारानं आडमुठी नकारात्मक भूमिका घेतल्यानं मी काळजीत पडलो. माझ्या आयुष्यातील फार मोठा आनंदाचा क्षण त्या तहसीलदारामुळे मी गमावून बसतो की काय, अशी शंका माझ्या मनात निर्माण झाली होती. मला तो आनंदाचा क्षण मुळीच गमवायचा नव्हता. मी माझ्या नोकरीची चिंता न करता रजेचा अर्ज लिहिला आणि त्या तहसीलदाराच्या समोर बारनिशी कारकुनाकडे देऊन त्याची पोच घेतली. त्या तहसीलदारानं माझ्या मागे शुक्लकाष्ठ लावण्याच्या आधी मी बायको-मुलांना सोबत घेऊन सोलापूरला जाणारी एस.टी. पकडली. सोलापूरला पोचल्यानंतर मी सुटकेचा नि:श्वास टाकला.

मा. सुशीलकुमार शिंदे यांच्या प्रमुख उपस्थितीमध्ये दमाणी पुरस्कारवितरणाचा कार्यक्रम पार पडला. ज्येष्ठ साहित्यिक रा. रं. बोराडे यांच्या हस्ते पुरस्कार देण्यात

आला. पुरस्कार स्वीकारल्यानंतर लेखकानं त्याचं मनोगत व्यक्त करायचं असतं. त्याचे विचार ऐकण्यासाठी त्या ठिकाणी लोक आलेले असतात. तेव्हा मला भाषणाची अजिबात सवय नव्हती. भाषण करण्याची वेळ याआधी कधीही माझ्यावर आली नव्हती. माझं मनोगत कसंबसं व्यक्त करून मी माझ्या आसनावर जाऊन बसलो. भीतीनं मी घामाघूम झालो होतो. बोलण्यासाठी कितीतरी मुद्दे माझ्या डोक्यात होते. परंतु भीतीमुळे मला ते व्यक्त करता आले नाहीत, याचं मला नंतर खूप दुःख झालं.

माझं आत्मकथन प्रसिद्ध करण्यासाठी मी खूप त्रास, अपमान सहन केला होता. पुणे आणि मुंबई येथील प्रकाशकांचे उंबरठे झिजवून थकलो होतो. एकदा पुणे येथील प्रकाशक मधुकाका कुलकर्णी यांच्याकडे आत्मकथनाचे हस्तलिखित मी घेऊन गेलो असताना ते माझ्याकडे भयंकर रागानं पाहू लागले. जणू मी एखाद्या माणसाचा खून करून त्यांच्या आश्रयाला आलो होतो. एखाद् वेळी त्यांना दलित लेखकांचा वाईट अनुभव आला असावा म्हणून मी त्यांच्या समोर ठेवलेले हस्तलिखित गुपचूप उचलून पिशवीत घातलं आणि त्यांच्या कार्यालयातून निराश होऊन बाहेर पडलो. मधुकाकांनी दलित आत्मकथनं प्रकाशित केली होती आणि ती आत्मकथनं मराठी साहित्यक्षेत्रात गाजली होती. म्हणून मी मोठ्या आशेनं माझ्या आत्मकथनाचं हस्तलिखित घेऊन त्यांच्याकडे गेलो होतो. असो.

सोलापूर शहरात वडार समाजाचं मोठ्या प्रमाणात वास्तव्य आहे. राजकारण, समाजकारण, शिक्षण या क्षेत्रांमध्ये वडार समाज कार्यरत आहे. दमाणी साहित्य पुरस्कार मिळाल्यामुळे मला जसा आनंद झाला होता, तसा त्यांनादेखील झाला होता. प्रा. डॉ. महादेव देशमुख प्राध्यापकाची नोकरी सांभाळून समाजकार्य- सुद्धा करीत होते. त्यांच्या पुढाकारानं रविवार दिनांक १७ डिसेंबर २००० रोजी मद्या मंगल कार्यालयात माझा सपत्नीक सत्कार करण्याचं त्यांनी आयोजन केलं होतं. त्या ठिकाणी माजी नगरसेवक श्री. शंकरराव मुधोळकर यांच्या हस्ते माझा सत्कार करण्यात आला. या आगळ्यावेगळ्या कार्यक्रमाला उपस्थित राहण्यासाठी कर्नाटक राज्यातील बागलकोटस्थित श्री. शरण बसवेश्वर स्वामीमहाराज आणि स्थानिक वडारसमाज मोठ्या प्रमाणात उपस्थित राहिला होता. त्या ठिकाणी वडारसमाजाच्या वतीनं पहिल्यांदाच माझा जाहीर सत्कार झाला. समाजाच्या उत्कट प्रेमानं मला अगदी भरून आलं होतं.

माझी आणि मराठी साहित्यक्षेत्रातील ज्येष्ठ समीक्षक, विचारवंत मा. शंकर सारडा यांची तेव्हा ओळख नसतानादेखील त्यांनी माझ्या 'दगडफोड्या' आत्मकथनाचं 'लोकमत'च्या रविवार पुरवणीमध्ये जवळजवळ अर्ध पान भरेल एवढं विस्तृत

परीक्षण लिहिलं होतं. त्याचा मला फायदा असा झाला, की महाराष्ट्राच्या कानाकोपऱ्यांतून मला पत्रं येऊ लागली. वडारसमाजाच्या व्यथा-वेदनांना मी पहिल्यांदाच वाचा फोडल्यामुळे मला समाजाच्या वतीनं सत्कारासाठी आमंत्रणं येऊ लागली. दिनांक १४ जुलै २००२ रोजी पुणे येथील वडार फोरमनं माझा समाजाच्या वतीनं जाहीर सत्कार केला. समाजाच्या कौतुकसोहळ्यामुळे मी भारावून गेलो होतो. आपल्या समाजाकडून माझं एवढं कौतुक होईल, असं आधी मला स्वप्नातदेखील वाटलं नव्हतं. स्वातंत्र्य मिळाल्यानंतर-सुद्धा अंधारात चाचपडत असणारा वडारसमाज आता जागा होतोय, आता त्यांच्यामध्ये स्फुलिंग चेतवलं गेलं आहे. एवढं मात्र मला त्या वेळी कळून चुकलं होतं. निद्रिस्त समाजाला जागं करण्याची ताकद साहित्यात आहे, हे मी माझ्या डोळ्यांनी पाहत होतो. समाजाची बांधीलकी मानून मी माझं 'दगडफोड्या' हे आत्मकथन लिहिलं होतं. त्याचं मला आता समाधान वाटत होतं. माझं आत्मकथन प्रसिद्ध झाल्यावर आपल्या न्याय्य मागण्यांसाठी ठिकठिकाणी धरणे, मोर्चे काढण्यात आले, अधिवेशनं घेण्यात आली. वडारसमाज जागा झाल्याची ती एक नांदी होती. माझं आत्मकथन प्रकाशित झाल्यावर त्यापासून प्रेरणा घेऊन आणखी चार-पाच आत्मकथनं प्रकाशित झाली. ती गाजलीसुद्धा आणि त्यांना मानाचे पुरस्कारदेखील मिळाले.

माझ्या प्रकाशित झालेल्या आत्मकथनाला मानाचे पुरस्कार मिळाल्यामुळे आणि ठिकठिकाणी माझे सत्कारसोहळे होत असल्यामुळे लेखन करण्यासाठी मला आणखी बळ, प्रोत्साहन मिळालं. मराठी साहित्याची आणखी गोडी लागली. आता आपण यापुढे भरपूर लेखन करायचं, असं मी अगदी माझ्या मनात ठरवूनच टाकलं.

देशावर जशी इनामदारी पद्धत रूढ होती, तशी कोकणात जवळजवळ चारशे ते साडेचारशे वर्षांपासून खोतपद्धत रूढ होती. खोत शेतात राबत नसत. त्यांची कुळं शेतात राबून पिकाचा ठरलेला वाटा खोताला आणून देत. शेतात राबणारी कुळं गरीब आणि त्यांच्या जिवावर जगणारी खोतमंडळी श्रीमंत अशी त्या वेळी काहीशी विचित्र पद्धत होती. गरीब कुळांवर गावचे खोत अन्याय, अत्याचार करीत. गावात जो समाज सधन आणि उच्च जातीचा असेल त्याच्याकडेच गावची खोती असे. कोकणात दिग्गज साहित्यिक होऊन गेले. परंतु खेदाची गोष्ट म्हणजे गरीब कुळांच्या व्यथा, वेदना, दारिद्र्य हे सर्व कुणीही मराठी साहित्यात मांडण्याचा प्रयत्न केला नव्हता. याला अनेक कारणंसुद्धा असू शकतील.

१९९१ पासून खोत आणि त्यांच्या मालकीच्या शेतांवर राबणारी कुळं यांच्या नातेसंबंधावर माझ्या कुवतीप्रमाणे प्रकाश टाकण्यासाठी मी कादंबरी लिहिण्याचा

विचार मनात करीत होतो. माझ्या डोक्यात कादंबरीचा पक्का आराखडा तयार झाल्यावर मी तो कागदावर उतरवायला सुरुवात केली. नोकरी करण्यासाठी मला रोज सकाळी आठच्या आत घर सोडावं लागत होतं. म्हणून मी रोज पहाटे उठून लिहीत होतो आणि रात्री जेवण उरकून लगेच लिहायला बसायचो. वर्षभरातच माझी अडीचशे पृष्ठांची कादंबरी लिहून पूर्ण झाली. मी त्या कादंबरीला 'जगबुडी काठचे खोत' असं शीर्षक दिलं. कादंबरी लिहून पूर्ण झाल्यावर मला खूप बरं वाटलं.

कादंबरी लिहून पूर्ण झाल्यावर ती आता प्रकाशित करण्यासाठी कोणत्या प्रकाशकाकडे द्यायची, याचा मी माझ्या मनात विचार करीत होतो. माझं आत्मकथन प्रकाशित होण्याच्या आधी लेखक म्हणून मला साहित्यक्षेत्रात तसं फारसं कुणी ओळखतदेखील नव्हतं. मेहता पब्लिशिंग हाऊसतर्फे माझा 'जोगवा' नावाचा कथासंग्रह जुलै १९९४ मध्ये प्रकाशित झाला होता.

प्रा. रामनाथ चव्हाण पुण्यात कात्रजला राहत. त्यांची आणि माझी आता चांगली मैत्री झाली होती. त्यांच्या पुस्तकप्रकाशन कार्यक्रमाला मी आवर्जून उपस्थित राहत असे. रामनाथ चव्हाण त्यांच्या पुस्तकप्रकाशन कार्यक्रमाचं आमंत्रण मला पाठवीत. रामनाथ चव्हाण यांनी मुरळीच्या जीवनावर 'भंडारा' नावाची कादंबरी लिहिली होती. पुण्याच्या पद्मगंधा प्रकाशनानं ती कादंबरी प्रकाशित केली होती. त्या कादंबरीच्या प्रकाशन कार्यक्रमाला मी उपस्थित राहिलो होतो. रामनाथ चव्हाण यांचा सल्ला घेऊन मी माझ्या कादंबरीचं हस्तलिखित पद्मगंधाचे प्रकाशक श्री. जाखडे यांची भेट घेऊन त्यांच्याकडे ते प्रकाशनार्थ सुपूर्त केलं.

मी दिलेल्या कादंबरीचं हस्तलिखित वाचून जाखड्यांनी लगेच डीटीपी करायला सुरुवात केली. त्यांनी पहिलं प्रूफ तपासणीसाठी आढाव यांच्याकडे दिलं. १९ जानेवारी २००१ रोजी माझ्याकडे त्याचं दुसरं प्रुफ तपासायला आलं. मी ते लगेच तपासून त्यांच्याकडे नेऊन दिलं. आता माझी कादंबरी लगेच प्रकाशित होणार म्हणून मी फार हुरळून गेलो होतो. परंतु पद्मगंधाकडून कादंबरी लवकर प्रकाशित होण्याचं कोणतंही चिन्ह दिसेना. त्यामुळे मी मनात थोडा निराश झालो. प्रकाशकांना फोन करून विचारल्यावर ते म्हणत की, बडसल यांच्याकडून अजून मुखपृष्ठ तयार होऊन आलेलं नाही. कधी म्हणत, आता पावसाळा आहे. पाऊस संपल्यानंतर लगेच छापायला घेतो. पुढे पुढे तर ते माझा फोन घेण्याचंच टाळू लागले. त्यांच्याकडून कादंबरी प्रकाशित होईल, याची मला आता खात्री वाटत नव्हती. प्रकाशकांना फोन करून, त्यांच्या पांडुरंग कॉलनीत फेऱ्या मारून मी थकलो.

मराठी साहित्यातील ज्येष्ठ समीक्षक, लेखक आणि विचारवंत डॉ. प्रल्हाद

वडेर यांच्याकडून मला नेहमी प्रोत्साहन आणि मार्गदर्शन मिळत होतं. मी लिहिलेल्या 'लाडी' या कातकरी समाजावरील कादंबरीला त्यांनी मला प्रस्तावनासुद्धा लिहून दिली होती. गि. द. मोपांसा या पाश्चिमात्य लेखकाच्या 'पिएर अँड जॉन' या पुस्तकाचा डॉ. प्रल्हाद वडेर यांनी अनुवाद केला होता. ते पद्मगंधा प्रकाशनाच्या वतीने प्रसिद्ध झालं असल्यामुळे वडेर सर आणि जाखडे यांची ओळख होती. वडेर सर एकदा मला फोनवर म्हणाले, की तुमची कादंबरी जाखडे प्रसिद्ध करणार नाहीत! माझ्या कादंबरीबाबत वडेर सरांचं आणि प्रकाशकांचं बोलणं झाल्यामुळे सरांनी मला तसं सांगितलं होतं.

जाखडे यांच्याकडे कादंबरी प्रकाशित होण्यासाठी जवळजवळ सात-आठ वर्षं मी फेऱ्या मारल्या होत्या. त्याचा काहीही उपयोग झाला नव्हता. मी दिलेलं कादंबरीचं हस्तलिखितसुद्धा त्यांनी मला परत केलं नाही. यामुळे मी आणखी थोडा निराश झालो.

थोड्याच दिवसांत मी माझ्या मनातील नैराश्य झटकून टाकलं आणि पुन्हा कादंबरी लिहिण्यासाठी श्रीगणेशा केला. ती कादंबरी माझ्या डोक्यात अगदी फिट्ट बसली होती. कादंबरीच्या मांडणीमध्ये मी थोडा बदल केला. आजोबा, मुलगा आणि नातू असे त्याचे तीन भाग पाडले. लिहिताना तिन्ही भागांत सुसूत्रता कशी राहील, याची काळजी घेतली आणि जवळजवळ शंभर वर्षांतील घटनांचा त्यात समावेश केला. पूर्वी मी त्या कादंबरीचं शीर्षक 'जगबुडीकाठचे खोत' असं ठेवलं होतं. ते शीर्षक बदलून नंतर मी 'खोत' असं ठेवलं. खोत कादंबरी आता दिलीपराज प्रकाशना तर्फे सप्टेंबर २०१४ मध्ये प्रकाशित झाली आहे.

पद्मगंधा प्रकाशनाच्यावतीनं तेव्हा माझी कादंबरी प्रकाशित झाली नाही याचं मला आता बिलकूल दुःख वाटत नाही. उलटपक्षी या प्रकाशकानं त्या वेळी घेतलेला निर्णय माझ्या पथ्यावरच पडला आहे. त्या प्रकाशकाचा मी अत्यंत आभारी आहे.

❖❖❖

४

आई गेल्यापासून बायकोच्या स्वभावात थोडा बदल झाला होता. त्यामुळे मला तिची काळजी वाटत होती. मी घरात नसताना आई आणि बायको एकमेकींशी भांडत. मी घरी आल्यावर त्या भांडणाबद्दल तोंडातून चकार शब्दसुद्धा काढीत नसत. घरातील भयाण शांतता पाहून माझ्या ते लक्षात येत असे. त्या दोघींचं भांडणाचं कारणदेखील अगदी क्षुल्लक असायचं. त्यामुळे भांडणाचं तसं पाहिलं तर काहीही कारण नसायचं.

माझ्या आईला शिवी देऊन बोलण्याची पहिल्यापासून सवय होती. माझ्याशी सुद्धा 'भाड्या' म्हणतच ती बोलायला सुरुवात करायची. मला त्याचं काहीही वाटत नसे. मला त्याची सवय झाली होती. आईनं शिवी दिलेली मंगलला मुळीच आवडत नसे. आईनं तिच्या माहेरच्या लोकांना बोललं तरी बायकोला त्याचा लगेच राग येई. एकदा मी घरी नसताना बायकोच्या माहेरची माणसं तिची बाजू घेऊन आईबरोबर भांडून गेली होती.

आईचा स्वभाव मुळात काटकसरीचा. सुनेनंसुद्धा तिच्यासारखं वागायला पाहिजे, असं आईला वाटे. सून तशी वागली नाही, की आईला तिचा राग यायचा. आई सुनेला जरी रागानं बोलली, तरी ती तिला जेवताना आपल्या पुढ्यात घेऊनच जेवायची. त्या दोघींचं भांडण म्हणजे पेल्यातील वादळ असे. सासू आणि सून कधी कधी माझ्यासमोर भांडू लागल्यावर आईची बाजू घ्यावी का बायकोची, असं मला त्या वेळी वाटत असे. माझ्या मनात संभ्रम निर्माण होत असे. मधल्या मधे माझे हाल होत असत.

आईचा तिच्या सुनेवर आणखी एका गोष्टीचा राग होता. सून तिच्या माहेरी

जाऊन तिच्या चहाड्या करते, असं तिचा सुनेवर दाट संशय होता. तिच्या माहेरची माणसं आईबरोबर भांडण करून गेल्यापासून तिचा सुनेवर असलेला संशय आणखी बळावला होता. आईची देवावर खूप श्रद्धा होती. घरावर काही अरिष्ट आलं तर ती ते अरिष्ट निघून जाण्यासाठी तोंडात देवाचं नाव घेत असे. खरं-खोटं जाणून घेण्यासाठी ती कुणालाही यल्लम्मादेवीचा भंडारा उचलायला लावायची. अंगावर बारीक बारीक पुळ्या उठल्या की, यल्लम्मा देवीचा कोप झाला म्हणून आई समजत असे. आई घरात होती तेव्हा मला आणि माझ्या बायकोला काही बघावं लागत नव्हतं. आई छानपैकी घर चालवीत होती.

आई गेल्यावर बायकोच्या अंगावर एकदम घराची जबाबदारी येऊन पडली. त्यामुळे थोडे दिवस ती फार भांबावून गेली. मी आणि माझा मुलगा सकाळी नोकरी करण्यासाठी घरातून निघून जायचो. मुली कॉलेजला जात होत्या. बायको एकटीच घरात असे. त्या वेळी तिला घर खायला उठे. आईच्या पश्चात तिला घरात एकटीला करमेनासं झालं होतं.

थोड्याच दिवसांत बायकोचं मानसिक संतुलन बिघडलं. त्यामुळे बायको घरात विचित्र वागू लागली, असंबद्ध बडबड करू लागली. तिचं वागणं पाहून मला तिची काळजी वाटू लागली. तिच्या विचित्र वागण्यामुळे मला एकदम धक्का बसला होता. "त्या ठिकाणी कोपऱ्यात एक बाई आणि एक बाप्या बसलाय. त्यांनी माझ्यावर देव घातलाय. मी त्यांना सोडणार नाही," अशी ती तोंडानं बडबड करू लागल्यावर मुलांना तिचा राग येई. मी तिला समजून घेत असे. मुलांनासुद्धा समजावत असे.

बायकोला मी एखादं काम सांगितलं की, ती लगेच मला म्हणायची, "ते काम करायचं न्हाय. ते काम चांगलं न्हाय." असं ती मला सुनवायची. बायको घरात जरी विचित्र वागत असली, तरी ती घरातील सर्व कामं अगदी व्यवस्थितपणे करायची. गॅस पेटवून शेगडीवर चहा, स्वयंपाक करायची. कधीकधी अंघोळीला शेगडीवर पाणीसुद्धा गरम करायची, सकाळी घरात पाणी भरायची. धुणं-भांडी करायची. घरातील सर्व कामं ती अगदी व्यवस्थितपणे करीत असे.

बायको गॅस पेटवून स्वयंपाक करू लागल्यावर मला तिची फार काळजी वाटत असे. एखाद्या वेळी गॅस पेटवताना चूक झाली तर? असा विचार डोक्यात आल्यावर भीतीमुळे अंगावर सर्रकन काटा उभा राहत असे. तिच्या माहेरच्या माणसांनी आमच्याबद्दल गैरसमज निर्माण करून घेतल्यामुळे ते सहजासहजी आमच्याकडे येत नसत. बायकोला दोन भाऊ आणि चार बहिणी होत्या, आई होती. भाऊबिजेच्या सणाला, राखीबंधनाला तिच्या दोन्ही भावांना त्यांच्या बहिणींची कधी आठवणसुद्धा

होत नसे. त्यांना कुणालाही एकमेकांबद्दल प्रेम, जिव्हाळा वाटत नव्हता. दोघे भाऊ एकमेकांशी बोलतसुद्धा नव्हते. त्यामुळे ते सहसा एकमेकांच्या घरीदारी जात नसत. आपली बायको आणि मुलं एवढंच त्यांचं जग होतं. बायकोच्या मोठ्या भावाचं नाव शामू असं होतं. तालुक्यात ठेकेदारीचा व्यवसाय करून त्यानं बक्कळ पैसा कमावला होता.

बायकोनं एकदा मला आणि मुलांना खूप घाबरवलं होतं. आम्ही कुणी घरात नसताना ती थेट तिच्या माहेरी आईकडे निघून गेली. तिची आई शामूकडे राहत होती. ते आमच्यापासून दोन-अडीच किलोमीटर्स अंतरावर तालुक्याच्या गावी राहत होते. मी सायंकाळी घरी आलो, तेव्हा बायको मला घरात दिसली नाही. मी मुलींना विचारल्यावर त्यांनी मला सांगितलं की, ''आम्ही दुपारी कॉलेजमधून घरी आलो तेव्हा मम्मी घरात नव्हती. ती आधीच कुठंतरी निघून गेली होती.''

मुलींचं बोलणं ऐकून मी एकदम गर्भगळीत झालो. डोक्यात अनेक शंका-कुशंका येत होत्या. त्यामुळे भीतीने पोटात खड्डा पडला होता. बँकेचं कर्ज काढून मी नवीन हिरो होंडा कंपनीची मोटार सायकल घेतली होती. मोटारसायकलला जोरानं किक मारून मी आधी बायकोचं माहेर गाठलं. बायकोला तिच्या माहेरी पाहून माझा जीव एकदम भांड्यात पडला.

सासू मला म्हणाली,

''रामू, तिला दोन दिवस ऱ्हावू द्या आमच्याकडं. नंतर मी कुणाला तरी तुझ्याकडं सोडायला सांगत्ये.''

''ती आम्हाला कुणाला सांगून आली नाही, म्हणून मी घाबरलो होतो.''

''तिची सासू गेल्यापास्नं ती अशी वागत्ये. पैलं ती असं कधी वागत नव्हती.''

''ठीकाय. तुम्ही तिला माझ्या घरी आणून सोडा.''

''च्या घेऊन जा. म्वॉप दिसानं घरला आलास. तसंच जावू नगंस.''

सासुरवाडीत चहा घेऊन मी बाहेर पडलो. बायको माहेरी आठ दिवस राहून परत आली.

बायको मुलांनादेखील काहीबाही बोलत असे. मुलांना तिचं बोलणं सहन होत नसे. तेव्हा मुलं माझ्याकडे तिची तक्रार करू लागली. मी मुलांना समजावून सांगितल्यावर ती त्या वेळी शांत बसत. माझ्या मुलांनी त्यांच्या आईची मन:स्थिती समजावून घ्यायला हवी असं मला अगदी मनापासून वाटत होतं. त्यांना तिला समजावून घेण्यासाठी जड जात आहे, हे एव्हाना माझ्या ध्यानात आलं होतं. माझी महसूल खात्यातील नोकरी फार दगदगीची आणि कटकटीची होती. माझ्या नोकरीत

मानसिक आणि शारीरिक त्राससुद्धा सहन करावा लागत होता. दूर दूरच्या वाड्या-वस्त्या फिरून जमीनमहसूल गोळा करावा लागत होता. त्यामुळे घर आणि नोकरी सांभाळताना मला तारेवरची कसरत करावी लागत होती. खूप त्रास सहन करावा लागत होता. परंतु ते कोणाला सांगता येत नव्हतं. बायकोची मन:स्थिती ठीक नसल्यामुळे माझं कामावरसुद्धा लक्ष लागत नव्हतं.

सकाळची वेळ होती. मी माझ्या कामावर जाण्याची तयारी करीत होतो. मुलगा त्याच्या शाळेत जाण्याची तयारी करीत होता. शिक्षक म्हणून त्याला नवीनच नोकरी लागली होती. त्यामुळे त्याला त्याच्या शाळेत वेळेवर पोचायला हवं होतं. नवीन घेतलेली मोटारसायकल मी त्याला शाळेत जाण्या-येण्यासाठी दिली होती. दोन्ही मुली सकाळीच कॉलेजला निघून गेल्या होत्या. त्यामुळे घरात मी, मुलगा आणि बायको असे तिघेजण होतो.

आम्ही दोघे धांदलीत असलेले पाहून बायको पडवीत गेली आणि एका जर्मनच्या वाटीत फिनेल ओतून तिनं लगेच पिऊन टाकलं. आई पडवीत काय करतेय हे पाहण्यासाठी मुलगा गेल्यावर त्याला त्या ठिकाणी फिनेलची बाटली आणि रिकामी जर्मनची वाटी दिसली. मुलानं तिला घाबरून विचारलं,

"आई, तू फिनेल प्यायलीस?"

"व्हय." बायको अडखळत म्हणाली.

"हे काय केलंस तू? आम्हा दोघांना पोलिसांना पकडून देणार आहेस?"

"न्हाय." बायकोला पुढे बोलता येईना.

मुलगा खूप घाबरला होता. तो मला मोठ्या आवाजात हाका मारू लागला. तो हाका मारू लागल्यावर मी धावतच पडवीत गेलो. बायको पडवीत डोळे बंद करून झोपली होती. फिनेलची बाटली आणि रिकामी जर्मनची वाटी पाहून माझ्या पायाखालची जमीन सरकू लागली. मुलगा घाबरून मला म्हणाला. "आई फिनेल प्यायलीय." त्याचे शब्द ऐकून माझ्या डोळ्यांसमोर दिवसा काजवे चमकू लागले. भीतीनं अंगाला दरदरून घाम सुटला. क्षणभर आता काय करावं हे सुचेचना. नंतर मी स्वत:ला कसंबसं सावरलं आणि मुलाच्या मदतीनं एका रिक्षेतून बायकोला दवाखान्यात घेऊन आलो.

उपचार सुरू करण्याच्या आधी डॉक्टर मला म्हणाले,

"मी पेशंटवर उपचार करायला आता सुरुवात करत्योय. समजा, माझ्या उपचाराला यश आलं नाही, तर तुम्हाला पेशंटला घेऊन सरकारी दवाखान्यात जावं लागेल. उशीर करून अजिबात चालणार नाही."

"डॉक्टर, तुम्ही उपचार सुरू करा." मी रडवेल्या चेहऱ्यानं म्हणालो.

"तुम्हाला एका फॉर्मवर सही करावी लागेल."

"करतो."

डॉक्टरांनी त्यांच्या एका सिस्टरला सूचना दिल्या. ती सिस्टर एका तांब्यात मिठाचं पाणी घेऊन आली. वाटीत मिठाचं पाणी ओतून तिनं ते बायकोला प्यायला सांगितलं. मिठाचं पाणी गेल्यावर लगेच तिच्या पोटात ढवळायला सुरुवात झाली आणि तिला उलट्या होऊ लागल्या. त्या उलट्यांमधून पोटात गेलेलं फिनेल तोंडावाटे बाहेर पडू लागलं. मिठाच्या पाण्याचा तांब्या रिकामा झाल्यावर बायकोच्या पोटातील 'सगळं' फिनेल उलट्यांमधून बाहेर पडलं. बायकोच्या जिवाचा धोका आता टळून गेला होता. तरी डॉक्टर तिला दवाखान्यातून डिस्चार्ज देण्यास तयार नव्हते. त्यांनी पेशंटला त्यांच्या देखरेखीखाली ठेवलं होतं.

मुलाची शाळा होती. मी त्याला म्हणालो,

"तू आता तुझ्या शाळेवर गेलास तरी चालेल. आता तिच्या जिवाचा धोका टळला आहे. मी थांबतो."

माझं बोलणं ऐकून मुलगा त्याच्या कामगिरीवर निघून गेला. शिक्षक म्हणून त्याला नवीनच नोकरी लागली होती. तो नवीन नोकरीला लागल्यामुळे त्याच्याकडून चुका होत होत्या. त्याच्या शाळेवर धुळे जळगाव या भागातील भगत नावाचे मुख्याध्यापक होते. ते त्याला मुळीच सहकार्य करीत नसत. उलट, त्याच्याबद्दल खोटंनाटं सांगून शाळेच्या शिक्षण कमिटीला त्याच्या विरुद्ध भडकावत आणि मुलाला ते त्रास देत होते. एक-दोनदा मुलानं त्याला मुख्याध्यापकांकडून शाळेत त्रास होत असल्याबद्दल माझ्या कानावर घातलं होतं.

मोरे नावाचे गृहस्थ त्या विभागात केंद्रप्रमुख म्हणून काम करीत होते. त्यांच्या आधिपत्याखाली सर्व शिक्षक, मुख्याध्यापक काम करीत. मोरेसाहेब माझ्या चांगल्या परिचयाचे होते. हेदली या गावात आम्ही एकाच चाळीत शेजारीशेजारी भाड्यानं राहत होतो. मुलाला त्याच्या शाळेत त्रास होतोय म्हणून मी मोरेसाहेबांच्या एकदा कानावर घातलं. त्यांनी लगेच शाळेवर जाऊन भगत मुख्याध्यापकांची खरडपट्टी काढली. त्या दिवसापासून मुलाला शाळेत होणारा त्रास थांबला. माझा मनस्ताप कमी झाल्यामुळे मी सुटकेचा नि:श्वास टाकला.

दवाखान्यात बायकोवर वैद्यकीय उपचार अद्याप सुरूच होते. औषधाच्या दुकानातून काही औषधं आणण्यासाठी डॉक्टरांनी माझ्या हातात चिट्ठी लिहून दिली. ती औषधं आणण्यासाठी मी दवाखान्याच्या बाहेर पडलो. मुंबई-गोवा या राष्ट्रीय

महामार्गालगत डॉ. साळुंखे यांचा दवाखाना होता. त्या महामार्गाच्या दोन्ही बाजूंना दुकानं, टपऱ्या आणि हॉटेलं यांची गर्दी असल्यानं भरणा नाका हे गाव नेहमी गजबजलेलं असायचं. या ठिकाणी शाळा-कॉलेज आणि डी.एड शैक्षणिक संस्थादेखील होत्या. वाहनांची नेहमी वर्दळ असायची.

डॉक्टरांनी दिलेल्या चिठ्ठीप्रमाणे मी औषधाच्या दुकानात जाऊन औषधं घेतली आणि मी लगेच दवाखान्याकडे मोर्चा वळवला. बायको दवाखान्यात एकटीच होती, तिच्याजवळ घरातील कुणीही नव्हतं. डांबरी सडकेवर झपझप पावलं टाकीत मी दवाखान्याकडे येत असताना मला समोरून बायकोचा धाकटा भाऊ रंगराव येत असताना दिसला. माझ्या हातात औषधं पाहूनसुद्धा मला 'कोण आजारी आहे' असं न विचारताच तो माझ्या अंगावरून थेट पुढे निघून गेला. मला त्याचा खूप राग आला. जणू तो मला ओळखतच नव्हता.

रंगराव माझं लग्न झाल्यापासून आमच्या घरी फक्त एकदाच आला होता. माझं आईचं जेव्हा वृद्धापकाळात आजारी पडून निधन झालं होतं, तेव्हा तो तिच्या अंतिम संस्कारासाठी आला होता. तो त्याच्या थोरल्या भावाकडे किंवा बहिणीकडेसुद्धा कधी जात नसे. त्याला त्याच्या बायकोचा खूप धाक होता. त्याला जन्म दिलेली आई (माझी सासू) आजारी पडली होती, तेव्हासुद्धा तो तिला बघायला गेला नव्हता. आईच्या अंतिम संस्काराला तेवढा तो लोकलाजेखातर आला होता. रंगराव दगड फोडण्याचं काम करायचा. मंगळवारी कामाला सुट्टी असल्यावर तो तोंडात पानाचा तोबरा भरून डांबरी सडकेवरून उगाच इकडून तिकडे आणि तिकडून इकडे एकसारखा फेऱ्या मारीत राहायचा. चहाची तलफ आली की लगेच कोणत्या तरी हॉटेलात शिरायचा. थोरल्या भावावर आणि त्याच्या बायकोवर त्याचा राग होता. जयसिंगपूर आणि कोल्हापूर येथील वडिलोपार्जित जमीन त्याला फसवून शामूनं स्वतःच्या घशात घातली, असं तो सर्वांना सांगायचा.

मालन माझ्या बायकोची सख्खी बहीण होती. ती माझ्या बायकोपेक्षा दोन- तीन वर्षांनी मोठी होती. मालनची मानसिक परिस्थिती माझ्या बायकोपेक्षाही वाईट होती. तिचंसुद्धा मानसिक संतुलन हल्ली बिघडलं होतं. मालन रस्त्यावरून जातानासुद्धा बडबड करीत असे, तीसुद्धा घरातील कामं अगदी व्यवस्थित करीत असे. शामूसुद्धा कधीकधी घरात विचित्र वागत होता, वयाच्या चाळिशीनंतर त्याला हा विकार जडला होता.

मी माझ्या सासऱ्याला कधी पाहिलं नव्हतं. माझं लग्न होण्याच्या आधीच त्याचं निधन झालं होतं. मी वयाची पासष्टी गाठलेल्या श्रीपत माने (चुलत मेहुणा) यांच्याकडे

माझ्या सासऱ्याबद्दल विचारलं असता ते मला म्हणाले,

"तुझा सासरा सुदीक शेवटी शेवटी विचित्र वागत होता. तोंडानं तो बडबड करायचा, त्यामुळे त्याच्या मुलांना सुदीक तीच बिमारी लागलीय."

त्यांचं बोलणं ऐकून माझ्या डोक्यात लख्ख प्रकाश पडला. बायकोच्या वडिलांकडून त्यांच्या मुलांनासुद्धा तो विकार जडला होता.

दवाखान्याचं झालेलं बिल भरून मी बायकोला एका रिक्षातून घरी आणलं. एक-दोन दिवस आराम करून बायकोनं लगेच घरातील कामाला जुंपून घेतलं. घरातील कामं करताना बायकोच्या हातून जवाएवढीसुद्धा चूक होत नसे. आता ती पहिल्यापेक्षा अधिक धार्मिक झाली होती. सकाळी अंघोळ उरकून ती देवापुढे समई आणि उदबत्ती लावायची. संध्याकाळीसुद्धा तिचा तो नेम कधी चुकत नसे. सकाळी पूर्वेला सूर्य उगवला, की त्याला ती दोन्ही हात जोडून नमस्कार करायची. आठवड्याला एकतरी उपवास करायची.

आई हयात असताना बायकोवर बंधनं होती. परंतु आता तिच्यावर कसलंही बंधन नव्हतं. अख्खं घर तिच्या ताब्यात होतं. 'हे करू का, ते करू का?' असं आता तिला कुणाला विचारण्याची मुळी गरज उरली नव्हती. भूक लागेल तेव्हा खावं, तलफ येईल तेव्हा चहा करून प्यावा. आता बायको तिच्या मनाची मालकीण बनली होती. घरात एखादा प्रसंग आल्यावर मी त्याला तोंड देत असे. मुलांच्या अडीअडचणी मलाच सोडवाव्या लागत असत. मी बायकोला कसली तोशीस लागू देत नसे. बायकोनं नुसतं घर जरी सांभाळलं तरी पुरे, असं मी माझ्या मनात म्हणत असे. घरातील अडीअडचणींचा तिला कसलाच ताण नसल्यामुळे तिची आता तब्येत पहिल्यापेक्षा सुधारत होती. बायकोला दागिन्यांचा, चांगल्या साड्यांचा कधी सोस नव्हता. त्यासाठी तिनं कधीही माझ्याकडे हट्ट केला नाही. घरात जे आहे त्यात ती समाधान मानायची. आतादेखील तिच्या स्वभावात तिळमात्र बदल झाला नाही. तिला जर दाग-दागिन्यांचा सोस असता, तर मला आणखी आर्थिक अडचणींना तोंड द्यावं लागलं असतं. सरकारी नोकरी करीत असताना मला कधी पैशाचा मोह झाला नाही, यात माझ्या बायकोचा मोठा वाटा आहे.

माझ्या दोन्ही कॉलेजमध्ये शिकणाऱ्या मुलींना कपड्यांची आवड होती. आणि ते अगदी स्वाभाविकसुद्धा होतं. आपल्या कॉलेज-मैत्रिणींप्रमाणे आपणसुद्धा नेहमी छान छान कपडे घालावे, असं त्यांना अगदी मनापासून वाटायचं. दिवाळीच्या सणाला, मे महिन्याच्या सुट्टीत किंवा त्यांच्या वाढदिवसाला नवीन पंजाबी ड्रेस घेण्यासाठी त्या माझ्याकडे पैसे मागत. कपाटात त्यांच्या कपड्यांचे तीन-चार ड्रेस

असल्यामुळे मी त्यांच्याकडे लक्ष देत नसे. मग त्या दोघी रुसत. जेवतसुद्धा नसत. कधी कधी मी त्यांना ड्रेससाठी पैसे देत नाही म्हणून त्या अबोलादेखील धरीत. मग झक मारून मुलींना नवीन पंजाबी ड्रेस घेण्यासाठी मला पैसे द्यावे लागत. हातात पैसे मिळाले की, त्याचा त्यांना आनंद वाटायचा मग त्या दोघी मैत्रिणींना सोबत घेऊन नवीन पंजाबी ड्रेस खरेदी करण्यासाठी कपड्यांच्या दुकानात जात. माधुरी उंच टाचांच्या चपला वापरायची. नंतर तिला त्याचा त्रास होऊ लागला, तिच्या पायांवर उपचार करून घेण्यासाठी मी तिला घेऊन डॉक्टरकडे गेलो.

माझी मुलं पैशासाठी हट्ट करू लागल्यावर मला माझा भूतकाळ आठवायचा. माझ्या लहानपणी मी काय काय सोसलं होतं, हे माझ्या जिवाला ठाऊक होतं. एखाद्या जनावरापेक्षाही हीन जगणं माझ्या वाट्याला आलं होतं, जनावरांना राहण्यासाठी त्याचा मालक गोठा तरी बांधतो. परंतु माझ्या नशिबी राहायला गोठासुद्धा तेव्हा नव्हता. वर निळं आभाळ आणि खाली खाचखळग्यांची जमीन एवढाच आमचा जगण्यासाठी आधार होता. उपासमारीला तोंड देत पाणी पिऊन जगावं लागत होतं.

१९७२ मध्ये मोठा दुष्काळ पडला होता, असं मी ऐकलं होतं. परंतु आम्हाला त्याची गंधवार्तासुद्धा नव्हती, कारण तेव्हा आमच्या वाट्याला कायम दुष्काळ होता. माणसाच्या पोटातील भूक किती वाईट असते, याचा मी माझ्या जन्मापासून अनुभव घेतला होता. जुनी मॅट्रिकची परीक्षा पास होईपर्यंत मी माझ्या पायात कधी चप्पल घातली नव्हती. शाळेला अनवाणी जाताना पायात बाभळीचे टोकदार काटे घुसत. काटा उपसून काढल्यावर त्यातून लालभडक रक्त येत असे, जखमेत माती भरून मी ती घसाघसा चोळायचो आणि कळा सहन करीत पुन्हा लंगडतच चालायला सुरुवात करायचो. कधीकधी काटा उपसून काढताना तो मोडायचा. बरेच दिवस त्याच्याकडे लक्ष दिलं नाही, की त्या ठिकाणी कुरूप व्हायचं. आई पायात मोडलेला काटा सुईनं टोकरून काढायची आणि त्यात बिब्बा भाजून त्याचा रस ओतायची, त्या वेळी पायाची नुसती आग व्हायची. मी असह्य वेदनांनी 'अय्यो यम्मा' (आई गं) करीत ओरडू लागल्यावर आई मला दटावत म्हणायची. 'भाड्या, वाईच कळा सोस. बिब्ब्यानं लगीच जखम भरून यील बग.' तिच्या डोळ्यांत काळजी असे.

माझ्या लहानपणी घरात नेहमी पैशाची चणचण असे. म्हणून मला माझ्या वडिलांकडे पैसे मागता येत नव्हते. तेव्हा मनात कधीकधी असा विचार येत असे, की असं कुत्र्या-मांजरासारखं जगण्यापेक्षा मेलेलं कितीतरी चांगलं. त्यामुळे सर्व जंजाळातून तरी कायमची सुटका झाली असती. पक्ष्यांना झाडावर त्यांच्या घरट्यात थारा होता, गुरांना त्यांच्या गोठ्यात थारा होता आणि आम्हाला मात्र त्या वेळी कुठेच

थारा नव्हता. १५ ऑगस्ट १९४७ रोजी देशाला स्वातंत्र्य मिळालं, असं मला शाळेत १५ ऑगस्ट आणि २६ जानेवारी रोजी होणारी भाषणं ऐकून कळत होतं. परंतु स्वातंत्र्य म्हणजे काय आणि ते कशाशी खातात, यातलं काही तेव्हा कळत नव्हतं. आम्हाला तेव्हा एकच चिंता भेडसावत होती. ती चिंता म्हणजे आमच्या उपाशी पोटाला भाकरी कशी मिळेल याची. स्वातंत्र्याची बात तर आणखी त्याच्या कितीतरी पुढे होती. आता मी महसूल खात्यात नोकरी करीत होतो. महिन्याच्या एक तारखेला मला माझ्या कामाचा पगार मिळत असल्यामुळे निदान पोटाची तरी चिंता मिटली होती. याचं संपूर्ण श्रेय डॉ. बाबासाहेब आंबेडकर या महामानवाकडे जातं, याची मला पूर्ण जाणीव आहे.

❖❖❖

५

माझ्या तिन्ही मुलांचं बी.ए., बी.एड. पर्यंत शिक्षण पूर्ण झालं होतं. त्यामुळे हल्ली मुलांच्या लग्नाचा मी माझ्या मनात विचार करीत होतो. मी नोकरी करीत असेपर्यंत मला त्यांची लग्नं करून मोकळं व्हायचं होतं. मुलांची लग्नं उरकून मी नोकरीतून स्वेच्छासेवानिवृत्ती घेणार होतो. मुलांच्या लग्नाच्या जबाबदारीतून मुक्त झाल्यावर मला सेवानिवृत्तीनंतर निवांतपणे लेखन आणि वाचन करायचं होतं. महसूल खात्यातील दगदगीच्या आणि कटकटीच्या नोकरीचा मला खूप कंटाळा आला होता. या खात्यात नोकरी करताना मला कधीही मन:स्वास्थ्य लाभलं नव्हतं. मानेवर नेहमी टांगती तलवार होती. एखादी नैसर्गिक आपत्ती आली की, श्वास घ्यायलादेखील फुरसत मिळत नसे. निवडणुकीचं काम डोळ्यांत तेल घालून करावं लागत होतं. पुढाऱ्यांची अरेरावी, दमदाटी सहन करावी लागत होती. बेकायदेशीर कामात दबाव आला की, आपलं स्वत्व जपण्यासाठी संघर्ष करावा लागत होता. त्यामुळे मनस्ताप सहन करावा लागत होता. या सर्वांना तिलांजली देऊन मला लेखन आणि वाचनाचा छंद जोपासायचा होता, लेखन हा माझा ध्यास होता, श्वास होता.

मुलगा सर्वांत मोठा असला तरी मला आधी स्मिताचं लग्न करायचं होतं. स्मिताचं लग्न उरकून मला माझ्या दोन मुलांच्या लग्नाचा विचार नंतर करायचा होता. स्मिता रंगानं थोडी सावळी होती. हल्ली मुलगा रंगानं जरी काळा असला, तरी त्याला लग्नात गोरी बायको हवी असते आणि मुलगी रंगानं सावळी असेल, तर तिचं लग्न जमवताना फार त्रास सहन करावा लागतो. समाजाची मानसिकता बदलून गेल्यामुळे लग्नाच्या वेळी सावळ्या रंगाच्या मुलीला आणि तिच्या आई- वडिलांना फार मनस्ताप सहन करावा लागतो. माझी आई रंगानं खूप गोरी होती. माझे वडील

तर रंगानं ठार काळे होते. त्यांचं लग्न त्यांच्या लहानपणीच झालं होतं. त्यामुळे त्यांचं लग्न जमवताना काहीही अडचण आली नव्हती. त्यांच्या आईवडिलांनी ते लग्न जमविलं होतं. पूर्वी आमच्या समाजात मुलामुलीचे वडील दारूच्या अड्ड्यावर एकमेकांच्या मनगटावर दारू सोडून स्थळ पक्कं करून वचन देत. दिलेलं वचन प्राण गेला तरी मोडत नसत. हल्ली त्याउलट परिस्थिती निर्माण झाली आहे. याला काळाचा महिमा म्हणायचं नाही, तर काय म्हणायचं?

पूर्वी वडार समाजामध्ये जवळच्या नात्यात लग्नं होत. गरिबीमुळे लग्नात फारसा डामडौल मुळीच नसायचा. हुंड्याची प्रथा अजिबात नव्हती. उलटपक्षी, नवरी मुलीला तिच्या होणाऱ्या नवऱ्याकडून 'द्याज' म्हणून ठरावीक रोख रक्कम मिळायची. ही रक्कम मुलाच्या वडिलांच्या ऐपतीप्रमाणे ठरवली जायाची. माझं लग्न दिनांक १७ नोव्हेंबर १९७८ रोजी झालं होतं. माझ्या संपूर्ण लग्नाचा खर्च रुपये सात हजार एवढा झाला होता. सुलीच्या ठेकेदार असलेल्या नवऱ्यानं त्याच्या मुलांच्या लग्नात कोट्यवधी रुपयांचा चुराडा केला. साखरपुड्याच्या दिवशी त्यानं त्याच्या सुनेला दीड कोटी रुपये किमतीची हिऱ्याची अंगठी भेट म्हणून दिली, अशी बातमी माझ्या कानावर आली होती. ज्या बाईच्या डोक्यावर भरपूर केस आहेत, त्या बाईचा केसांचा बांधलेला अंबाडादेखील मोठा असतो.

जावईशोध म्हणजे नेमकं काय असतं, याचा अनुभव घ्यायला एव्हाना मी सुरुवात केली होती. माझी मुलगी स्मिता सुस्थळी पडावी असं माझ्या मनाला वाटत होतं. आम्ही घरात तिला लाडानं 'ताई' म्हणून साद घालीत होतो. माझ्या आईचा स्मितावर भारी जीव होता. माधुरी मुलगा म्हणून का जन्माला आली नाही, म्हणून आई सुरुवातीला तिचा राग राग करीत असे. मला एकच मुलगा होता. मला आणखी एक मुलगा व्हावा, अशी तिची इच्छा होती.

मी स्मितासाठी वरसंशोधन करीत असताना मला एके दिवशी रात्री प्रा. महादेव देशमुख यांचा सोलापूरहून फोन आला. त्यांची आणि माझी ओळख दमाणी साहित्य पुरस्काराच्या वेळी झाली होती. सोलापूर येथे त्यांनी समाजातील वधू-वर मेळावा आयोजित केला होता. त्या मेळाव्याला त्यांनी माझ्या मुलांना घेऊन यायला आवर्जून सांगितलं. मी त्यांना 'येतो' म्हणून शब्द दिला.

एवढ्या दूर यायला मुलं नाखूश होती. मी त्यांना कसंबसं राजी केलं. चिपळूणवरून रात्री आठ वाजता अक्कलकोट एसटी सुटायची. ती सोलापूर- मार्गे जात असे. मी स्मिताला आणि विनायकला सोबत घेऊन चिपळूणला रात्री आठ वाजता सुटणारी अक्कलकोट गाडी पकडली. गाडीत पाय ठेवायलासुद्धा जागा

नव्हती. गाडीत चिक्कार गर्दी होती. त्यातच गाडीत जागेवरून प्रवाशांची आपसात मोठ्या आवाजात वादावादी सुरू झाली होती. उकाड्यानं जीव नुसता हैराण झाला होता. आम्हाला बसायला जागा मिळाली नव्हती. बारा तास उभं राहून प्रवास केल्यावर सकाळी ठीक आठच्या दरम्यान आम्ही सोलापूर बसस्थानकात उतरलो, खड्ड्यात गाडी आदळून माझ्या अंगाचं नुसतं भदं झालं होतं.

दूरचा प्रवास करून आल्यामुळे मुलं माझ्यावर नाराज झाली होती. त्यांची लग्नं लवकर जमावी, आणि ती सुसंस्कृत, चांगल्या ठिकाणी जमावी, एवढीच माझ्या मनात प्रामाणिक इच्छा होती. प्रा. महादेव देशमुख यांच्या घरी अंघोळ उरकून आम्ही न्याहारी केली. त्या मेळाव्याला समाजबांधव मोठ्या प्रमाणात जमले होते. शिकलेली तरुण-तरुणी लग्नाच्या बंधनात अडकण्यासाठी आपल्या जोडीदाराच्या शोधासाठी मोठ्या आनंदानं त्या ठिकाणी आले होते.

एका छापील फॉर्मवर माझ्या मुलानं आणि स्मितानं जन्मतारीख, शिक्षण, पोटजात आणि जोडीदाराविषयी असलेली अपेक्षा इत्यादी माहिती भरून त्यावर पासपोर्ट आकाराचा फोटो लावला. वधू-वर सूचक मेळावा आटोपून आम्ही लगेच परतीची गाडी पकडली. एवढ्या लांबचा प्रवास आणि एसटीच्या तिकिटाला पैसे खर्च करूनदेखील त्याचा काहीही उपयोग झाला नव्हता.

वडारसमाजात 'गाडीवडार', 'मातीवडार' आणि 'पाथरवट' इत्यादी पोटजाती आहेत. या पोटजातींचा मला मुलांची लग्नं जमविताना फार त्रास होऊ लागला; कारण या समाजात पोटजातीमध्येच लग्न करण्याची पहिल्यापासून प्रथा आहे. गाडीवडार ही पोटजात इतर पोटजातींपेक्षा स्वत:ला श्रेष्ठ मानते. म्हणून इतर पोटजातींबरोबर ते रोटी-बेटीचा व्यवहार सहसा करीत नाहीत. समाजात गोत्र (कुलूम, बेडग) पाहून लग्नं जमविली जातात. तसेच या समाजात 'शिवगण' आणि 'गंगागण' असे दोन गण आहेत. शिवगणातील मुलगी असेल, तर तिला लग्नासाठी गंगागणमधील मुलगा चालतो. गंगागणमधील मुलगी असेल, तर तिला लग्नासाठी शिवगणमधील मुलगा चालतो. सध्याच्या विज्ञानयुगातसुद्धा समाजाचं या बाबीकडे फार बारकाईनं लक्ष आहे, याचं थोडं आश्‍चर्य वाटतं. 'शिवगण' आणि 'गंगागणा'त एकूण शाहत्तर गोत्रं आहेत.

पुण्याजवळ पिंपरी-चिंचवड येथे वडार समाजाची मोठी वस्ती आहे. राजकारणात-सुद्धा त्यांचा मोठा वावर आहे. तिथं राहणारे हनुमंतराव भोसले हे माजी महापौर होते. त्यांनी दिनांक ८ ऑक्टोबर २००६ रोजी आचार्य अत्रे रंगमंदिरात सामाजिक बांधीलकी स्वीकारून भव्य वधू-वर पालक परिचय मेळावा आयोजित केला होता

आणि त्याची आमंत्रणं सर्व समाजबांधवांना पाठविली होती. त्या मेळाव्याला प्रमुख पाहुणे म्हणून मंत्री, खासदार उपस्थित राहून मार्गदर्शन करणार होते.

पिंपरी-चिंचवड येथील मेळाव्याची माहिती मिळताच मी मुलाचे आणि मुलीचे (स्मिता) पासपोर्ट आकाराचे फोटो घेऊन त्या मेळाव्याला उपस्थित राहिलो. मेळाव्याची चांगली प्रसिद्धी झाल्यामुळे समाजबांधवांनी त्या ठिकाणी गर्दी केली होती. गरीब-श्रीमंत अशा दोन्ही वर्गांतील लोक त्या ठिकाणी जमले होते. त्या ठिकाणी चिक्कार गर्दी असल्यामुळे कुणाचा पायपोस कुणाला नव्हता. कापडी तंबूत वधू-वरांची नोंदणी सुरू होती, नोंदणी करण्यासाठी प्रत्येकाला एक छापील फॉर्म देण्यात येत होता. त्या छापील फॉर्ममध्ये मी माझ्या दोन्ही मुलांची संपूर्ण माहिती भरून त्यावर त्यांचा पासपोर्ट आकाराचा फोटो लावला. संपर्कासाठी माझा मोबाईल क्रमांक फॉर्मवर लिहायला मी मुळीच विसरलो नाही.

सोलापूरला मी मेळाव्याला गेलो असताना एका कोऱ्या कागदावर वधू-वरांची माहिती मी लिहून आणली होती. फोन क्रमांक आणि मोबाईल क्रमांक- सुद्धा संपर्कासाठी लिहून घेतला होता. पिंपरी-चिंचवड इथंसुद्धा मी पुढाऱ्यांची पोकळ भाषणं न ऐकता वधू-वरांच्या पालकांनी भरलेल्या फॉर्मवरून एका कागदावर माहिती लिहून घेतली होती. माझ्या मुलांची लग्नं जमविण्यासाठी मला त्या माहितीचा उपयोग करून घ्यायचा होता.

दोन-तीन ठिकाणी समाजाच्या वधू-वर सूचक मेळाव्याला हजर राहिल्यानंतर माझ्या असं ध्यानात आलं, की ज्यांची लग्न जमत नाहीत, अशा मुलामुलींची त्या ठिकाणी गर्दी होत असते. हे जरी खरं असलं, तरी समाजातील काही मंडळींनी विधायक कार्यासाठी चांगलं पाऊल उचलल्यामुळे त्याचा आनंदसुद्धा वाटत होता.

माझ्या मुलांची लग्नं जमविण्यासाठी मी त्या मेळाव्यांना उपस्थित राहून वधू-वरांची माहिती भरलेल्या छापील फॉर्मवरून घेऊन ठेवली होती. संपर्कासाठी निवासी फोन क्रमांक आणि मोबाईल क्रमांक लिहून घेतला होता. नंतर मी माझ्या मोबाईलवरून त्यांना फोन करण्याचा सपाटा लावला. मी त्यांना माझ्या मुलामुलींची माहिती सांगायचो.

एकदा असंच मुंबईला फोन करून त्या व्यक्तीला मी माझं नाव आणि मी कशाकरता फोन केलाय, तेही सांगितलं. मुलानंच फोन उचलला होता. पिंपरी चिंचवड येथे पार पडलेल्या मेळाव्यात त्यानं वधू मिळण्यासाठी छापील फॉर्म भरला होता. माझं बोलणं ऐकून घेऊन तो मुलगा हिंदी भाषेत मला म्हणाला–

''शादीके बारेमे मैं कुछ कह नहीं सकता! तुमको मेरी मम्मीसे बात करनी पडेगी!''

वडारी भाषेवर मराठी भाषेनं आक्रमण केल्याचं मला ठाऊक होतं. परंतु आता त्यावर हिंदी भाषेनंसुद्धा आक्रमण केल्याचं पाहून मी माझ्या कपाळावर हात मारून घेतला. मी त्या मुलाच्या मम्मीला फोन करण्याच्या कधी भानगडीत पडलो नाही. त्या मुलाचा नाद मी सोडून दिला. तू नहीं तो और सही!

विशाल हा सातारा जिल्ह्यात शिक्षक म्हणून नोकरी करीत होता. त्याचं गाव सातारा जिल्ह्यातील पुसेगाव हे होतं. मी त्याला फोन लावल्यावर तो माझ्याशी फोनवरून अगदी मधाळ भाषेत बोलू लागला. त्याचं मधाळ बोलणं ऐकून मला त्याची भेट घेण्याची इच्छा झाली.

सकाळी लवकर एसटी पकडून मी दुपारच्या दरम्यान पुसेगावला पोचलो. पुसेगाव हे मी माझ्या लहानपणी पाहिलं होतं. पुसेगावपासून अवघ्या सात-आठ किलोमीटर्स अंतरावर असलेल्या बुध या गावी मी शाळेत शिक्षण घेतलं होतं. सातवीची वार्षिक परीक्षा देण्यासाठी मी पुसेगावला आलो होतो. अमावास्येच्या दिवशी मी पुसेगावला सेवागिरी महाराजांचं दर्शन घेण्यासाठी नारळ, उदबत्ती घेऊन यायचो.

एसटीतून उतरल्यावर मी आधी देवळात जाऊन सेवागिरी महाराजांचं दर्शन घेतलं. रविवार होता. मी सकाळी निघताना फक्त एक कप गरम चहा घेतला होता, मी त्या मुलाचा पत्ता विचारीत विचारीत रस्त्यानं चालू लागलो. दोन किलो मीटर्स पायी चालल्यानंतर एकदाचा मी त्याच्या घरी येऊन पोचलो. ऑक्टोबर महिन्यातील कडक उन्हात चालून आल्यामुळे मी अगदी घामाघूम झालो होतो. माझ्या घशालासुद्धा सोस पडला होता.

घाम पुसत मी त्या मुलाच्या पत्र्याच्या घरासमोर थोडा वेळ उभा राहिलो. घर अगदी साधं होतं. त्यावरून त्या मुलाच्या आर्थिक परिस्थितीचा मला अंदाज येत होता. घरात महिला होत्या. मुलगा आणि त्याचा शिक्षक असलेला थोरला भाऊ जवळच त्यांच्या मालकीच्या शेतात विहीर खोदण्याचं काम करायला गेले होते. उघड्या माळरानावर त्यांची गाढवं चरत होती. ते सारं दृश्य पाहून या ठिकाणी स्मिता एक दिवससुद्धा राहू शकणार नाही, असा माझ्या मनात विचार आला. तो मी लगेच माझ्या मनातून काढून टाकला. शिवाय ती माणसं मातीवडार या पोटजातीची होती, हे मला त्यांच्या मालकीची गाढवं पाहून कळलं होतं. आम्ही गाडीवडार या पोटजातीचे होतो. गाडीवडार स्वत:ला मातीवडारांपेक्षा उच्च समजत असल्यामुळे दोघांत तसा रोटी-बेटीचा व्यवहार होत नाही. मला ते मान्य नव्हतं. आधी माणूस जन्माला आला, नंतर त्याला जात-धर्म येऊन चिकटला. मुलगा गरीब असला आणि तो मातीवडार या पोटजातीचा असला, तरी माझी त्याला कोणतीच हरकत नव्हती.

घरातील एका वयोवृद्ध महिलेनं मला बसायला जमिनीवर घोंगडी अंथरली. मला प्यायला पितळेच्या तांब्यातून पाणी दिलं. वर तोंड करून मी घटाघटा पाणी प्यायलो. उन्हातून चालत आल्यामुळे मला तहान लागली होती.

मी घरी आल्याचा निरोप पोचल्यावर ते दोघे भाऊ काम बंद करून मला भेटायला आले. दुपारची वेळ असल्यामुळे त्यांनी माझ्यासाठी कांदापोहे तयार करून मला खायला दिले. माझ्या पोटात भुकेनं आगडोंब उसळला होता. भर उन्हात दोन किलोमीटर्सचं अंतर चालत आल्यामुळे त्यांनी दिलेले कांदापोहे मी अगदी मिटक्या मारीतच खाऊन संपविले आणि पाणी प्यायलो. पोट शांत झाल्यावर मला थोडं बरं वाटू लागलं. माझ्या अंगात थोडी तरतरी आली.

मी घरातून निघताना सोबत माझ्या मुलीचा फोटो घेतला होता. तो फोटो मी त्यांना दाखविला. आळीपाळीनं त्या घरातील सर्वांनी तो रंगीत फोटो पाहिला. ते दोघं आधीपासूनच माझ्याशी मनमोकळेपणानं बोलत नव्हते. बोलताना त्यांचे चेहरे मला गंभीर झालेले दिसत होते. महिलासुद्धा मनमोकळेपणानं घरात वावरत नसल्याचं एव्हाना माझ्या ध्यानात आलं होतं. त्या सर्वांचे गंभीर चेहरे पाहून 'ही काय भानगड आहे?' असा माझ्या मनाला प्रश्न पडला होता. भर उन्हात तंगडतोड करीत मी चुकीच्या ठिकाणी तर आलो नाही ना, असाही मला माझ्या मनाला प्रश्न पडला होता.

आणखी थोडंसं त्यांच्याशी बोलणं करून मी जाण्यासाठी उठलो. तो मुलगा मला निरोप देताना म्हणाला, "तुम्ही आम्हाला तुमचा निर्णय फोनवर कळवा. नंतर आम्ही तुमची मुलगी पाहण्यासाठी येतो."

मी त्या मुलाला "कळवतो." एवढंच म्हणालो. नंतर मी त्या मुलाला कळविण्याच्या भानगडीत अजिबात पडलो नाही. उगाच हात दाखवून अवलक्षण कशाला करून घ्या, असा माझा त्या वेळी विचार होता.

युवराज हा रायगड जिल्ह्यातील पोलादपूर तालुक्याला मराठी शाळेत शिक्षक म्हणून काम करीत होता. त्यानंसुद्धा पिंपरी-चिंचवड इथं पार पडलेल्या वडार समाजाच्या वधू-वर सूचक मेळाव्यात एका छापील फॉर्ममध्ये वधू पाहिजे म्हणून स्वतःचा फोटो लावून माहिती भरली होती. त्याचे आईवडील सातारा जिल्ह्यातील खंडाळा या गावी राहत होते.

मी त्याच्या आईवडिलांना आधी फोनवरून 'भेटायला येतो' म्हणून निरोप दिला. सकाळी खेडवरून सुटणारी एसटी पकडून मी साडेबारा-एकच्या दरम्यान खंडाळ्याला पोहोचलो. मी आधी सांगितल्याप्रमाणे युवराजचा मोठा भाऊ मला मोटारसायकल घेऊन नेण्यासाठी बसस्थानकात आला होता. खंडाळा या गावापासून

त्यांचं घर जवळजवळ चार-पाच किलोमीटर्स अंतरावर बारामतीला जाणाऱ्या डांबरी सडकेलगत होतं. मोकळ्या माळरानावर त्यांच्या मालकीचं घर होतं. घराच्या छपरावर गंजलेला पत्रा होता, दगड-मातीनं बांधलेल्या भिंती एका बाजूला ढासळलेल्या होत्या, घरातील शेणानं सारवलेल्या जमिनीचे पोपडे निघाले होते. काही ठिकाणी ती जमीन उंचसखल झालेली डोळ्यांना दिसत होती. दांडीवर कपडे लोंबकळत होते. ते मातीवडार या पोटजातीचे असल्यामुळे त्यांच्या मालकीचीसुद्धा गाढवं होती. ती गाढवं माळरानावर चरत होती.

त्या घरातील दारिद्र्य पाहून मी मनात थोडासा निराश झालो होतो. माझी मुलगी उच्चशिक्षित होती. तिचीही काही स्वप्नं असतील, याची मला पूर्ण कल्पना होती. सुलीचं लग्न झालं तेव्हा तिचा नवरा रस्त्यावर खडी फोडायचा, नंतर तो ठेकेदारीचा व्यवसाय करून कोट्यधीश झाला. लग्न झाल्यावर आधी सुलीनं उघड्यावर संसार मांडला होता, नंतर ती पाचमजली काचेच्या बंगल्यात पुण्याला राहू लागली. अंगात धमक असेल तर दिवस पालटायला वेळ लागत नाही, हे मला ठाऊक होतं. गरिबीला आक्षेप घेण्याचं मला मुळीच कारण नव्हतं. गरिबीचे चटके मीसुद्धा सहन केले होते. माझ्यासाठी महत्त्वाची बाब होती ती म्हणजे मी ज्या घरात माझी मुलगी देणार होतो त्या घरातील माणसं सुस्वभावी असणं, मला गरजेचं होतं. माझ्या मुलीला त्यांनी समजून घ्यावं, एवढीच माझी प्रामाणिक इच्छा होती. त्यासाठी मात्र माझा अट्टहास होता.

स्मिताचं वय पंचवीस-सव्वीसच्या दरम्यान होतं. तिच्या लग्नाची टांगती तलवार माझ्या मानेवर असल्यामुळे तिचं लग्न लवकरात लवकर उरकून घेण्याचा माझा विचार होता. थोरल्या लेकीचं लग्न झाल्याशिवाय मला मुलाच्या आणि धाकट्या लेकीच्या लग्नाचा विचार करता येणार नव्हता. धाकट्या लेकीला सांगून स्थळं येत होती. परंतु थोरल्या लेकीचं लग्न झाल्याशिवाय तिचं लग्न करायचं नाही म्हणून मी तिला आलेली स्थळं नाकारीत असे.

जावईशोध म्हणजे नेमकं काय असतं, याचा प्रत्यक्ष अनुभव मी घेत होतो. मी त्यासाठी इकडेतिकडे एखाद्या वेड्यागत फिरत होतो. माझी तशी दमछाक व्हायची. परंतु लेकीच्या लग्नासाठी सर्व सहन करावं लागत होतं. त्याला नाइलाज होता. शोधल्यावर देवसुद्धा सापडतो म्हणतात. मग आपल्याला जावई सापडणार नाही कशावरून? असा मी मनात विचार करीत असे.

मी युवराजच्या घरात गेल्यावर तो माझ्याशी एक शब्दसुद्धा अजून बोलला नव्हता. त्याचे भाऊ आणि त्याचे आई-वडील माझ्याशी बोलत होते. त्याच्या भावांची

लग्नं झाली होती. ते सर्व एकत्र राहत होते. युवराजला शिक्षकाची नोकरी लागली असल्यामुळे त्याच्या वडिलांनी त्याचं लग्न करण्याचं मनावर घेतलं होतं.

आम्ही सर्वजण घोंगडीवर बसलो होतो. माझ्या डोळ्यांसमोर पत्र्याच्या खुर्चीवर एक काळारोम, उग्र चेहऱ्याची व्यक्ती आमचं बोलणं ऐकत बसली होती. त्या व्यक्तीची काळी कुळकुळीत दाढी हातभर लांब होती. प्रथम मी त्या व्यक्तीला पाहिल्यावर दचकून गेलो होतो.

युवराजचे वडील त्या व्यक्तीची माझ्याशी ओळख करून देत मला म्हणाले,

"हे माझे साडू. मुंबईला असतात. यांच्या दोन मुली एम. कॉम झालेल्या आहेत. तुमच्या मुलासाठी त्यांतली एक मुलगी पसंत करा. ते लग्नाचा सर्व खर्च करायला तयार आहेत."

त्यांचं बोलणं ऐकून मी थोडा वेळ संभ्रमात पडलो. मला झटकन काही निर्णय घेता येईना. मी माझ्या मुलाचं आणि मुलीचं लग्न जमवीत आहे, हे एव्हाना त्या मुंबईच्या दाढीवाल्या पाहुण्याला समजलं होतं. मी त्यांना झटकन 'हो' असं म्हणालो असतो, तर नक्कीच अडचणीत आलो असतो; कारण लग्नासाठी माझ्या मुलाचा निर्णय अंतिम होता.

घसा खाकरून मी त्यांना अगदी सावधपणे म्हणालो,

"माझ्या मुलीचं आधी लग्न झाल्यावरच मी माझ्या मुलाच्या लग्नाचा विचार करणार आहे. तूर्त आता मला त्याबद्दल काही सांगता येणार नाही."

"पाव्हणं, मुलगी बघायला काय हरकत आहे ? मी तुमच्या मुलाला तो जे मागेल ते द्यायला तयार आहे. मी चार-पाच वर्षं माझ्या मुलींची लग्नं जमविण्यासाठी प्रयत्न करीत आहे. अजून मला त्यात यश आलेलं नाही. तुम्ही इकडे येणार असल्याचं साडूनं (युवराजचे वडील) मला सांगितलं. म्हणून मी तुमची भेट घेण्यासाठी आलो होतो."

माझ्यासमोर बसलेल्या उग्र चेहऱ्याच्या व्यक्तीचं बोलणंसुद्धा नरमाईचं मुळीच नव्हतं. जणू तो मला त्या ठिकाणी धमकावीतच होता. मला त्याचं बोलणं मुळीच आवडलं नव्हतं. त्याच्या बोलण्यात सुसंस्कृतपणाचा लवलेशदेखील नव्हता. त्याची समजूत कशी घालावी, असा मला प्रश्न पडला होता.

"बघूऽऽ बघूऽऽ" म्हणून मी नंतर त्याच्याशी मोघम बोलण्याचा प्रयत्न करू लागलो. त्या वेळी माझी अवस्था अडकित्त्यात सापडलेल्या सुपारीगत झाली होती. नंतर आम्ही सर्व एकाच पंगतीत जमिनीवर जेवायला बसलो. जेवण झाल्यावर मी त्यांचा निरोप घेत असताना युवराजचे वडील मला म्हणाले,

"पाव्हणं, तुमी घरी गेलात की आधी मुलामुलीची पत्रिका काडा. ती जुळली की आमाला तुमी फोन करून कळवा. मंग आमी तुमची भेट घ्यायला येतो."

"कळवतो." -मी.

मी घरी आल्यावर त्या ठिकाणी पाहिलेली वस्तुस्थिती काहीही लपवाछपवी न करता स्मिताच्या कानावर घातली आणि तिचं याबद्दल काय आहे ते तिला विचारून घेतलं. स्मिता लग्नाला कशीबशी तयार झाली.

माझा ज्योतिषशास्त्र आणि पत्रिका यांवर अजिबात विश्वास नव्हता. परंतु समाजातील काही मंडळींचा त्यावर विश्वास असल्यानं निदान त्यांच्या समाधानासाठी तरी मला ते अगदी नाइलाजानं करावं लागत होतं. त्याशिवाय मुलांच्या लग्नाची गाडी पुढे सरकतच नव्हती. माझे मित्र आणि सुप्रसिद्ध लेखक प्रा. रामनाथ चव्हाण यांचं लग्न अमावास्येच्या दिवशी झालं होतं. पुढे संसार करताना त्यांना त्याचा काहीही त्रास झाला नाही. त्यांना दोन मुलं आहेत. एक मुलगा डॉक्टर आहे आणि दुसरा वकील आहे. त्यामुळे माझ्या मनात पक्की कल्पना झाली की, ज्योतिषशास्त्र हे निव्वळ थोतांड आहे. त्याचं भूत समाजाच्या मानगुटीवर बसल्यामुळेच काही लोक लग्नात पत्रिका पाहण्याचा अट्टहास करीत असतात.

खंडाळ्याच्या पाहुण्यानं सांगितल्याप्रमाणे मी भटजीकडे जाऊन मुलामुलीच्या लग्नाची पत्रिका पाहिली आणि ती पत्रिका जुळलीदेखील. पत्रिका जुळल्यावर मी त्यांना फोन करून तसं सांगितलं. मला ते पुढील आठवड्यात रविवारी मुलाला घेऊन घरी येतो म्हणाले. त्यांचा मला निरोप मिळाल्यावर मी तयारीला लागलो. स्मिताच्या कानावर मी ते घातलं.

ठरल्याप्रमाणे युवराजचे वडील मुलाला आणि त्यांच्या बायकोला सोबत घेऊन आमच्या घरी आले. युवराजचा मित्रसुद्धा त्यांच्यासोबत आला होता. चहा- पाणी झाल्यावर मी त्यांना माझी मुलगी (स्मिता) दाखविली. ती त्यांनी पसंत केली. नंतर दुपारच्या जेवणाची पंगत उठल्यावर युवराजचे वडील मला म्हणाले,

"आता आपुन लग्नाची बोलणी करू."

"ठीकाय." -मी.

"लगीन तुमच्याकडं व्हायला आमची काय बी हरकत न्हाय."

"चालेल."

"आता वाईच यावाराचं बोलतू."

"बोला."

"त्याचं असं हाय पावनं. युवराज माझा समद्यांत धाकटा मुलगा. त्याला

मास्तराची नोकरी हाय. त्याला म्हैन्याला फकस्त अडीच हजार मिळतात. तवा...''

पुढे ते बोलायचे थांबले.

''तुम्ही पुढे बोला.''

''लगनाचा समदा खर्च तुमी करायचा. आमचा आन् नवरदेवाला पोशाक करून मानपान करायचा. त्यांच्या सौंसाराला जेवढी भांडी लागतील तेवडी तुमी द्यायची. मुलाच्या गळ्यात अडीच तोळ्याची चेन आणि त्याला शाळेवर जाण्यासाठी नवीन फटफटी द्यायची.''

''आन् लग्नात घोडा सुदीक तुमी आनायचा. आमच्याकडं घाटावर तशी चालच हाय.'' युवराजची आई डोक्यावरील पदर सावरत म्हणाली.

त्यांची मागणी ऐकून आम्हाला थोडं आश्चर्य वाटलं. ही माणसं अशी काही मागणी करतील, असं मुळी मला वाटलंच नव्हतं. त्यांचं बोलणं ऐकून माझी तळपायाची आग पार मस्तकाला जाऊन भिडली. या लोभी माणसांना धक्के मारून बाहेर काढावं, एवढा मला त्यांचा राग आला होता. लग्नाच्या आधी या लोकांची एवढी मागणी आहे. उद्या लग्न झाल्यावर ते आपल्याला पैशासाठी आणखी छळतील. मग आपली अवस्था 'दे माय धरणी ठाय' अशी होईल. युवराज आतासुद्धा तोंडात मिठाची गुळणी धरून शांतपणे बसला होता. तो तोंडातून शब्दसुद्धा काढत नव्हता. त्याच्या मनात नेमका कसला विचार सुरू आहे, याचा मला मुळी थांगपत्ता लागत नव्हता.

मी मुलाच्या बापाला थोडा आवाज मोठा करून म्हणालो,

''पाव्हणं, तुम्ही चुकीच्या ठिकाणी आलात. तुमच्या मागण्या मला झेपणाऱ्या नाहीत. मी त्या पुऱ्या करू शकणार नाही. आता तुम्ही गेलात तरी चालेल. कारण पुढे बोलायला काही जागा तुम्ही शिल्लक ठेवली नाही.''

''काय बोलताय काय तुम्ही?'' माझं बोलणं ऐकूण त्यांना आश्चर्य वाटलं होतं.

''मी काहीही चुकीचं बोललेलो नाही. मी विचार करूनच बोललो आहे.'' मी माझ्या निर्णयावर अगदी ठाम होतो.

माझी मुलीकडील बाजू असल्यानं त्यांनी केलेल्या मागण्या मी पूर्ण करेन, असा समज त्यांनी त्यांच्या मनात करून घेतला होता. त्याला मी सुरुंग लावल्यामुळे त्याचा त्यांना थोडा धक्का बसला होता. स्वार्थी, लोभी माणसांचा मी नेहमी तिटकारा करीत असतो, हे आलेल्या पाहुण्यांना माहीत नव्हतं. ती मंडळी आली तशीच चालू पडली. मी त्यांना लोणी लावण्याचा अजिबात प्रयत्न केला नाही.

स्मिताचं लग्न जमविताना मला खूप मनस्ताप सहन करावा लागत होता. तरीही

मी माझे प्रयत्न चालू ठेवले होते. मी एखाद्याला फोन केल्यावर पलीकडची व्यक्ती मला माझ्या मुलीचं शिक्षण, वय, नाव, रास इत्यादी सर्व गोष्टी विचारून घेत असे. नंतर मग आम्ही तुमची मुलगी अमुक दिवशी पाहायला येतो म्हणत. मुलीला पाहायला पाहुणे येणार असतील, तर त्या दिवशी घरात नुसती धांदल उडायची. माधुरी दस्तुरी इथं तिच्या आत्याकडे जाऊन बसत असे. माधुरी दिसायला गोरी होती. आलेले पाहुणे स्मिताऐवजी तिलाच मागणी घालीत. माधुरी कसलेही आढेवेढे न घेता तिच्या आत्याच्या घरी जात असे.

आलेल्या पाहुण्यांचं आम्ही मोठ्या आनंदानं स्वागत करीत असू. आलेल्या पाहुण्यांना हातपाय धुण्यासाठी मोरीत बादलीमध्ये पाणी, साबण ठेवायचो. हात- पाय पुसायला मुलगा त्यांना स्वच्छ धुतलेला टॉवेल देत असे. कांदा-पोहे, चहा- बिस्किटं द्यायचो. एखादं वेळी दुपारी जेवणाच्या वेळी पाहुणे येणार असतील, तर त्यांच्यासाठी खास जेवणाचा बेत करावा लागत होता. त्यांची सरबराई करण्यासाठी पाण्यासारखा पैसा खर्च व्हायचा. परंतु त्याची मी अजिबात चिंता करीत नसे. घरी आलेले पाहुणे खूश व्हायला पाहिजेत, एवढंच पथ्य मी पाळत होतो.

काही मंडळी मुलगी पाहायला येताना स्वत:ची किंवा भाड्याची गाडी आणत. एकदा सातारा येथून दोन गाड्या भरून माणसं माझ्या मुलीला पाहायला आली होती. आलेल्या मंडळींची ऊठबस आणि जेवणाच्या पंगती उठवता उठवता आम्ही पार जेरीस आलो होतो. शेवटी त्याचा काडीचादेखील उपयोग झाला नाही. ती मंडळी जाताना 'कळवतो' एवढंच म्हणाली. परंतु त्यांचा मला फोन कधीही आला नाही. ते स्थळ माझ्या लक्ष्मण नावाच्या चुलत्यानं आणलं होतं. माझा चुलता साताऱ्याजवळ असलेल्या कोंढवे या गावात राहत होता.

मुलगी पाहायला आलेल्या मंडळींचा वाईट अनुभव आल्यानंतर माझ्या मुलांनी अगदी ठरवून टाकलं की, मुलगी पाहायला आलेल्या मंडळींना फक्त आपण रीत म्हणून चहा-बिस्किटं द्यायची. त्यांना जेवण देण्याचा त्रास आपण घ्यायचा नाही. मुलांच्या मताशी मी लगेच सहमत झालो. एखाद्या सहलीला यावं तसं मंडळी मुलगी बघायला येत आणि जेवणावर आडवा हात मारून 'कळवतो' म्हणत निघून जात. त्या वेळी तेल गेलं तूप गेलं आणि हाती धुपाटणं आलं, अशी माझी गत होत असे.

संतोष नावाचा मुलगा कोकणात गुहागर तालुक्यात एका खेडेगावात शिक्षक म्हणून नोकरी करीत होता. त्याचे आई-वडील पुणे जिल्ह्यात जुन्नरजवळ राहत होते. त्याचा सख्खा चुलता पुण्यात राहत होता. तो एका बड्या कंपनीत नोकरी करीत होता. संतोष एकदा फोन करून माझ्या घरी मुलगी पाहायला आला. तो दिसायला

काळासावळा होता, त्याच्या अंगावरील कपडेसुद्धा साधे होते. आमच्या घरी येताना स्मितानं त्याला खिडकीतून पाहिलं होतं. तो मुलगा काही तिला पसंत पडला नव्हता. मी जेव्हा स्मिताला तयार होऊन बैठकीच्या खोलीत यायला सांगितलं, तेव्हा ती नाराजीनं मला म्हणाली. ''मी त्या मुलाशी मुळीच लग्न करणार नाही.'' गोड बोलून मी तिची कशीबशी समजूत घातली. तेव्हा ती तयार होऊन बैठकीच्या खोलीत यायला राजी झाली. संतोष स्मिताला पाहून निघून गेला. जाताना तो 'कळवतो' असं म्हणायला मुळीच विसरला नाही.

मी संतोषच्या उत्तराची वाट पाहत होतो. पंधरा दिवस झाले तरी मला त्याच्याकडून काहीही कळलं नाही. त्याचा नाद सोडून द्यावा असं मनात आल्यावर एक दिवस अचानकपणे मला त्याचा फोन आला. पुण्यात राहणाऱ्या त्याच्या चुलत्यानं त्याला मला ताबडतोब बोलावून घ्यायला सांगितलं होतं. पाहुण्यांनी ज्या अर्थी मला ताबडतोब पुण्यात बोलावलंय, त्या अर्थी त्यांनी नक्कीच लग्नाबद्दल विचार केला असावा, असं मी माझ्या मनात गृहीत धरलं आणि वेळ न दवडता पुण्याला जाणारी एसटी पकडून दुपारच्या दरम्यान संतोषच्या चुलत्याच्या फ्लॅटवर पोचलो. संतोषचे आई-वडील, त्याची एक अठरा-एकोणतीस वर्षाची बहीण माझ्या आधीच त्या फ्लॅटवर पोचली होती. ती मुलगी तशी दिसायला काळीसावळीच होती.

मी फ्लॅटवर पोचल्यावर पाहुण्यांनी मला आग्रह करून त्यांच्या पंक्तीत जेवायला बसविलं. जेवण झाल्यावर संतोषच्या चुलत्यानं माझ्याशी इकडच्यातिकडच्या छान गप्पा मारल्या. नंतर त्यांच्या मनात काय आलं कुणास ठाऊक? ते मला म्हणाले, 'चला तुम्हाला मी माझा फ्लॅट दाखवतो.' असं म्हणून त्यांनी मला त्यांची जेवणाची खोली, झोपण्याची खोली, संडास, बाथरूम फिरून दाखविलं. मी मनात म्हणालो की, ही मंडळी माझ्याशी लग्नाबद्दल अजून कसं काहीही बोलत नाहीत? मी एवढ्या लांबून एसटीनं प्रवास करून यांचा संडास आणि बाथरूम बघायला मुळीच आलेलो नाही. वेडीवाकडी वळणं, उंच डोंगर-दऱ्या जीव मुठीत धरून मी पार केलं होतं. रस्त्यात पडलेल्या असंख्य खड्ड्यांत गाडी आपटून माझ्या अंगाचा नुसता खुळखुळा झाला होता.

फ्लॅट पाहून झाल्यावर पुन्हा आम्ही बैठकीच्या खोलीत येऊन बसलो. संतोषचा चुलता मनात कसला तरी विचार करीत होता. मला वाटत होतं की, तो त्याच्या मनात त्याच्या पुतण्याच्याच लग्नाचा विचार करीत असावा. परंतु माझं गणित चुकलं होतं.

दीर्घ नि:श्वास सोडून संतोषचा चुलता मला म्हणाला,

''ही माझी पुतणी रूपा. संतोषची बहीण. संतोषपेक्षा चार-पाच वर्षांनी लहान

आहे. आठवी पास आहे. हिच्या लग्नाचा विचार आम्ही यंदा करतोय. संतोष मला म्हणाला की, तुम्हाला एक मुलगा आहे आणि तो मराठी शाळेवर शिक्षक आहे म्हणून. तुम्हाला मुलगी पसंत असेल तर सांगा. आम्ही तुमच्या मुलाला मुलगी द्यायला तयार आहोत.''

त्या पाहुण्याचं बोलणं ऐकून मी उडालोच. मी ज्या कामासाठी त्यांच्याकडे धापा टाकीत पोचलो होतो, त्या कामाचा त्यांनी विचार केला नव्हता. आठवी पास झालेल्या मुलीला पाहण्यासाठी त्यांनी मला फोन करून तातडीनं बोलावून घेतलं होतं. मला त्यांचा राग आला होता. परंतु तो राग मी माझ्या चेहऱ्यावर दाखविला नाही. मी त्यांना अगदी स्पष्टपणे सांगितलं. ''माझ्या मुलाला त्याच्या लग्नासाठी पदवीधर झालेली मुलगी हवी आहे. आधी माझ्या मुलीचं लग्न झाल्याशिवाय तो लग्न करणार नाही. म्हणून मी आता त्याच्या लग्नाबद्दल काहीही बोलू शकत नाही.''

माझं बोलणं ऐकून त्या मंडळींचा चेहरा खर्रकन उतरला. त्यांच्या चेहऱ्यावर असलेली नाराजी माझ्या डोळ्यांना स्पष्टपणे दिसत होती. मला त्यांनी आधी फोनवर स्पष्टपणे सांगितलं असतं, तर मी त्यांच्याकडे येण्याच्या भानगडीत पडलो नसतो. थोड्या दिवसांनी संतोषच्या चुलत्यानं मला फोन करून सांगितलं, की ''सध्या संतोषच्या लग्नाचा विचार आम्ही पुढे ढकलला आहे. तुम्ही तुमच्या मुलीसाठी दुसरं स्थळ पाहू शकता.'' त्यांचं बोलणं ऐकून मी मनात निराश झालो.

❖❖❖

६

मला एकाच वेळी अनेक कामं करावी लागत होती. माझं एकीकडे मुलांच्या लग्नासाठी स्थळं बघण्याचं काम सुरू होतं आणि दुसरीकडे नोकरी सांभाळत लेखन-वाचन करीत होतो. याच दरम्यान उत्तम निर्मितिमूल्य असलेला माझा 'सुरुंग' हा कथासंग्रह सोलापूर येथील सुविद्या प्रकाशनाच्या वतीनं प्रसिद्ध झाला. त्याचं मानधन शून्य मिळालं होतं. माझे मित्र आणि लेखक डॉ. सुहास पुजारी (सोलापूर) यांची एक-दोन पुस्तकं त्याच प्रकाशनातर्फे प्रकाशित झाली होती. त्यांनासुद्धा त्यांच्या पुस्तकांचं मानधन मिळालेलं नव्हतं, असं त्यांनीच एकदा मला सांगितलं होतं. कथासंग्रह प्रकाशित झाला यावरच मला समाधान मानून घ्यावं लागलं.

माझ्या सासूचं आता वय झालं होतं. ती आजारी पडली होती. माझ्या बायकोला आणि मुलांना पाहण्यासाठी ती आजारी पडण्याच्या आधी महिन्यातून एकदा किंवा दोनदा घरी येत असे. तिच्या आजारपणात शामू तिची जातीनं शुश्रूषा करीत होता. शामू मातृभक्त होता. पोटच्या मुलाप्रमाणे तो त्याच्या आईची देखभाल करीत होता. त्याच्या उलट त्याच्या धाकट्या भावाचा स्वभाव होता. आई आजारी पडली होती तरी रंगा तिच्याकडे कधी फिरकायचादेखील नाही. त्याची रक्ताच्या नात्यावरील माया बायको आल्यापासून पातळ झाली होती.

सासू आजारी आहे असं समजताच मी तिला ताजी फळं घेऊन एक-दोनदा बघायला गेलो. सासूचा तिच्या धाकट्या लेकीवर खूप जीव होता. बायको आजारी आई बघण्यासाठी आठवड्यातून एकदा तरी ती तिच्या माहेरी जात होती. औषधोपचार करूनसुद्धा सासू जास्त दिवस जगली नाही. मरताना तिच्याजवळ पाच मुली, दोन मुलगे, जावई, सुना, नातवंडं असा मोठा गोतावळा होता. मी नोकरी करीत

असल्यामुळे माझी आणि माझ्या सासूची शेवटची तोंडभेट झाली नाही. शामूनं तिचं दिवसकार्य लाडू-जिलेबीचं जेवण घालून केलं.

माझ्या सासूच्या कार्याला पुण्यावरून दगडू पुजारी आले होते. समाजात त्यांना पुजारी म्हणून लोक ओळखत. ते लग्न जमविण्याचंसुद्धा समाजात काम करीत. माझ्या मेव्हण्याला (शामू) मी माझ्या मुलाचं आणि मुलीचं लग्न जमविण्यासाठी प्रयत्न करतोय, हे ठाऊक होतं. तो मला म्हणाला. "तू कार्याच्या दिवशी त्या दगडू पुजाऱ्याला भेट. ते सगळीकडं फिरत असतात. तवा त्यास्नी समद्या स्थळांची म्हाईती हाय." कार्याच्या दिवशी दगडू पुजाऱ्याची आणि माझी भेट झाली नाही. कार्याचं जेवण चालत नाही म्हणून ते हॉटेलात जेवायला गेले होते आणि ते जेवण झाल्यावर परस्पर तिकडूनच पुण्याला निघून जाणार होते. शामूनं एक काम चांगलं केलं होतं. ते जायच्या आधी त्यानं त्यांचा मोबाईल क्रमांक घेऊन ठेवला होता. मी त्याच्याकडून तो मोबाईल क्रमांक घेतला.

रात्री जेवण झाल्यानंतर मी माझ्या मोबाईलवरून दगडू पुजाऱ्यांना फोन लावला. पलीकडे लगेच मोबाईल उचलला गेला.

"हॅलो, मी वेरळवरून रामचंद्र नलावडे बोलतोय."

"बोला."

"तुम्ही माझ्या सासूच्या कार्याला येऊन गेलात असं माझ्या मेव्हण्यानं मला सांगितलं. मला तुम्हांला भेटायचं होतं. परंतु आपली भेट होऊ शकली नाही. माझं तुमच्याकडं थोडं काम होतं."

"बोला."

"माझ्या मेव्हण्यानं माझ्या मुलीच्या लग्नाबद्दल तुमच्या कानावर काही घातलंय का?"

"व्हय. आमचं त्याबद्दल थोडं बोलणं झालंय."

"माझ्या मुलीसाठी एखादं चांगलं स्थळ तुम्ही सुचवलं, तर फार बरं होईल. माझे इकडे प्रयत्न सुरू आहेत. परंतु त्यात मला अजून तरी यश आलेलं नाही."

"इकडे एक-दोन स्थळं माझ्या बघण्यात हाईत. तुमी आता असं करा. माझा पत्ता शामूकडे (मेव्हणा) आहे. त्या पत्यावर तुम्ही तुमच्या मुलीचा फोटो, तिची जन्मतारीख आणि शिक्षण याची म्हाईती ताबडतोब पाठवा."

"लगेच कुरिअरनं माहिती पाठवतो."

"ती मान्सं माझ्या चांगल्या घसमटीतील हाईत. एखाद् वेळी तुमच्या मुलीचं लगीन झटकन जमूनसुदीक जाईल."

"मग तर फार बरं होईल."

"काय बी काळजी करू नका."

"धन्यवाद." -मी.

स्मिताचं बी.ए. बी.एड.पर्यंतचं शिक्षण पूर्ण झालं होतं. आता तिनं एम.ए.च्या पहिल्या वर्गात प्रवेश घेतला होता. आता मला तिच्या पुढील शिक्षणापेक्षा तिच्या लग्नाचीच अधिक काळजी लागली होती. शिक्षण लग्न झाल्यानंतरसुद्धा चालू ठेवता येणार होतं. त्यासाठी तिचं लग्न थांबविण्याची काहीही आवश्यकता मला वाटत नव्हती.

एके दिवशी दगडू पुजाऱ्यांचा मला माझ्या मोबाईलवर फोन आला.

"तुमी सांगितल्यापरमानं मी एक स्थळ तुमच्या मुलीसाठी बघितलंय. तुमी पाठवलेला तुमच्या मुलीचा फोटू मी त्यास्नी नेऊन दाखवला."

"कोठे राहतात ती मंडळी?"

"पिंपरी-चिंचवड या गावात. चांगलं स्थळ हाय. ती समदी मान्सं माझ्या घसमटीतील हाईत. त्यांच्या मालकीचा फ्लॅट हाय. एकूण तीन भाऊ हाईत त्ये. दोगांची अदुगरच लग्नं झालीत. मोठा आपल्या समाजाचा कार्यकर्ता हाय, दोन नंबरचा एका कंपनीत कामाला हाय. धाकटा लेबर कॉन्ट्रॅक्टर हाय. बडी पार्टी हाय, तुमची लेक सुखाचा संसार करील धाकट्याच्या नावे चाळीसुदीक हाईत. त्याचं भाडंसुदीक त्यालाच मिळतं. त्या घरात काय बी कमी न्हाय. सोभावानंसुदीक ती मान्सं चांगली हाईत. तुमी अदुगर त्यांचं घर बगून जा. म्हंजी आपल्याला म्होरं लग्नाचा इचार करता यील."

दगडू पुजाऱ्यांचं बोलणं ऐकून मी हवेतच तरंगू लागलो. मला त्याचा खूप आनंद वाटला होता. पुणे हे शहर माझ्या आवडीचं होतं. तेथून पुढे पंचवीस किलोमीटर्सच्या अंतरावर पिंपरी-चिंचवड हे गाव होतं. आपण पुण्यात कामासाठी गेल्यावर इकडे-तिकडे राहण्यापेक्षा आपल्याला आपल्या लेकीकडे चार-दोन दिवस आनंदानं राहता येईल, म्हणून मी हरखून गेलो होतो. दगडू पुजाऱ्यानं त्या माणसांची फोनवर खूपच तरफदारी केली होती. त्यामुळे मी ते घर पाह्यला जायचं म्हणून लगेच निर्णय घेतला. शुभस्य शीघ्रम!

पुण्याला जाण्यासाठी मी भाड्याची मारुती ओमनी गाडी केली. माझ्या सोबत माझ्या दोन बहिणी, गणपत (लक्ष्मीचा नवरा), एक मेहुणी (पप्पी) इत्यादी आलेली होती. पुण्याला जाण्यासाठी आम्ही सकाळी लवकर घर सोडलं होतं. अवघ्या चार-साडेचार तासांत आम्ही पुण्यात जाऊन पोचलो. आधी आम्ही पुण्यात दगडू पुजारी यांच्या घरी गेलो. त्यांना सोबत घेऊन आम्हाला पुढे भावी जावयाचं घर पाहण्यासाठी

जायचं होतं. आमच्या दोघांमध्ये पुजारी 'मध्यस्था'ची भूमिका पार पाडीत होते.

आम्ही सर्वजण माझ्या भावी जावयांच्या फ्लॅटवर दुपारच्या दरम्यान पोचलो. घरात ईन-मीन दोनच माणसं होती. पाण्यानं भरलेले तांबे देऊन मायलेकानं आमचं स्वागत केलं. घरातील इतर माणसं गेली कोठे? असा मला मनात प्रश्न पडला होता. त्याचं थोडं मला आश्चर्यदेखील वाटलं. थोडंसं इकडचंतिकडचं बोलणं झाल्यावर आमच्या जेवणाची पंगत बसली. पंगतीत काय हवं नको ते दोघं मायलेक बघत होते. त्या दोघांच्याही चेहऱ्यावर हसू नावालादेखील नव्हतं. त्यांचे गंभीर चेहरे पाहून माझ्या मनाला ते थोडं खटकतदेखील होतं. त्या घरात टीव्ही, फ्रीज, सोफा इत्यादी सर्व सामान होतं. त्यांचा फ्लॅटदेखील ऐसपैस होता. त्या घरात कोणत्याही वस्तूची तशी कमतरता नव्हती. सगळ्या वस्तू जिथल्या तिथं होत्या. तो फ्लॅट पाहून मी मनातून फार सुखावून गेलो होतो.

आम्ही ज्या कामासाठी त्या ठिकाणी आलो होतो, ते काम आमचं झालं होतं. निघताना मी त्यांना मुलगी पाहण्यासाठी माझ्या घरी येण्याचं आमंत्रण दिलं. ते त्यांनीदेखील आनंदानं मान्य केलं. त्यांचा निरोप घेऊन आम्ही परतीच्या वाटेला लागलो.

शामूच्या बायकोचं नाव शांता असं होतं. तिचं माहेर कोल्हापूर असल्यानं तिचं तिकडे जाणं-येणं होतं. आम्ही मुलाच्या लग्नासाठी मुलगी पाहतोय, हे तिला माहीत होतं. सांगलीत पदवीपर्यंत शिकलेली एक मुलगी आहे, हे तिला ठाऊक होतं. ती मुलगी पाहून येण्यासाठी तिनं माझ्या मुलाला सांगितलं. मुलगा ती मुलगी पाहून येण्यासाठी लगेच तयार झाला. चार-पाच मुली त्याच्या पाहून झाल्या होत्या. त्या मुली त्यानं नापसंत केल्या होत्या. सांगलीची मुलगी त्यानं पसंत केल्यावर मी त्याच्या लग्नाच्या तयारीला लागणार होतो. पुण्याची मंडळी घर पाहायला येतो म्हणाली होती, परंतु अद्याप आलेली नव्हती. मुलगा सांगलीची मुलगी एकटाच जाऊन पाहून आला. त्याला ती मुलगी पसंत पडली होती. तिचं नाव सविता शिवाजी निंबाळकर असं होतं.

सविताच्या आईनं तिच्या लहानपणीच नवऱ्याच्या जाचाला कंटाळून आत्महत्या केली होती. सविताला एक भाऊ आणि एक मोठी बहीण होती. बहिणीचं लग्न झालं होतं. सविता आणि तिचा भाऊ यांची लग्नं व्हायची होती. बायकोनं आत्महत्या केल्यावर सविताच्या वडिलांनी लगेच दुसरं लग्न केलं. सविताला तीन मामा होते. त्यांनी मुलं लहान असताना त्यांच्याकडे आणली होती. तिन्ही मुलांचं शिक्षण- सुद्धा त्यांच्या मामांनी (आईचे भाऊ) केलं होतं. आपल्या बहिणीच्या मृत्यूला तिचा नवरा कारणीभूत आहे म्हणून सविताचे मामा तिच्या वडिलांचा खूप राग करीत. तिन्ही मुलांची सावलीसुद्धा ते त्यांच्या नजरेला पडू देत नसत. त्यामुळे तिन्ही मुलांचीसुद्धा

जन्म देणाऱ्या बापावर अगदीच पातळ माया होती.

मुलगा सांगलीचं स्थळ पाहून आल्यावर मी आणि माधुरी मुलीला पाहण्यासाठी सांगलीला गेलो. मुलीला पाहून झाल्यानंतर तिची ओटी भरण्यासाठी माधुरीनं एका प्लॅस्टिकच्या पिशवीत एक डझन केळी, नारळ, ब्लाउज पीस, तांदूळ, खारीक, खोबरे इत्यादी सामान घेतलं होतं. आम्ही दोघं सांगली बसस्थानकात उतरल्यावर मी माझ्या मोबाईलवरून त्यांना 'आम्ही आलोय' म्हणून सांगितलं. आम्हा दोघांना त्यांच्या घरी नेण्यासाठी सदाशिव (सविताच्या बहिणीचा नवरा) त्याची चारचाकी गाडी घेऊन आला. आम्हा दोघांना घेऊन गाडी डांबरी रोडवरून शंभर फुटी रस्त्याच्या दिशेनं हवेत काळा धूर सोडत धावू लागली.

अवघ्या दहा-पंधरा मिनिटांतच आम्ही पाहुण्यांच्या घरी जाऊन थडकलो. मुलीच्या मामानं आमचं आदरातिथ्य चांगलं केलं. गेल्यावर प्यायला फ्रिजमधील थंड पाणी दिलं, मोरीत जाऊन हातपाय धुवायला सांगितलं. साबण, टॉवेल आणून दिला. ती माणसं अगदी मनापासून आदरातिथ्य करीत होती. त्यांच्या चेहऱ्यावर नावालादेखील नाराजी नव्हती. मला त्या घरात अगदी मोकळंढाकळं वाटू लागलं. मी इतक्या ठिकाणी मुलांची लग्नं जमविण्यासाठी फिरलो होतो; परंतु असं आदरातिथ्य आणि एवढं मोकळंढाकळं वातावरण कुठेही अनुभवलं नव्हतं. ती माणसं गोड स्वभावाची आहेत, हे एव्हाना माझ्या ध्यानात आलं होतं. त्यांनी मला आणि माधुरीला आग्रह करून जेवायला वाढलं. आमचं जेवण झाल्यावर त्यांनी आमच्यासमोर मुलीला रिवाजाप्रमाणे पाटावर आणून बसविले. मुलगी शिकली असली तरी गरीब स्वभावाची होती. ती पाटावर खाली मान घालून बसली होती.

पाहुण्यांनी मला मुलीला काय विचारायचं असेल, तर विचारा असं सांगितलं. मी लगेच घसा खाकरून मुलीला विचारलं,

"तुझं नाव सांग पाहू."

"सविता."

"तुझं शिक्षण किती झालंय?"

"बी.ए."

"व्वा छान! तुला स्वयंपाक करता येतो का?"

"होय."

"तुला स्वयंपाकातील कोणते कोणते पदार्थ करता येतात?"

माझा प्रश्न ऐकून सविताचा थोडा गोंधळ उडाला. कोणत्या कोणत्या पदार्थांची नावं सांगावी, बरं असं ती मनात थोडा वेळ विचार करू लागली. तिनं समजा, एका

पदार्थाचं नाव सांगितलं आणि मी तो पदार्थ तिला लगेच करून दाखवायला सांगितला तर काय घ्या. म्हणून ती तिच्या मनात विचार करीत होती. मी तिला आणखी गोंधळात न टाकता आम्हाला तुमची मुलगी पसंत आहे म्हणून पाहुण्यांना लगेच सांगूनच टाकलं. माझं बोलणं ऐकून पाहुण्यांचे चेहरे आनंदानं उजळले. सांगलीच्या पाहुण्यांचा आनंदानं निरोप घेऊन आम्ही दोघांनी लगेच परतीची वाट धरली.

लग्नाची बोलणी करण्यासाठी मी मुलीच्या मामांना फोन करून माझ्या घरी बोलावून घेतलं. लग्नाची बोलणी करण्यासाठी आम्ही आमच्या बैठकीच्या खोलीत बसलो होतो. मला त्यांच्या चेहऱ्यावर थोडी काळजी दिसत होती. त्यांची काळजी एव्हाना माझ्या ध्यानात आली होती. मी माझ्या मुलाच्या लग्नात हुंडा म्हणून त्यांच्याकडून अव्वाच्या सव्वा मागणी करतो की काय, असं त्या तिघांना मनातून वाटत होतं.

एकजण मला घाबरत घाबरत म्हणाले,

''आमच्या भाचीच्या लग्नात तुमची आमच्याकडून काही अपेक्षा असली, तर ते आम्हाला तुम्ही सांगा.''

मी त्यांचं बोलणं ऐकून हसलो आणि त्यांच्या मनातील काळजी दूर करण्यासाठी मी त्यांना अगदी स्पष्टपणे सांगून टाकलं–

''तुमची भाची मला सून म्हणून पसंत आहे. दुसरं मला तुमच्याकडून काहीही नकोय. तुम्ही लग्नात समजा आम्हाला काही दिलंत तरी आम्ही ते मुळीच स्वीकारणार नाही.''

माझं बोलणं ऐकून त्या तिघांनाही आश्चर्य वाटलं. मी असं काही बोलेन, असं त्यांना स्वप्नातदेखील वाटलं नव्हतं. त्यांना सुरुवातीला वाटलं होतं, की मी माझ्या मुलाच्या लग्नात हुंडा म्हणून त्यांच्याकडून गाडी, सोनं नाणं मागून घेईन. परंतु मी तसा कधीही विचार केला नव्हता. माझं बोलणं ऐकून त्यांचे चेहरे आनंदानं उजळले. एका काळजीतून ते मुक्त झाले होते.

बैठकीत लग्नाची तारीख १८ मे २००८ रोजी ठरली. लग्नपत्रिका छापण्यासाठी मला त्यांच्याकडून मुलीच्या वडिलांची माहिती हवी होती. त्यांचा मुलीच्या वडिलांवर राग असल्यानं ते माहिती सांगण्यासाठी अनमान करू लागले. मी त्यांची समजूत घातल्यावर त्यांनी मला हवी असणारी माहिती दिली. कारण लग्नपत्रिकेवर मुलीच्या वडिलांचं नाव छापणं आवश्यक होतं. त्यांचं सुरुवातीला असं म्हणणं होतं, की मुलीच्या वडिलांच्या ठिकाणी तिच्या आजोबाचं नाव लग्न पत्रिकेत मी छापावं. मुलीचे वडील हयात असताना तिच्या आजोबांचं नाव छापणं मला योग्य वाटलं नाही. पुढे त्यांनीसुद्धा तो मुद्दा ताणून धरला नाही.

❖❖❖

७

अहो आश्चर्यय! मुलाचं लग्न सांगलीच्या मुलीबरोबर ठरल्यानंतर अवघ्या दोन-तीन दिवसांनी चिंचवडचे पाहुणे पत्रिका पाहून झाल्यावर माझ्या मुलीला पाहण्यासाठी तवेरा गाडी घेऊन घरी आले. अचानक पाहुणे आल्यामुळे आमची आणखी धांदल उडाली. एकमेकांना पाहून मुलामुलीची पसंती झाली. मुलीला पाहण्यासाठी आलेली मंडळी येताना एका ढाब्याजवळ गाडी थांबवून जेवण उरकून आली होती. त्यामुळे त्यांचं जेवण करण्याचा आमचा त्रास वाचला होता. लग्नाचं बोलणं करण्यासाठी त्यांनी मला त्यांच्या घरी येण्याचं आमंत्रण दिलं आणि ते आमचा निरोप घेऊन निघून गेले.

स्मिता एम. ए. च्या पहिल्या वर्षात शिकत होती. तिची पहिल्या वर्षाची वार्षिक परीक्षा सुरू झाली होती. चिपळूण हे तिचं परीक्षेचं केंद्र होतं. घरात मुलगी आणि मुलाच्या लग्नाची धांदल उडाली होती. चिंचवडच्या मंडळींना लग्नाची खूप घाई झाली होती. त्यांचं बोलणं ऐकून माझ्या ते ध्यानात आलं होतं. लग्नाची बोलणी करण्यासाठी त्यांनी मला त्यांच्याकडे तातडीनं यायला सांगितलं. त्यांच्या घरातील हे लग्न शेवटचं कार्य होतं. मलासुद्धा माझ्या मुलांची लग्नं जेवढी लवकर होतील तेवढं बरं होतं. माझी तेवढीच मुलांच्या लग्नांची जबाबदारी कमी होणार होती. मुलांच्या डोक्यावर अक्षता पडल्याशिवाय मला मोकळा श्वास घेता येणार नव्हता.

मी माझ्या मुलीच्या लग्नाची बोलणी करण्यासाठी एकटाच जाण्याचा निर्णय घेतला. सोबत माणसं घेतली असती तर त्यांचा गाडीखर्च मलाच करावा लागणार होता. म्हणून मी एकट्यानेच जाण्याचा निर्णय घेतला होता. सकाळी मी पुण्याला जाणाऱ्या एसटीत बसलो. प्रा. रामनाथ चव्हाण यांना कात्रजला उतरून सोबत घेणार

होतो. तसं मी रात्री फोन करून सांगितलं होतं. कसलेही आढेवेढे न घेता लग्नाची बोलणी करण्यासाठी ते माझ्या बरोबर यायला एका पायावर तयार झाले.

मी कात्रजला उतरून प्रा. रामनाथ चव्हाण यांना सोबत घेतलं. आम्ही दोघं पीएमटी सिटीबस पकडून चिंचवडला गेलो. मी एकदा दगडू पुजाऱ्यांच्या सोबत पाहुण्यांच्या घरी गेलो होतो. परंतु त्याच्या खाणाखुणा माझ्या काही ध्यानात राहिल्या नव्हत्या. पाहुण्यांनी मला सांगितलं होतं, की 'तुम्ही बसमधून उतरलात की रिक्षावाल्याला फक्त आमचं नाव सांगा. कोणताही रिक्षावाला तुम्हाला आमच्या दारात आणून सोडेल. आम्हाला या ठिकाणी सगळेच ओळखतात.'

आम्ही दोघं मोरया मंगल कार्यालयाच्या जवळ उतरलो. मी रिक्षावाल्याला माझ्या पाहुण्यांचं नाव सांगितलं आणि आम्हाला त्यांच्या घरी घेऊन जायला सांगितलं. त्या रिक्षेवाल्यानं "मी त्यांना ओळखत नाही" म्हणून मला चक्क सांगितलं. दुसऱ्या-तिसऱ्या रिक्षावाल्यानंसुद्धा तीच टेप मला ऐकवली. रस्त्याच्या कडेला एक चर्मकार फाटक्या चपला शिवीत बसला होता. त्याच्याकडे चौकशी केल्यावर तोसुद्धा त्यांना ओळखत नव्हता हे समजले.

आता काय करायचं? असा मला मोठा प्रश्न पडला होता. माझी द्विधा मनःस्थिती रामनाथ चव्हाण यांच्या ध्यानात एव्हाना आली होती. त्यांनी माझी अडचण अगदी चुटकीसरशी सोडवली.

"तुमच्याकडे त्यांचा मोबाईल क्रमांक आहे ना?"

"होय." -मी.

"मग त्यांना फोन लावून बोलावून घ्या."

"लावतो." -मी.

"आपण कोठे उभे आहोत, ते त्यांना सांगा."

"सांगतो."

मी लगेच माझ्या पँटच्या खिशातील मोबाईल काढला आणि जावयाच्या थोरल्या भावाला फोन लावला. पलीकडे मोबाईलची रिंग वाजू लागली. त्यांनी मोबाईल उचलल्यावर त्यांना मी आम्हाला न्यायला यायला सांगितलं आणि आम्ही दोघे मोरया मंगल कार्यालयाच्या अगदी समोर उभं असल्याचंदेखील सांगितलं. माझं बोलणं ऐकून ते मला म्हणाले की, मी पाच मिनिटांत तुम्हाला न्यायला येतो म्हणून. त्यांनी दिलेली पाच मिनिटांची वेळ भुर्रकन उडूनसुद्धा गेली. दहा-पंधरा मिनिटं होऊन गेली, तरी ते आम्हाला न्यायला आले नाहीत. आम्ही दोघं डांबरी सडकेवर कडक उन्हात उभं राहून पार वैतागून गेलो होतो. उभं राहण्यासाठी त्या ठिकाणी

कुठंही सावली नव्हती. टळटळीत ऊन अंग नुसतं भाजून काढीत होतं. घशाला कोरड पडली होती.

मी पुन्हा एकदा पँटच्या खिशातून मोबाईल काढून त्यांना मोबाईल लावला. पुन्हा ते मला "आलोऽऽ आलोऽऽ" फक्त एवढंच म्हणाले. अर्धा तास होऊन गेल्यावर स्वारी मोटार सायकलवर बसून आम्हाला भेटायला आली. एका रिक्षावाल्याला पत्ता सांगून आम्हाला त्यांनी त्या रिक्षात बसायला सांगितलं. आम्ही रिक्षात बसल्यावर ती लगेच डांबरी सडकेवरून धावू लागली. पाहुण्यांची मोटारसायकल पुढे आणि त्याच्या मागे आमची रिक्षा धावत होती. पाहुण्यांच्या फ्लॅटजवळ रिक्षा येऊन थांबली. आम्ही दोघं रिक्षातून उतरलो. रिक्षाचं भाडं मी देऊन टाकलं. नंतर पाहुण्यांच्या मागून मी आणि रामनाथ चव्हाण इमारतीचे जिने चढू लागलो.

इमारतीचे जिने चढताना जीव वरखाली होत होता. एकदाचं आम्ही त्यांच्या फ्लॅटमध्ये जाऊन पोचलो. आमच्या आधीच दगडू पुजारी त्या ठिकाणी येऊन पोचले होते. पाहुण्यांनी लग्नाची बोलणी करण्याकरता मुद्दाम त्यांना फोन करून बोलावून घेतलं होतं. जिने चढून आल्यामुळे आम्हाला दम लागला होता. थोडा वेळ तोंडातून शब्ददेखील काढता येत नव्हता. ताजा श्वास आत घेत मी सोफ्यावर शांतपणे बसलो होतो. नंतर त्यांनी दिलेलं पाणी आम्ही दोघं प्यायलो. पाणी प्यायल्यावर जिवाला थोडं बरं वाटू लागलं.

आम्ही पहिल्यांदा ज्या वेळी घर पाहण्यासाठी आलो होतो, त्या वेळी घरात फक्त जावई आणि त्याची आई एवढीच दोन माणसं होती. परंतु आता लग्नाची बोलणी करायची असल्यामुळे त्या ठिकाणी त्यांचं अख्खं कुटुंब हजर होतं. त्याचं मला नवल वाटत होतं. दगडू पुजारी हा त्यांचा माणूस होता. तो त्यांच्या बाजूनं बोलणार होता. माझ्या मदतीला प्रसिद्ध साहित्यिक, सामाजिक कार्यकर्ते आणि वक्ते प्रा. रामनाथ चव्हाण आले होते. अनोळख्या ठिकाणी मला त्यांचा खूप आधार वाटत होता.

मी महसूल खात्यात नोकरी करीत असल्यामुळे मला त्या ठिकाणी वरकमाईचा रग्गड पैसा मिळत असावा, असं पाहुण्यांनी माझ्याबद्दल त्यांच्या मनात गैरसमज करून घेतला होता. परंतु मी कसा आहे हे माझं मला ठाऊक होतं. ते त्यांना सांगण्याची मला मुळीच गरज वाटत नव्हती. मुलीच्या बापाकडून म्हणजेच माझ्याकडून काय काय अपेक्षा आहेत, याबद्दल त्यांची आधीच चर्चा झाली होती. त्या चर्चेचे खरे सूत्रधार दगडू पुजारी आहेत, हे माझ्या ध्यानात आलं होतं.

थोड्या वेळानं लग्नाची बोलणी करण्यासाठी मंडळी थोडं सावरून बसली.

पुजाऱ्याला पाहुण्यांनी आधीच पढवून ठेवल्यामुळे त्यांनी घसा खाकरून मला थेट विचारलं.

"पाव्हणं, आता आपण फकस्त मुद्याचं तेवढं बोलू. तुमच्या मुलीच्या लग्नात तुमी तुमच्या जावयाला काय द्याल, ते आधी सांगा पाहू."

त्यांनी मला विचार करायलासुद्धा वेळ दिला नव्हता. "लग्नात तुम्ही काय द्याल?" म्हणून त्यांनी मला थेट पृच्छा केली होती. त्यांचं बोलणं ऐकून मी क्षणभर गोंधळून गेलो. मुलाचं लग्न जमविताना मी सुनेच्या मामांना 'लग्नात आम्हाला काही देऊ नका. तुम्ही दिलं तरी ते आम्ही घेणार नाही,' असं सरळ- सरळ सांगून टाकलं होतं. त्यांच्या मनातील काळजी मिटल्याचं पाहून मलाही समाधान वाटलं होतं. मुलीचं लग्न जमविताना मात्र मला त्याउलट अनुभव येत होता.

"मुलाची माझ्याकडून काय अपेक्षा आहे ते मला कळलं, तर बरं होईल." मी आवंढा गिळून म्हणालो.

"पाव्हणं, आधी तुमी सांगायचं अस्तं." -पुजारी.

"मुलाचं म्हणणं ऐकल्याशिवाय मी तरी काय सांगणार?" -मी.

मी त्याबद्दल काही बोलत नाही असं पाहून पुजारी पाहुण्यांच्या तोंडाकडे पाहू लागले. पाहुण्यांचे चेहरे पाहून त्यांना काय बोलायचंय हे पुजाऱ्यांच्या ध्यानात आलं. मग ते माझ्या चेहऱ्याकडे पाहत रोखठोक म्हणाले,

"तुम्हाला मुलाकडूनच ऐकायचंय का?"

"होय."

"ठीकाय. सांगू दे त्यालाच."

"मला पाच तोळ्याची सोन्याची चेन, बोटात एक तोळ्याची सोन्याची अंगठी. लग्नाचा पोशाख." -जावई.

"ऐकलंत?" -पुजारी.

"होय" -मी.

माझ्या होणाऱ्या जावयाची अवास्तव मागणी ऐकूण मी एकदम सर्दच झालो. सरड्याची झेप शेताच्या कुंपणापर्यंत असते, हे मला ठाऊक होतं. पैशाचं सोंग मला बिलकूल आणता येणार नव्हतं आणि मला यातून माघारसुद्धा घेता येणार नव्हती. मुलीचं लग्न जमविण्यासाठी मी उन्हातानात किती वणवण करीत भटकलो होतो, हे माझं मला ठाऊक होतं आणि माझी ऐपत नाही म्हणून समजा मी हे लग्न मोडलं असतं, तर माझ्या मुलीला नक्कीच वाईट वाटलं असतं. अडकित्त्यात सापडलेल्या सुपारीगत माझी अवस्था झाली होती. समोर बसलेल्या पाहुण्यांना काय उत्तर द्यावं,

हेसुद्धा माझ्या ध्यानात येत नव्हतं.

थोड्या वेळाने मी त्यांना अजीजी करीत म्हणालो,

"माझी एवढी ऐपत नाही. तुम्ही मला थोडं सांभाळून घ्या. अजून मला माझ्या दोन मुलांची लग्नं करायचीत."

माझं बोलणं ऐकून त्या पाहुण्यांचं अजिबात समाधान झालं नाही. डोक्यावरचा पदर सरळ करीत मुलाची आई मला समजावीत म्हणाली,

"अण्णा, तुमी हे समदं माझ्या मुलाला आक्शी हसत हसत द्यायला पाहिजे. तुमची लेक राणीवानी हिथं बसून खाईल. तिला माझ्या घरात काय बी कमी पडनार न्हाय. आजकाल मुलीचे बाप तिच्या लग्नात काय काय देत असतात. तुमीसुदीक न्हाय म्हनू नका. लगीन एकदाच व्हत अस्तं बगा."

"पाव्हणं, तुमी जरा तुमच्या लेकीच्या भविष्याचा इचार करा. तुमच्या दोन मुलांची अजून लग्नं व्हायची हाईत, हे आमालासुदीक मान्य हाय. तरीसुदीक मुलीचा तुमी इचार करायला होवा." -पुजारी.

"माझ्या लग्नात माझ्या सासऱ्यानं तर मला नवीन फ्लॅट घेऊन दिला." जावयाच्या मोठ्या भावानं बोलायला तोंड उघडलं.

"माझी थोडी पैशाकडून अडचण आहे. नाहीतर मी माझ्या जावयाला मुळीच नाराज केलं नसतं." -मी.

"बरं आमचं राहू दे. तुम्ही मुलाला काय देणार ते सांगा बघू." –जावयाचा मोठा भाऊ.

"मी अर्ध्या तोळ्याची अंगठी आणि एक तोळ्याची सोन्याची चेन देतो."

माझं बोलणं ऐकून पाहुण्यांचे चेहरे खर्रकन उतरले. माझ्याकडून त्यांना मोठं घबाड मिळेल अशी त्यांनी आधी कल्पना केली होती. त्यांची मनोकामना पूर्ण होत नाही असं त्यांच्या ध्यानात येताच ते मनात खट्टू झाले होते.

"अण्णा, आजकाल मजुरी करणारेसुदीक त्यांच्या मुलीच्या लगनात पाच-पाच तोळ्याची सोन्याची चेन, बोटात सोन्याच्या अंगठ्या घालतात. माझ्या बापानं-सुदीक माझ्या लगनात सोनं-नाणं मला दिलं व्हतं." मुलाची आई मला म्हणाली.

रामनाथ चव्हाण मघापासून आमचा सुरू असलेला गोंधळ ऐकत होते, पाहत होते. ते मघापासून काहीही बोलले नव्हते. ते माझ्याकडे पाहत मध्यस्थी करीत मला म्हणाले,

"रामभाऊ, तुमच्या दोघांचंसुद्धा आता राहू दे बघू. तुम्ही आता असं करा. तुम्ही तुमच्या जावयाला अडीच तोळ्याची सोन्याची चेन आणि अर्ध्या तोळ्याची

अंगठी घाला. आता पुढे काहीही बोलायचं नाही.''

रामनाथ चव्हाण यांच्या शब्दाला मला मान द्यायलाच हवा होता. म्हणून मी गप्प बसलो. आता लग्नाची पुढील बोलणी करायची असल्यामुळे पुजारी मुलाच्या मोठ्या भावाला सोबत घेऊन चर्चा करण्यासाठी बाजूच्या खोलीत गेले. ते चर्चा करून येईपर्यंत आम्ही एकमेकांची तोंडं पाहत बसलो. त्या दोघांची पलीकडील खोलीत काय चर्चा सुरू असेल, याचा मी माझ्या मनात विचार करीत होतो. दहा-पंधरा मिनिटं आपसांत चर्चा करून ते दोघं पुन्हा आपल्या जागेवर येऊन बसले.

पुजारी मला म्हणाले,

''आता आपण इतर खर्चाबाबत वाईच बोलू.''

''बोला.''

''तुमी आमाला रोख एक लाख रुपये द्यायचं. त्यात आमी हॉलचं भाडं, जेवणाचा, बेंजोचा आणि इतर समदा खर्च भागवणार. तुमाला त्याची काळजी नकु.''

''लग्नासाठी आम्ही मोरया मंगल कार्यालय पाहून आलोय. त्याच्या भाड्याचीसुद्धा आम्ही चौकशी केलीय. त्याचं भाडं दिवसाला रुपये पन्नास हजार इतकं आहे.'' - मुलाचा मोठा भाऊ.

''लग्नाच्या हॉलमंधी समजा जादा खर्च झाला तर तुमी पुन्ना एक नवीन पैसा द्यायचा नाही. त्याचा समदा खर्च मग मुलाकडून व्हईल.'' -पुजारी.

शहरातील हॉलच्या भाड्याचे दर मला ठाऊक नव्हते. मला त्यांच्या बोलण्यावर विश्वास ठेवावा लागला होता.

''मला एवढे पैसे द्यायला जमणार नाही.'' -मी.

''मंग ऐंशी हजार तरी द्या.''

''तरीसुद्धा मी एवढे पैसे देऊ शकणार नाही.''

रामनाथ चव्हाण पुन्हा एकदा माझ्या मदतीला देवाप्रमाणे धावून आले. ते त्यांना त्यांच्या खणखणीत आवाजात म्हणाले,

''तुम्ही सगळाच खर्च त्यांना एकट्यालाच कसा करायला लावताय? त्यांची आर्थिक परिस्थिती मला ठाऊक आहे. तुम्ही असं करा– साठ हजार त्यांच्याकडून घ्या आणि मोकळे व्हा. उगाच ताणून धरण्यात काही अर्थ नाही.''

रामनाथ चव्हाण यांचं बोलणं ऐकून त्यांचे चेहरे अगदी पुन्हा पाहण्यासारखे झाले होते. रामनाथ चव्हाण त्या दिवशी लग्नाची बोलणी करण्यासाठी आले नसते, तर त्या पाहुण्यांनी मला काही शिल्लक ठेवलं नसतं. मला त्यांनी साफ धुऊन काढलं

असतं. नंतर मला मुलीच्या लग्नासाठी माझं राहतं घरसुद्धा गहाण ठेवावं लागलं असतं. परंतु रामनाथ चव्हाण यांच्यामुळे माझ्यावर ती वेळ आली नाही. त्यांच्या रूपानं मला मदत करण्यासाठी त्या ठिकाणी जणू आकाशातून देवदूतच आला होता.

"साठ हजाराच्यावर आनी एक हजार द्या." मुलाच्या आईची अजून आशा सुटली नव्हती.

"ठीकाय. देतो." -मी.

माझ्या थोरल्या मुलीचं लग्न २७ मे २००८ रोजी ठरलं होतं आणि मुलाचं १८ मे २००८ रोजी सांगलीत ठरलं होतं. एक लग्नसोहळा पुणे-चिंचवड येथे पार पडणार होता, तर दुसरा देवज्ञ भवन या हॉलमध्ये सांगली येथे पार पडणार होता. मुलाचं लग्न आधी होणार होतं. त्यानंतर अवघ्या नऊ दिवसांच्या अंतरानं पुण्यात मुलीचं लग्न होणार होतं.

लग्नाची बोलणी आटोपल्यावर मी आणि रामनाथ चव्हाण बस पकडण्यासाठी रिक्षा करून बसथांब्याच्या ठिकाणी आलो. आमच्या समोरच मोरया मंगल कार्यालय होतं. त्याच ठिकाणी माझ्या मुलीचा लग्नसोहळा होणार होता. बस यायला अजून वेळ होता म्हणून आम्ही दोघं हॉल पाहण्यासाठी म्हणून आत गेलो. तो हॉल मोठा आणि ऐसपैस होता. तिथं एका काम करणाऱ्या कर्मचाऱ्याकडे सहज हॉलच्या भाड्याची चौकशी केली असता त्यानं त्या हॉलचं भाडं दिवसाला रुपये पंधरा हजार आहे म्हणून आम्हाला सांगितलं. आपली फसगत झाली म्हणून मी माझ्या मनात निराश झालो. नंतर पुण्याला जाणारी बस येताना आम्हाला दिसली. बस थांबवून आम्ही दोघं त्यात एकाच सीटवर बसलो. बस डांबरी सडकेवरून पुण्याच्या दिशेनं वेगानं धावू लागली.

❖❖❖

८

अख्खा मे महिना माझा धामधुमीतच गेला. मुलाचं आणि थोरल्या लेकीचं अशी दोन्ही लग्नं अगदी निर्विघ्नपणे पार पडली. त्यामुळे माझ्या मनावरचं निम्मं ओझं उतरल्याने मला खूप हलकं हलकं वाटू लागलं. दोन्ही लग्नांमध्ये खूप दगदग आणि मनस्ताप सहन करावा लागला होता. आक्का मला लग्नात मदत करण्यासाठी कणकवलीहून धावत आली होती. आमच्या समाजातील लग्नाचे रीतिरिवाज माझ्यापेक्षा तिला चांगले ठाऊक होते. तिच्या मुलांची, नातवांची आणि पुतण्यांचीसुद्धा तिनेच लग्नं केली होती. माझी माझ्या मुलांच्या लग्नात धांदल उडू नये म्हणून ती एक महिना आधीच माझ्याकडे आली होती. आक्कामुळेच माझ्या दोन्ही मुलांची लग्नं अगदी निर्विघ्नपणे पार पडली होती. रामनाथ चव्हाण त्यांच्या संपूर्ण कुटुंबासह पुण्याला मुलीच्या लग्नाला आले होते.

पुण्याला जाण्यासाठी आणि येण्यासाठी मी खास एसटीची आगाऊ पैसे भरून सोय केली होती. मुलीचं लग्न पार पडल्यानंतर आम्ही रात्री ठीक आठ वाजता परतीची वाट धरली. आम्हाला बारा वाजेपर्यंत एसटी डेपोत जमा करावयाची होती. उशीर झाला असता तर आम्हाला जादा रक्कम भरावी लागली असती. म्हणून आम्ही पुण्याहून घाईगडबडीनं निघालो.

आम्ही निघाल्यावर थोड्या वेळानं वरातीला सुरुवात झाली. माझी धाकटी बहीण लक्ष्मी पाच दिवस माझ्या मुलीची सोबत करण्यासाठी राहिली होती. मुलीच्या सासूची आणि तिच्या सख्ख्या भावांची पहिल्यापासून वाकडीक असल्यामुळे ते लग्नालादेखील आलेले नव्हते. त्यांच्या दारावरून जेव्हा वाजतगाजत वरात जाऊ लागली. तेव्हा त्यांना त्याचा राग आला. आधी थोडी शाब्दिक चकमक उडाली. नंतर

मारामारी आणि दगडांचा पाऊस पडू लागला. वरातीत राडा झाला होता. वरातीतल्या लोकांची घाबरून लगेच पळापळ झाली. लक्ष्मी घाबरली. माझी मुलगी नवथर वधू होती. तीसुद्धा घाबरली. लक्ष्मीनं स्वत:चा जीव वाचविण्यासाठी सडकेलगत असलेल्या घरांचा आधार घेतला. मुलीनं तिची जागा सोडली नाही. वरातीची गाडी पुढे निघून गेल्यावर रस्त्यावर शुकशुकाट झाला. लक्ष्मी जेव्हा रस्त्यावर आली, तेव्हा तिला त्या ठिकाणी कुणीही दिसले नाहीत. त्यामुळे ती मनात खूप घाबरली. 'आता त्या पाहुण्यांच्या घरी जायाचं कसं?' असा तिच्या मनात प्रश्न पडला होता. लक्ष्मीला पाहुण्यांच्या घरी जाण्याचा रस्ता ठाऊक नव्हता. लक्ष्मी मनातल्या मनात रेणुकामातेचा धावा करू लागली. लक्ष्मीच्या सुदैवानं जवळच्या घरातील एक वृद्ध स्त्री तिला मदत करण्यासाठी धावून आली. त्या वृद्ध महिलेनं लक्ष्मीला नेमकं पाहुण्यांच्या इमारतीजवळ आणून सोडलं. तेव्हा कुठं लक्ष्मीचा जीव भांड्यात पडला.

पाच दिवसांनंतर लक्ष्मी पुन्हा गावी आली. आल्या आल्या ती मला एकदम गंभीर आवाजात म्हणाली,

"कसल्या रं घरात तू ताईला (स्मिता) दिलंस?"

"काय झालं?" मी मनात खूप घाबरून गेलो होतो.

"आरं, तुमी हिकडं गाडीत बसून आलाव नि तिकडं वरातीत मोठा राडा झाला. वरातीतली मान्सं घाबरून दिकपाकल झाली. कसली वरात नि कसलं काय. ताईच्या घरातील मान्सं कुणाला बी घाबरत न्हाईत."

लक्ष्मीचं बोलणं ऐकून मी एकदम गळाठून गेलो. शक्तिपात झाल्याप्रमाणे माझे हातपाय थरथर कापू लागले. मी माझ्या मनात खूप अस्वस्थ झालो. अशा असंस्कृत घरात आपली लेक देऊन आपण फार मोठी चूक केलीय, असं आता मला वाटू लागलं. मुलीचं लग्न जमवीत असताना मला त्याचा थोडा अनुभव आला होता. माझ्या मुलीचं एकदा लग्न होऊ दे, तिचा सुखाचा संसार व्हावा, एवढीच माझी आंतरिक इच्छा होती. त्यासाठी मी काय काय सोसलं होतं, हे माझं मलाच ठाऊक होतं. स्मिताच्या डोक्यावर अक्षता टाकताना माझ्या डोळ्यांत त्या वेळी आनंदाश्रू होते, आता माझ्या डोळ्यांत दु:खाश्रू जमा झाले होते. मागे लागलेल्या साडेसातीपासून अद्याप माझी सुटका झाली नव्हती.

"ताईच्या सासू-सासऱ्यांचा स्वभाव चांगला आहे ना?" दु:खाचा नि:श्वास टाकून मी लक्ष्मीला पुढे विचारलं.

"ताईचा सासरा लईच गरीब हाय. पर तिची सासूबाईच कडक हाय, अशी दिसतेय. ताई स्वयंपाक कराय लागली की, तिची सासू तिच्या हातानं समद्या वस्तू

तिला काढून द्यायची. घरात मान्सं बगून ती तिला स्वयंपाक करायला लावायची. अन्नाची नासाडी ती ताईला करू द्यायची न्हाय.''

''ताईचा नवरा तिच्याशी चांगला वागतो ना?''

''तुझ्या जावयाला त्याच्या आईशीचा लई धाक हाय. त्यो त्याच्या आईशीला कधी दुखवत न्हाय. माझ्या म्होरं त्यो ताई बरोबर तसा चांगला वागत व्हता.''

''तू पाव्हण्यांच्याकडे पाच दिवस राहायला होतीस. तुला त्यांनी फिरायला नेऊन कोणती कोणती ठिकाणं दाखवली?''

''मी पाच दिस त्या ठिकाणी कसं काडलं, हे फकस्त माझं मला ठाव. घरातल्या एका कोपऱ्यात मी आक्शी गप्प बसून होत्ये. त्यांनी आमाला काय बी दावायला न्हेलं न्हाय. बसून बसून त्या ठिकाणी मला लई कटाळा आला व्हता. कधी एकदा गावी येत्ये, असं मला वाटत व्हतं.''

''तुला मी खरं सांगू का, मला ती मान्सं सुशिक्षित वाटली. राहायलादेखील ते फ्लॅटमध्ये चांगल्या वस्तीत होते. म्हणून मी ताईला (स्मिता) त्या घरात देण्याचा विचार केला.''

''नुस्ती चांगली कापडं घातली म्हंजी ती मान्सं चांगली असतात, असं कुठं अस्तं का? मान्साचं मनसुदीक गंगेवाणी निर्मळ पाह्यजेल.'' लक्ष्मी मला म्हणाली.

''एवढ्यात त्यांचा स्वभाव कळणार नाही. दिवाळीला ताई माहेरी आली की, ती आपल्याला सगळं सांगेल.''

''बराबर. तवाच आपल्याला त्यांचा सोभाव कळंल.''

माझी २००७ मध्ये एकूण तीन पुस्तकं प्रसिद्ध झाली होती. मुंबईच्या डिंपल प्रकाशनाकडे मी 'कोकणची माणसं' आणि 'अशी पाखरे येती' या दोन कथासंग्रहांची हस्तलिखितं मी २००८ मध्ये नेऊन दिली होती. त्यांतील काही कथा दिवाळी अंकांतून प्रकाशित झाल्या होत्या. 'लाडी' आणि 'पातेरा' या प्रकाशित कादंबऱ्यांना मला एकूण तीन पुरस्कार मिळाले होते. २००७ मध्ये सुगावा प्रकाशन, पुणे तर्फे माझं 'झगडा' हे आत्मकथन प्रसिद्ध झालं होतं.

जुलै २००८ च्या पहिल्या आठवड्यात मला आपटे वाचन मंदिर, इचलकरंजी येथून ॲड. स्वानंद कुलकर्णी यांचा फोन आला.

''नमस्कार.''

''नमस्कार.''

''अभिनंदन!''

''कशाबद्दल?'' -मी.

"तुमच्या 'झगडा' या आत्मकथनाला आम्ही उत्कृष्ट वाङ्मय पुरस्कार जाहीर केला आहे. १३ जुलै रोजी इंदिरा संत यांचा स्मृतिदिन आहे. त्या दिवशी पुरस्कार वितरणाचा कार्यक्रम होणार आहे. आपण अवश्य यावे. आपल्या राहण्याची व जेवणाची सोय आम्ही केली आहे."

"मी पुरस्कार स्वीकारण्यासाठी नक्की येतो." मी आनंदानं म्हणालो.

"पुन्हा एकदा आपले हार्दिक अभिनंदन !"

"धन्यवाद !"

माझ्या झगडा या आत्मकथनाला प्रतिष्ठेचा आपटे वाचन मंदिराचा पुरस्कार जाहीर झाल्यानं मला खूप आनंद वाटला. मी माझ्या शेजाऱ्यांना आणि माझ्या कार्यालयातील कर्मचारी-अधिकारी यांना पेढे वाटून तो आनंद साजरा केला. सर्वांनी मला पुढील लेखनासाठी मनापासून शुभेच्छा दिल्या.

मला झालेला आनंद जास्त दिवस टिकला नाही. ९ जुलै २००८ रोजी सकाळी नऊच्या दरम्यान मला माझ्या जावयाचा फोन आला.

"हॅल्लो !"

"मामा, मी तुमचा जावई बोलत्योय."

"बोला, बोला."

"मामा, तुम्ही जरा तुमच्या मुलीला समजावून सांगा."

"काय झालं?" मी मनातून धास्तावलो होतो.

"अहो, ती माझ्या आईचं अजिबात ऐकत नाही. आई तिला बोलली तर ती लगेच रुसते. हे बरोबर आहे का? मला तुम्हीच सांगा बघू."

"माझी मुलगी अजून तुमच्या घरात नवीन आहे. तिला त्या ठिकाणी रुळायला आणखी थोडा वेळ लागेल. तुम्ही तिला थोडं सांभाळून घ्या. मी तिला समजावून सांगतो. तुम्ही दोघांनी आनंदानं संसार करा. माझा तुम्हा दोघांनासुद्धा आशीर्वाद आहे." मी त्याला नरमाईनं समजावीत म्हणालो.

"तुम्ही तिला फोन करून सांगा."

"सांगतो."

"ठीकाय."

सून घरात आल्यापासून बायकोचा रोज जेवण तयार करण्याचा त्रास वाचला होता. सवितानं लगेच जेवणाच्या खोलीचा ताबा घेतला होता. सून स्वयंपाक करू लागली आणि तिची सासू धुणी-भांडी करू लागली. सविता काम करीत असताना तिच्या तोंडातून 'ब्र' सुद्धा निघायचा नाही. आमच्याशी ती मोजकं बोलायची. अंगावर

नवीन जबाबदारी पडली असल्यामुळे ती सुरुवातीला थोडी भांबावून गेली होती. तिच्या हातून चुका होत. आम्ही तिकडे साफ दुर्लक्ष करीत असू. तिला घरातील माणसांचा जेवणाचा अंदाज यायचा नाही. शिळं अन्न ती उकिरड्यावर चक्क टाकून द्यायची. एक-दोन वेळा मी ते पाहूनही तिला काहीसुद्धा बोललो नाही. तिसऱ्यांदा मला मात्र राहवलं नाही. तिला मी खालच्या आवाजात म्हणालो,

"सविता, शिळं अन्न टाकू नकोस. ते तू मला खायला दे. मी ते खाईन. माझ्या लहानपणी मला शिळं अन्नसुद्धा खायला मिळत नव्हतं."

माझी मात्रा अगदी बरोबर लागू पडली. तिला तिची चूक कळली. शिळं अन्न ती उकिरड्यावर टाकण्याचं टाळू लागली. माझं म्हणणं तिला पटलं होतं. मी तिला ते सांगितलं, म्हणून तिला कळलं.

बायको नेहमी पहाटे चारला उठायची. माझ्या आईमुळे तिला ती सवय झाली होती. आई हयात असताना मला सकाळी जर कुठं लवकर जायचं असेल, तर माझ्या अंघोळीला गरम पाणी चुलीवर तापविण्यासाठी, न्याहारीसाठी ती लवकर उठायची. सकाळी जायच्या आधी माझ्या पोटात थोडी भर पडली की, माझ्या आईला त्याचं खूप समाधान वाटे. सकाळी सून लवकर उठली नाही, तर आई तिला बडबडायची.

सविता घरात सून म्हणून आल्यावरसुद्धा बायको अंघोळ करून आधी देवापुढे समई लावायची. मग सुनेच्या अंघोळीसाठी चुलीवर टोपात पाणी तापवत ठेवायची. जर्मनच्या टोपात पाणी तापलं की, लगेच सुनेला घसा खाकरून "ए सविताऽऽ ए सविता" अशा हाका मारीत राहायची.

माझ्या आईची आणि बायकोची घरात क्षुल्लक कारणावरूनदेखील भांडणं होत असत. त्या दोघींचं कधी आपसात पटत नसे. परंतु माझी बायको लग्न होऊन सून घरी आल्यावर तिच्याशी ती कधी भांडलेली मी पाहिलं नव्हतं. दोघी घरांत मायलेकीप्रमाणे वागत. सविताची आई तिच्या लहानपणीच तिला सोडून देवाघरी निघून गेली होती. वडिलांनी दुसरा घरोबा केल्यामुळे मुलांना कधीच वडिलांची माया मिळाली नव्हती. सविता जरी आईवडिलांच्या मायेला पारखी झाली असली, तरी आमच्या घरात तिला ते प्रेम मिळत होतं. सविताचे मामा, तिचा सख्खा भाऊ कधी आमच्याकडे आले, तर तिचा संसार पाहून मनातून खूश होत. मला ते सांगलीला त्यांच्याकडे येण्यासाठी आग्रहाचं निमंत्रण देत. मी त्यांना 'येतो' असं म्हणत असे; पण त्यांच्याकडे जाण्यासाठी अजून योग जुळून येत नव्हता.

सविता सकाळी दारात छान रांगोळी काढून त्यात अगदी मधोमध जास्वंदीचं ताजं, टवटवीत फूल ठेवायची. त्या ताज्या फुलांचा छान वास येत असे. तुळशी-

वृंदावनाजवळसुद्धा ती रांगोळी काढायची. आमच्याकडे कुणी आले, तर आधी त्यांचं लक्ष सवितानं काढलेल्या रांगोळीकडे जायचं. आमच्या घरी आलेले लोक दारासमोर काढलेली रांगोळी पाहून खूश होत.

माझा वाढदिवस १ जूनला होता. सवितानं सकाळीच देवघरात पाट मांडून त्याच्या सभोवार छान रांगोळी काढली. माझं औक्षण करून माझ्या तोंडात तिनं साखर टाकली. मग घरातील सगळी माझ्या पाया पडली. रात्रीच्या जेवणासाठी सवितानं पुरणपोळ्यांचा बेत केला होता. त्याआधी मी माझा वाढदिवस कधीही साजरा केला नव्हता. पुढे सविता घरातील सर्वांचे वाढदिवस ध्यानात ठेवून मोठ्या आनंदानं ते साजरे करू लागली.

नवथर लग्न झालेल्या मुलाचा त्याच्या बायकोवर जीव होता. बाजारातून तो तिला चांगलंचुंगलं आणून खायला द्यायचा. घरात अन्य कुणाला ते कळता कामा नये, याची तो खबरदारी घ्यायचा. एके दिवशी मुलगा त्याच्या बायकोसाठी बेकरीतून कॅडबरी घेऊन आला होता. स्वयंपाकखोलीत माधुरी आणि सविता होत्या. माधुरीनं त्याच्या हातातील कॅडबरी पाहिली होती. बहिणीसमोर बायकोला कॅडबरी कशी खायला द्यायची, म्हणून मुलाला प्रश्न पडला होता. नंतर त्याला एक छान कल्पना सुचली.

मुलगा त्याच्या बायकोला मोठ्या आवाजात म्हणाला,

"सविता, मी येताना वांगी आणलीत. कुठं ठेवू?"

"ठेवा फ्रीजवर." -सविता.

भावाचं बोलणं ऐकून माधुरीला त्याचं हसू आलं. ती लगेच गालात हसली-सुद्धा. माधुरीला कळू नये म्हणून तो कॅडबरीऐवजी वांगी म्हणाला होता. नंतर माधुरीनं मला ते हसत हसत सांगितलं. माधुरीचं बोलणं ऐकून मलासुद्धा त्याचं हसू आलं.

❖❖❖

१

आता मी माधुरीच्या लग्नाचा विचार करीत होतो. माझी मुलं त्यांच्या त्यांच्या संसारात रमली की, मला मोकळा श्वास घेता येणार होता. महसूल खात्याच्या नोकरीतून स्वेच्छासेवानिवृत्ती घेऊन मी माझा आवडता लेखन-वाचनाचा छंद जोपासणार होतो. त्यात मला फार रुची वाटत होती. हे सर्व मी आधीच माझ्या मनामध्ये ठरवून मोकळा झालो होतो.

महसूल खात्याच्या कटकटीच्या नोकरीत माझा कोंडमारा होत होता. वरिष्ठ अधिकाऱ्यांना दारू-मटणाच्या पार्ट्या देऊन मी त्यांची मर्जी राखू शकत नव्हतो. मला ते कधी जमायचंदेखील नाही. त्यामुळे नोकरी करीत असताना वरिष्ठ अधिकाऱ्यांच्या रोष मला पत्करावा लागत होता, त्यांनी केलेला अपमान सहन करावा लागत होता. खरंतर मला ते सारं असह्य झालं होतं. कधी एकदा आपली या जंजाळातून सुटका होते, असा विचार मनात सारखा येत असे. ज्या दिवशी माझी नोकरीतून मुक्तता होईल, तो दिवस माझ्यासाठी भाग्याचा ठरणार होता.

माणूस जरी एखाद्या गोष्टीचा मनात विचार करीत असला तरी नियतीला ते कदापि मंजूर होत नसतं. नियती त्या माणसाच्या मनातील खेळ उधळून टाकायला अगदी टपून बसलेली असते. माणूस हा नियतीच्या हातातील एक खेळणं आहे, याची प्रचिती यायला मग वेळ लागत नाही.

मी माझ्या मनामध्ये माधुरीच्या लग्नाचा विचार करीत असताना तिच्या अंगात रोज संध्याकाळच्या वेळी ताप येऊ लागला, चालताना धाप लागू लागली. तिच्या दोन्ही पायांवर थोडी सूजदेखील आली होती. मी तिला तालुक्याच्या एका डॉक्टरांच्याकडे घेऊन गेलो. त्यांनी माधुरीला तपासून बाजारातील औषधं-गोळ्या लिहून दिल्या.

डॉक्टरांनी दिलेल्या औषधं-गोळ्यांचा काडीचादेखील गुण तिला आला नाही. मग तिला उपचारासाठी दुसऱ्या एका डॉक्टरांकडे घेऊन गेलो. पुन्हा पहिल्यासारखाच अनुभव आला. आता तिच्या मानेवर सुपारीएवढी मांसल गाठ दिसू लागली. ती गाठ दुखत नव्हती. माधुरीची तब्येत दिवसेंदिवस खालावत होती. तीन-चार डॉक्टरांच्याकडे जाऊनसुद्धा पदरी निराशा आली होती. त्यामुळे आम्हा सगळ्यांना तिची काळजी वाटू लागली. माधुरी या आजारातून बरी झाल्याशिवाय तिच्या लग्नाचा विचार तरी कसा करायचा? असा माझ्या मनाला प्रश्न पडला होता. प्रश्नांची गुंतावळ सुटता सुटत नव्हती. उलटपक्षी, ती अधिकाधिक वाढत होती. कोणत्याही डॉक्टरांना तिच्या आजाराचं निदान अद्याप करता आलेलं नव्हतं, याचं मला आश्चर्य वाटत होतं. माधुरीच्या पायावरची सूज कमी करण्यासाठी मी तिला रोज संध्याकाळी पायावर मसाज करण्यासाठी चिखले नावाच्या हाडवैद्याकडे मोटारसायकलवरून घेऊन जात असे. त्याचाही काडीचा गुण येत नव्हता. माधुरीचा आजार कोणत्याही औषधांना आणि उपायांना अजिबात दाद देत नव्हता. त्यामुळे मी माधुरीच्या काळजीनं मनाने अधिकाधिक खचत होतो.

हतबल होऊन मी एके दिवशी माधुरीला सोबत घेऊन खेड येथील डॉ. मुल्ला यांच्याकडे गेलो. त्यांनी माधुरीला तपासलं. त्यांना थोडी शंका आली म्हणून त्यांनी लॅबोरेटरीमध्ये जाऊन रक्त तपासून त्याचा रिपोर्ट आणून दाखवायला सांगितलं, तसेच छातीचा एक्सरेसुद्धा काढून आणायला सांगितला. डॉक्टरांनी मला सांगितल्याप्रमाणे सर्व चाचण्या करून त्यांचा रिपोर्ट डॉक्टरांना नेऊन दाखविला. आम्ही नेलेले रिपोर्ट वाचताना डॉक्टरांचा चेहरा गंभीर झाल्यामुळे माझ्या जिवाची उलघाल होऊ लागली.

डॉ. मुल्ला यांनी माधुरीला थोडा वेळ बाहेर जाऊन बसायला सांगितलं. आता मला त्या डॉक्टरांकडून जे काही ऐकायला मिळणार होतं, त्यासाठी मी माझ्या मनाची तयारी करून ठेवू लागलो. समोर खुर्चीत बसलेल्या डॉक्टरांचा गंभीर चेहरा पाहून माझ्या पायाखालची जमीन सरकत होती. माधुरी बाहेर गेल्यावर डॉक्टर मला गंभीर आवाजात म्हणाले,

"तुमच्या मुलीला क्षयरोगाची बाधा झाली आहे."

"काय सांगताय काय डॉक्टर?" भीतीनं माझे हातपाय थरथर कापू लागले.

रस्त्यानं चालत जात असताना ठेच लागून पायाचा अंगठा रक्तबंबाळ व्हावा, तशी माझी आता गत झाली होती. माधुरीचे लग्न करून टाकण्यासाठी मी किती स्वप्नं, किती मनोरथ माझ्या मनात रचले होते. त्या स्वप्नांचा, मनोरथांचा क्षणात चुराडा होऊन मी डॉक्टरांचं बोलणं ऐकून लोळागोळा झालो होतो. याचं कारण असं

होतं की, माधुरीला क्षयरोगाची बाधा असल्याचं समजल्यावर कोणताही मुलगा तिच्याशी लग्न करायला तयार होणार नाही, हे मला ठाऊक होतं. मग तिच्या पुढील आयुष्याचं काय? याचं उत्तर मला विचार करूनसुद्धा मिळत नव्हतं.

दु:खाचा दीर्घ नि:श्वास टाकून मी डॉक्टरांना क्षीण आवाजात म्हणालो,

"डॉक्टर, मी तिच्या लग्नाचा विचार करीत होतो."

"तूर्त तुम्हाला माधुरीच्या लग्नाचा अजिबात विचार करता येणार नाही. आतापासून आपण उपचार सुरू करू. मी तुम्हाला गोळ्या लिहून देतो. कमीत कमी सहा ते नऊ महिने त्या गोळ्या तिला घ्याव्या लागतील. ती संपूर्ण बरी झाल्यावरच तुम्ही तिच्या लग्नाचा विचार करा. तिच्या मानेवर जी गाठ आलेली आहे ती गाठ क्षयरोगाचीच आहे. डॉ. उपेंद्र तलाठी ऑपरेशन करून ती गाठ काढून टाकतील, मी त्यांना तसं फोन करून सांगतो. काळजी करू नका, तुमची मुलगी संपूर्ण बरी होईल."

माधुरीला एवढ्या तरुण वयात क्षयरोगाची बाधा होईल, असं मला कधी स्वप्नातदेखील वाटलं नव्हतं. येईल त्या प्रसंगाला धैर्यानं तोंड देण्याशिवाय माझ्यापुढे अन्य कोणताही पर्याय नव्हता. मी डॉक्टरांचा निरोप घेऊन त्यांच्या केबिनमधून लगेच बाहेर आलो. माधुरी बाकड्यावर बसून माझी वाट पाहत होती. मी बाहेर आल्यावर माधुरीनं मला "डॉक्टर काय म्हणाले?" म्हणून विचारलं. माधुरीला विश्वासात घेऊन मी तिला सर्व समजावून सांगितलं. माधुरीनं दगडाचं मन करून माझं सारं बोलणं ऐकून घेतलं. माझं बोलणं ऐकून तिच्या चेहऱ्यावर पसरलेली नाराजी माझ्या नजरेतून मुळीच सुटली नाही. उपचार सुरू करायला ती राजी झाली. मी तिच्या मनातील रोगाबद्दल असलेली भीती कमी करण्यासाठी माझ्या परीने प्रयत्न करीत होतो.

माधुरीला क्षयरोगाची बाधा झाली आहे हे मला, माधुरीला आणि माझ्या मुलालाच फक्त ठाऊक होतं. आमच्या तिघांशिवाय हे घरात कुणालाच ठाऊक नव्हतं. शेजारी आणि आमच्या नातेवाइकांपासूनसुद्धा ती बातमी आम्ही लपवून ठेवली होती, लोक पराचा कावळा करतात, नंतर त्याचा त्रास आम्हाला सहन करावा लागला असता. म्हणून आम्ही तिघांनी ती खबरदारी घेतली होती. लोक समोर सहानुभूती दाखवून पाठीमागून कुचेष्टा करीत असतात, याचा अनुभव मी आधी घेतला होता. मोठं मन करून समाज या रोगाकडे आत्मीयतेने पाहत नसतो. समाज या रोग्याकडे अगदी धृणास्पद नजरेनं पाहत असतो. त्यामुळे अधिकाधिक गुप्तता पाळणे, एवढंच आमच्या हाती होतं.

माधुरीला सकाळी आठ वाजता पाण्याबरोबर दोन गोळ्या घ्याव्या लागत होत्या. ग्लासात पाणी घेऊन माधुरी त्या गोळ्या माझ्या खोलीत येऊन रोज घ्यायची. मेडिकलमधून मी एकदम पंधरा दिवसांच्या गोळ्या विकत आणून माधुरीला द्यायचो. एखादी गोळी मिळाली नाही, तर दापोली किंवा चिपळूणला जाऊन ती विकत आणावी लागत होती. माधुरी गोळ्या घेण्यासाठी अजिबात टाळाटाळ करीत नसे. 'गोळ्या घे' म्हणून तिला आठवणसुद्धा करून देण्याची कधी मला गरज भासली नाही. गोळ्या वेळेवर घेतल्या नाहीत आणि त्या घेण्यासाठी टाळाटाळ केली तर त्याचा शरीरावर तितकासा परिणाम होत नाही, हे मुल्ला डॉक्टरांनी बजावून सांगितलं होतं. चार-आठ दिवसांनी माधुरीला दाखविण्यासाठी डॉक्टरांच्याकडे घेऊन जावं लागत होतं.

लग्न झाल्यानंतर स्मिता (ताई) पहिल्यांदाच तिच्या नवऱ्याला सोबत घेऊन माहेरपणाला आली होती. आम्ही त्या दोघांचं घरात आनंदानं स्वागत केलं. दोघा नवरा-बायकोला मी नवीन कपडे घेतले. त्यांच्या जेवणासाठी खास बेत केला. दोन दिवसांनी जावई स्मिताची तक्रार करीत मला थोड्या नाराजीनं म्हणाला,

"मामा, तुम्ही जरा आता स्मिताला समजावून सांगा. ती घरात कुणाचंच ऐकत नसत्ये, माझ्या आईलासुद्धा उलट बोलत्ये. मग मला तिचा राग येणार नाही? तुम्हीच सांगा बघू."

मी स्मिताला लगेच समोर बोलाविले आणि जावयासमोर तिला ताकीद करीत म्हणालो,

"ताई, तू तुझ्या सासू-सासऱ्यांना आईवडील समजून वागायचं. त्यांना उलट बोललेलं मलासुद्धा ते आवडणार नाही. कळलं का?"

स्मितानं माझं बोलणं अगदी निमूटपणे ऐकून घेतलं. ती काहीही बोलली नाही. जावई हातातील बोटातील अंगठी आणि गळ्यातील सोन्याची चेन काढून माझ्या समोर ठेवत म्हणाला,

"मामा, हे सोन्याचे दागिने तुम्ही मला माझ्या लग्नात दिले होते. ते तुम्ही तुमच्या ताब्यात घ्या. मला ते नकोत."

मी जावयाकडे भांबावून पाहू लागलो. तो असं का बोलतोय, हे माझ्या ध्यानात अजिबात आलं नव्हतं. मला त्याचं थोडं आश्चर्यसुद्धा वाटलं होतं. मी त्याच्या तोंडाकडे पाहत म्हणालो,

"तुम्ही हे दागिने का परत करताय?"

"त्याला एक कारण आहे."

"कोणतं?"

ताजा श्वास घेऊन जावई मला म्हणाला,

"मामा, या दागिन्यांवरून स्मिता मला टोमणे मारीत असते."

"काय टोमणे मारते?."

"ती मला नेहमी नेहमी म्हणते, की तुम्ही माझ्या वडिलांना लग्नात फार लुबाडलंत. त्यांना तुम्ही दागिने करण्यासाठी कर्जबाजारी केलंत."

मी माझ्या समोर फुरंगटून बसलेल्या जावयाची गोड आवाजात समजूत घालीत म्हणालो,

"तिचं तुम्ही कशाला मनावर घेत असता? लग्नात केलेले दागिने कुणी परत घेतं का? तुम्ही दोघं आनंदानं संसार करा. घरात रुसवे-फुगवे चालायचेच. लुटूपुटूच्या भांडणाशिवाय संसाराला गोडी नाही."

माझं मधाळ आवाजातील बोलणं ऐकूण जावयाचं मन थोडं हलकं झालं. त्याचा राग पाण्यात पडलेल्या ढेकळाप्रमाणे लगेच विरघळूनसुद्धा गेला. त्यानं माझ्यासमोर ठेवलेले दागिने पुन्हा हातांत घेतले. बोटात अंगठी घालून त्यानं गळ्यात चेन घातली. त्याचा तो नकार वरवरचा होता. त्याचा चेहरा पाहून माझ्या ते ध्यानात आलं होतं. त्याला मनापासून ते दागिने परत करायचे नव्हते.

माझ्या जावयाची त्याच्या आईवडिलांवर श्रद्धा होती, माया होती. मला त्याचा हा गुण फार आवडला होता. माझीसुद्धा माझ्या आई-वडिलांच्यावर श्रद्धा होती. त्यांचा कुणी अपमान केला, तर मला ते अजिबात सहन होत नसे. दिवाळीच्या सणात चार-पाच दिवस राहून जावई आणि स्मिता त्यांच्या गावी निघून गेले.

स्मिताकडून मला दिवाळीत कळलं, की जावई तिथं काहीही कामधंदा करीत नव्हता. घरात कंटाळा आला की, गावात मावा-गुटका खात फिरायचा. तो लेबर कॉन्ट्रक्टर आहे, असं मला आधी त्यांनी सांगितलं होतं. त्यांनी आम्हाला ते साफ खोटं सांगितलं होतं. त्याच्या मालकीच्या अनधिकृतपणे बांधलेल्या चाळी होत्या. त्यांचं त्याला दरमहा भाडं मिळायचं. शिवाय त्याच्या आईकडे पुष्कळ सोनं-नाणं होतं. त्याची आई पूर्वी एका कंपनीत नोकरी करीत असे. ते राहत असलेला फ्लॅट त्याच्या आईनं नोकरी करून विकत घेतला होता. त्यामुळे जावयाला त्याच्या आईचं मन दुखवून अजिबात जमणार नव्हतं. नाहीतर तो एका दिवसात रस्त्यावर आला असता.

जावयाचा मोठा भाऊ लेबर कॉन्ट्रॅक्टरचा व्यवसाय करीत असे. त्याचा मोठा भाऊ जावयाला त्याच्या ऑफिसमध्ये बसूसुद्धा देत नसे. आपली साफ फसगत झाली

म्हणून मी निराश होऊन कपाळावर हात मारून घेतला. कमानीतून तीर केव्हाच निघून गेला होता. आता जे भविष्यात माझ्या वाट्याला येणार होतं, ते निस्तरण्याशिवाय अन्य कोणताच पर्याय माझ्याकडे नव्हता. एकवेळ नवीन घेतलेलं भांडं बदलता येतं. परंतु नातं आणि नशीब कुणाला बदलता येत नाही.

दिवाळीच्या सणाला येऊन गेल्यानंतर स्मिताच्या सासरची माणसं तिला आणखी धाकात ठेवण्यासाठी प्रयत्न करू लागली. माहेरी अजिबात फोन करायचा नाही, अशी त्यांनी तिला ताकीद देऊन ठेवली. स्मिता बाजारात गेल्यावर त्यांची नजर चुकवून कॉइन बॉक्सवरून आम्हाला फोन करू लागली. स्मिताला तिच्या सासरी कसलंही स्वातंत्र्य नव्हतं. जेवताना आणखी चपाती हवी असेल, तर त्यासाठी तिला सासूची परवानगी घ्यावी लागत होती. तिनं जास्त चपाती किंवा भात खाल्ला, तर सासू तिच्याकडे मोठे डोळे करून पाहायची. ''तुझ्या बानं काय येवडं गठलं देऊन तुझं लगीन केलं न्हाय. जेवडं तुला दिलंय तेवडं गुमान गीळ आन् ऊठ.'' असं तिची सासू तिला रागानं बोलायची. मग स्मिताला कधीकधी अर्ध्या पोटानं जेवणाच्या ताटावरून उठावं लागत होतं.

स्मिताचा सासरा मात्र देवमाणूस होता. तो तिला कधी काहीच बोलायचा नाही. 'पोटभर जेव पोरी' असं तो तिला जेवताना म्हणायचा. स्मिताला त्या घरात फक्त तिच्या सासऱ्याचा तेवढा आधार वाटायचा. परंतु त्याची घरात अजिबात सत्ता चालायची नाही. तो त्याच्या बायकोच्या मुठीत होता. त्याची बायको तिच्या नवऱ्याला कधीकधी सकाळी नळावरून पाणीसुद्धा भरायला लावायची. त्या इमारतीच्या खाली पाण्याचा नळ होता. खालून पाणी जिने चढून वर न्यावं लागत होतं. स्मिताच्या सासूच्या पोटी मुलगी नव्हती. त्यामुळे तिला कधी लेकीची माया कळलीच नाही. मोठ्या सुनेनं एकदा तिनं तिचा छळ केल्यामुळे पोलीस स्टेशनची पायरी चढायला लावली होती आणि ती लगेच तिच्या माहेरीसुद्धा निघून गेली होती. ती माहेरी जाऊन परत आल्यावर तिच्या नवऱ्याला घेऊन ती वेगळं राहू लागली.

❖❖❖

१०

माधुरीच्या मानेवर क्षयरोगाची गाठ आली होती. ती गाठ गोळ्या खाऊन विरघळून गेली होती. सहा-सात महिन्यांचा गोळ्या घेण्याचा कोर्स पूर्ण झाल्यावर डॉक्टरांनी आम्हाला गोळ्या घेण्याचं बंद करायला सांगितलं. त्यांनी सांगितल्याप्रमाणे आम्ही गोळ्या बंद केल्या. गोळ्या खाऊन माधुरी आधीच कंटाळून गेली होती. डॉक्टरांनी तिला गोळ्या घेण्याचं बंद करण्याचं सांगितल्यावर तिनं सुटकेचा नि:श्वास टाकला.

आमची त्या जंजाळातून एवढ्यात सुटका होणार नव्हती. एखाद्या पराजित झालेल्या शत्रूनं काही दिवसांनंतर पुन्हा डोकं वर काढावं त्याप्रमाणे औषधं-गोळ्या बंद झाल्यावर माधुरीच्या मानेवर आलेली गाठ पुन्हा हळूहळू बळावू लागली. ती गाठ पाहून पुन्हा आम्हाला काळजीनं घेरलं. लगेच मी माधुरीला सोबत घेऊन डॉक्टरांना गाठलं. ती गाठ बोटानं चाचपून पाहिल्यावर डॉक्टरांनादेखील त्याचं थोडं आश्चर्य वाटलं. काही क्षयरोगाच्या पेशी औषध-गोळ्यांना जुमानत नाहीत, हे आता डॉक्टरांच्या लक्षात आलं होतं. मुल्ला डॉक्टरांनीसुद्धा त्या रोगापुढे आता हात टेकले होते. यापुढे तज्ज्ञ डॉक्टरांच्याकडून इलाज करून घेणं भाग होतं. माधुरी मनात खचलेली पाहून मी तिला धीर देत म्हणालो, "तू अजिबात घाबरू नकोस. यातून तुला पूर्ण बरं केल्याशिवाय मी आता स्वस्थ बसणारच नाही."

डॉक्टर मुल्ला मला म्हणाले,

"माधुरीला तुम्ही लगेच पुण्याला दिनानाथ मंगेशकर हॉस्पिटलमध्ये नेऊन भरती करा. त्या हॉस्पिटलमध्ये माझे मित्र डॉ. बाळासाहेब पवार आहेत. मी त्यांना लगेच फोन करून सांगतो. मानेवर ऑपरेशन करून ती गाठ काढावी लागेल.

त्यासाठी तुम्हाला त्या हॉस्पिटलमध्ये चार-पाच दिवस राहावं लागणार आहे.''

पाच दिवसांची किरकोळ रजा घेऊन मी माधुरीला सोबत घेऊन पुण्याला जाणारी सकाळी आठची एसटी पकडली. हॉस्पिटलच्या खर्चासाठी रुपये दहा हजार घेतले होते. आणखी पैसे लागले तर त्या ठिकाणी आपल्याला त्याची अडचण येऊ नये म्हणून मी माझ्या सोबत भारतीय स्टेट बँकेचं एटीएम कार्ड घेतलं. पुण्यात स्वारगेटला उतरल्यावर थेट रिक्षा करून आम्ही दिनानाथ मंगेशकर हॉस्पिटल गाठलं. भलं मोठं वलयांकित सात-आठ मजल्यांचे हॉस्पिटल पाहून मी चकित झालो. याआधी मी एवढं मोठं हॉस्पिटल कधी पाहिलं नव्हतं. माझ्या डोक्यावर जर टोपी असती आणि मी माझी मान वर करून त्या हॉस्पिटलचे मजले पाहिले असते, तर माझ्या डोक्यावरील टोपी नक्कीच खाली पडली असती.

मी चौकशी खिडकीजवळ जाऊन तेथील एका कर्मचाऱ्याला डॉ. बाळासाहेब पवार यांचं नाव सांगितलं. त्यांनी मला लगेच विचारलं,

''कोठून आलात?''

''कोकणातून.''

''पेशंटला अॅडमीट करायचं का?''

''होय.''

पुढे त्यांनी मला काहीही विचारलं नाही. त्यांनी माझ्या समोर एक छापील फॉर्म ठेवला आणि तो भरून द्यायला सांगितलं. मी तो छापील फॉर्म लगेच भरून त्यांच्या ताब्यात दिला. थोड्या वेळानं त्यांनी माधुरीला चौथ्या मजल्यावरची सहा क्रमांकाची कॉट दिली.

कॉट ताब्यात घेण्याच्या आधी आम्ही दोघं डॉ. बाळासाहेब पवार यांना जाऊन भेटलो. ते अतिशय सज्जन आणि मितभाषी गृहस्थ होते. आम्ही दोघं कोकणातून आलोय हे त्यांना आधीच ठाऊक होतं. डॉ. मुल्ला यांनी आम्ही त्या ठिकाणी यायच्या आधीच फोन करून सांगितलं होतं.

डॉ. पवार मला म्हणाले,

''आज कॉट ताब्यात घ्या. उद्या मानेचं ऑपरेशन करून गाठ काढू.''

''डॉक्टर, माझी तुम्हाला नम्र विनंती आहे की, आम्हाला लवकर सोडलं तर बरं होईल. मी फक्त पाच दिवसांचीच रजा टाकली आहे.''

''ऑपरेशन झाल्यावर पेशंटला कधी सोडायचं ते नंतर ठरवू. तुम्हाला त्याची काळजी नको.''

डॉक्टरांनी शारीरिक वेदना सहन करणाऱ्या रुग्णाला जरी शाब्दिक दिलासा

देण्याचं काम केलं, तरी तो रुग्ण त्या डॉक्टरांचे ऋण कधीही विसरत नाही. सर्वच डॉक्टर रुग्णांकडून फक्त त्यांना अंधारात ठेवून पैसे उकळतात, असं म्हणणं योग्य होणार नाही. डॉ. बाळासाहेब पवार यांच्यासारखी डॉक्टरमंडळी प्रसंगी देवदूताप्रमाणे रुग्णांच्या मदतीलासुद्धा धावत येत असतात. मला त्याचा आता प्रत्यक्ष अनुभव येत होता.

डॉक्टरांचे आभार मानून मी आणि माधुरी आमच्या बॅगा घेऊन चौथ्या मजल्यावर आलो. माधुरीला दिलेली सहा क्रमांकाची कॉट रिकामी होती. त्या सी-वॉर्डमध्ये चार-पाच तरुण केरळी सिस्टर होत्या. त्यांनी हिंदीत माधुरीला तिची माहिती विचारून तिची पिवळ्या कलरची फाईल तयार केली. त्यांना मराठीचा अजिबात गंध नव्हता. तोडकंमोडकी हिंदी भाषा त्या बोलत असत. इंग्रजी भाषेत त्या रुग्णांची फाईल तयार करीत असत. तो संपूर्ण वॉर्ड महिला रुग्णांचा होता. त्या आजारी महिलांचे चेहरे दुःखानं आणि शारीरिक वेदनांनी पार पिळवटून गेलेले होते. त्या संपूर्ण वॉर्डात भयाण, गूढ वातावरण सर्वत्र पसरलेलं होतं. वॉर्डात त्या केरळी सिस्टर्स त्यांची कामगिरी अगदी डोळ्यांत तेल घालून करीत होत्या. प्रत्येक महिला रुग्णाबरोबर त्या अगदी जिव्हाळ्यानं बोलत, कुणालाही त्या ओरडून बोलत नसत. मला त्याचं फार आश्चर्य वाटलं. शासकीय रुग्णालयात अशी परिस्थिती कधीही पाहायला मिळत नसे.

माधुरीला लगेच सलाईन लावण्यात आलं. सिस्टरनं औषधांची चिठ्ठी लिहून माझ्याकडे दिली. डांबरी रस्त्याच्या पलीकडे एक औषधांचं दुकान होतं. हॉस्पिटलमध्येसुद्धा औषधं विकत मिळत. त्यांच्याकडे एखाद् वेळी ते औषध उपलब्ध नसेल, तर डांबरी सडकेच्या पलीकडे जाऊन केमिस्ट्रीमधून ती औषधं विकत आणावी लागत होती. औषधं घेऊन मी माधुरीसाठी ताजी फळंसुद्धा घेऊन आलो. माझी एकट्याचीच खालून वर आणि वरून खाली अशी एकसारखी धावपळ सुरू झाली होती. मी बाहेर औषधं नाहीतर आणखी एखादी वस्तू आणायला गेल्यावर त्या वॉर्डातील नर्सेस माधुरीची काळजी घेत असत.

माधुरी ज्या वॉर्डात होती तो संपूर्ण वॉर्ड महिला रुग्णांचा असल्यामुळे मला रात्री त्या ठिकाणी अजिबात थांबता येणार नव्हतं. डिसेंबरचा ऐन थंडीचा महिना होता. रात्री बर्फागत थंड पडलेल्या लादीवर पेपर अंथरून मी आडवा झालो आणि अंगावर शाल ओढून घेतली. सहा क्रमाकांच्या वॉर्डसमोर असणाऱ्या ऐसपैस व्हरांड्यात मी झोपलो होतो. माझ्या बाजूलाच रुग्णांचे नातेवाईकसुद्धा झोपले होते. थंडी मी म्हणत होती, त्यामुळे झोप डोळ्यांत उतरत नव्हती. तसेच पोटाला दोन्ही गुडघे

लावून कुडकुडत झोपलो होतो. प्रवासाने संपूर्ण अंग ठणकत होतं. थोडा वेळ डोळा लागायचा. नंतर लगेच जाग यायची. जाग आल्यावर लगेच मरणाची थंडी वाजायला सुरुवात व्हायची.

दुसऱ्या दिवशी माधुरीच्या मानेवर शस्त्रक्रिया करून ती गाठ काढायची होती. तसं तिला त्या वॉर्डातील प्रमुख सिस्टरकडून आधीच सांगून ठेवण्यात आलं. माधुरीला सकाळपासून काहीही खायला द्यायचं नाही म्हणून त्या सिस्टरनं मला अगदी बजावून सांगितलं. शस्त्रक्रिया विभागात संपूर्ण तयारी झाल्यावर माधुरीला सकाळी अकराच्या दरम्यान स्ट्रेचरवरून त्या ठिकाणी नेण्यात आलं. माधुरीला शस्त्रक्रिया करण्यासाठी नेल्यावर मी बाहेर व्हरांड्यात अस्वस्थ मनानं फेऱ्या मारू लागलो.

शस्त्रक्रिया यशस्वी होण्यासाठी मनातल्या मनात परमेश्वराची प्रार्थना करू लागलो.

शस्त्रक्रिया करून मानेवरची गाठ काढल्यानंतर मला ध्वनिक्षेपकावरून आत बोलावण्यात आलं. शस्त्रक्रिया करून काढलेली मांसल, टणक गाठ एका प्लॅस्टिकच्या डबीत ठेवली होती. डॉक्टर मला ती गाठ दाखवीत म्हणाले,

"ही गाठ आम्ही तपासण्यासाठी आमच्या लॅबोरेटरीकडे लगेच पाठविणार आहोत. त्याचा अहवाल तुम्हाला नंतर मिळेल. तो अहवाल पाहून डॉक्टरांना कोणतं औषध व गोळ्या द्यायचं, हे कळेल."

"मी माझ्या मुलीला आता भेटू शकतो का?"

"अजून पेशंट बेशुद्ध आहे. पेशंटला शुद्ध आली की, आम्ही तुम्हाला माईकवर पुकारा करून आत बोलावून घेऊ. तोपर्यंत तुम्ही थोडा वेळ बाहेर थांबा."

"ठीकाय."

डॉक्टरांची भेट घेऊन मी पुन्हा व्हरांड्यात येऊन उभा राहिलो. आता माझं सारं लक्ष मला माईकवरून कधी एकदा आत बोलवितात, इकडे लागलं होतं. माधुरीला हळूहळू शुद्ध येत होती. ती पूर्ण शुद्धीवर आल्यानंतर मला आत बोलविण्यात आलं. त्यांची परवानगी मिळाल्यावर मी अगदी धावतच त्या शस्त्रक्रिया विभागात गेलो.

माधुरी एका स्ट्रेचरवर फक्त तोंडानं हूंऽऽ हूं करीत विव्हळत होती. तिच्या दोन्ही डोळ्यांतून शारीरिक वेदनांनी आणि दु:खाने अश्रू गळत होते. तिचा चेहरा-सुद्धा निस्तेज झाला होता. माधुरीच्या जवळ जाऊन मी तिला "माधुरीऽऽ ए माधुरीऽऽ" अशा हाका मारू लागलो. परंतु तिच्याकडून मला काहीही उत्तर मिळालं नाही. थोड्या वेळानं मला एका सिस्टरनं बाहेर थांबायला सांगितलं. जड पावलांनी

मी पुन्हा व्हरांड्यात येऊन थांबलो.

अर्ध्या तासानं माधुरीला पुन्हा स्ट्रेचरवरून लिफ्टनं परत चौथ्या मजल्यावर आणण्यात आलं. सिस्टरनं थोड्या वेळानं तिला आधी चहा-बिस्किटं आणि नंतर हलकं जेवण द्यायला सांगितलं. हॉस्पिटलच्या तळमजल्यावरच कँटीन होतं. त्या ठिकाणी चहा, नाश्ता, जेवण, ज्यूस इत्यादी मिळत असे. ते कँटीन अतिशय स्वच्छ आणि टापटिपीचं होतं. माधुरीसाठी चहा-बिस्किटं आणण्यासाठी मी लगेच तळमजल्यावर जिने उतरून गेलो. कालपासून माधुरीच्या पोटात काहीही गेलं नव्हतं. त्यामुळे ती आणखी अशक्त झाली होती. तिच्या चेहऱ्यावरील रया पार निघून गेली होती आणि तिच्या गालावरील हाडंसुद्धा आता दिसत होती.

माधुरीला कॉटवर बसतं करून मी तिला गरम चहा आणि बिस्किटं खायला दिली. पुण्यात सांगवी या ठिकाणी माधुरीची एक जिवाभावाची मैत्रीण राहत होती. तिचं नाव सोनाली असं होतं. बारामती इथं श्रीमती शारदाबाई पवार या बी.एड. कॉलेजमध्ये शिकत असताना त्या दोघी वसतिगृहात एकाच खोलीत राहत होत्या. त्यामुळे दोघींची चांगली ओळख झाली होती. माधुरीनं तिला ती दिनानाथ मंगेशकर हॉस्पिटलमध्ये येणार असल्याचं आधीच मोबाईलवरून सांगून ठेवलं होतं. तारीख आणि वारसुद्धा तिला सांगितला होता.

सोनाली माधुरीला दुपारी एकच्या दरम्यान भेटायला आली. चौकशी विभागात तिला माधुरी कोणत्या वॉर्डात आणि कितव्या मजल्यावर आहे, याची माहिती मिळाली होती. त्यामुळे माधुरीला शोधायला तिला वेळ लागला नाही. दोघी मैत्रिणी कितीतरी दिवसांनी एकमेकींना दिनानाथ हॉस्पिटलमध्ये भेटत होत्या. दोघींच्याही डोळ्यांत अश्रूंनी गर्दी केली होती. नाजूक फुलागत आनंदानं इकडे तिकडे बागडणाऱ्या जिवाभावाच्या मैत्रिणीची झालेली दशा पाहून सोनाली दु:खानं गदगदत होती.

सोनालीनं तिच्या मैत्रिणीसाठी येताना ताजी फळं, बिस्किटचा पुडा आणि गरमगरम जेवणसुद्धा आणलं होतं. सोनाली कॉटवर तिच्या शेजारी बसली आणि माधुरीला चमच्यानं जेवण भरवू लागली. या स्वार्थी जगात त्या दोघी मैत्रिणींचं निर्व्याज प्रेम मी त्यांच्या जवळ उभा राहून उघड्या डोळ्यांनी पाहत होतो. माधुरी क्षीण आवाजात तिच्या सोबत बोलत होती. माधुरीचं जेवण झाल्यावर त्या आणखी थोडा वेळ कॉटवर बोलत बसल्या. माधुरीच्या भिजलेल्या डोळ्यांत दु:ख, वेदना तुडुंब भरलेल्या पाहून सोनालीला खूप दु:ख झालं होतं. आजारपणाला माधुरी पार वैतागून गेली होती. मी सावलीप्रमाणे तिची सोबत करीत होतो, तिला धीर देत होतो.

सोनालीला येऊन आता एक-दीड तास झाला होता. थोड्या वेळानं सोनाली

तिच्या घरी सांगवीला जाण्यासाठी बसलेल्या कॉटवरून उठली. जाताना ती माधुरीला म्हणाली, "मी तुला उद्यासुद्धा दुपारी बघायला येणार आहे. मी येताना तुझ्यासाठी जेवण तयार करून आणणार आहे." सोनालीनं माधुरीचा निरोप घेऊन दरवाजाकडे जड पावलांनी मोर्चा वळवला. सोनाली निघून गेल्यावर थोड्या वेळानं माधुरी कसनुसं तोंड करून मला म्हणाली,

"अण्णा, माझ्या घशाला कोरड पडलीय. तुम्ही कँटीनमध्ये जा आणि माझ्यासाठी पायनापल ज्यूस घेऊन लगेच या."

माधुरीकरिता ज्यूस आणण्यासाठी मी तळमजल्याकडे जाणारे जिने उतरू लागलो. कँटीनमध्ये फार गर्दी होती. प्रथम पैसे भरून कूपन घ्यावं लागत होतं. नंतर ते कुपन तिथे काम करणाऱ्या वेटरकडे दिल्यानंतर तो आपल्याला जो पदार्थ किंवा थंड पेय हवं असेल, ते कूपन पाहून आणून द्यायचा. मी काउंटरवर पैसे भरून पायनापल ज्यूसचं कूपन ताब्यात घेतलं. मी ते वेटरकडे देऊन त्याला तो लवकर आणून द्यायला सांगितलं. गर्दी असल्यामुळे मला पायनापल ज्यूस वेटरकडून लवकर मिळेना. इतक्यात मला माधुरीचा तातडीचा माझ्या मोबाईलवर फोन आला. "अण्णा, तुम्ही लवकर या. मला कसंतरीच व्हायला लागलंय." ती प्रचंड घाबरून गेली होती. तिच्या आवाजातसुद्धा कमालीची भीती होती.

माधुरीचं बोलणं ऐकून मी धावतच जिनं चढायला लगेच सुरुवात केली. थोड्याच वेळात मी तिच्या जवळ जाऊन पोचलो. वेदनांनी माधुरीचा चेहरा पिळवटून गेला होता. मी तिला तिच्या पाठीला हाताचा आधार देऊन बसतं केलं. पाठ टेकण्यासाठी मी तिला उशी दिली. माधुरी पाठ टेकून बसल्यावर लगेच तिला उलटी झाली. भांडं देण्यासाठीसुद्धा मला वेळ मिळाला नव्हता. उलटी करून माधुरीनं माझी पँट खराब करून टाकली होती. नशीब तिनं तिच्या गादीवर उलटी केली नाही म्हणून. नाहीतर गादीवरचं कापड बदलल्याशिवाय तिला त्यावर झोपतादेखील आलं नसतं.

माधुरीनं उलटी केल्यावर एक केरळी सिस्टर लगेच धावतच तिच्या जवळ आली. तिनं माधुरीला एक गोळी दिली आणि ती तिनं तिला लगेच घ्यायला सांगितली. माधुरीनं त्या सिस्टरसमोर ती गोळी पाण्याबरोबर घेतल्यावर तिनं तिला आराम करायला सांगितलं. माझी पँट खराब झाली होती म्हणून मी ती धुण्यासाठी बाथरूममध्ये गेलो. नळ चालू करून हातानं पाणी घेऊन पँट स्वच्छ करू लागलो. पाण्यानं माझी पँट ओली झाली होती. ओल्या पँटनं पुन्हा मी माधुरीच्या जवळ आलो आणि तिच्या समोर एका प्लॅस्टिकच्या स्टुलावर बसलो.

माझ्या समोरच्या खिडक्यांना पारदर्शक काचांची तावदानं लावली होती. त्या खिडक्यांतून स्वच्छ, ताजी हवा आत येत असल्यामुळे जिवाला खूप बरं वाटू लागलं होतं. समोर माझ्या डोळ्यांना पुण्यातील उंच, प्रशस्त सिमेंट-काँक्रीटच्या इमारती दिसत होत्या. डांबरी सडकेवरून काळा धूर ओकत अनेक प्रकारची वाहनं जाताना-येताना दिसत होती. रंगीबेरंगी कपड्यांतील माणसांचे पुंजके दिसत होते. कचऱ्याच्या ढिगावर अन्न शोधण्यासाठी तुटून पडलेली गाढवं, कुत्री, डुकरं दिसत होती, छोट्या छोट्या टेकड्यांना असंख्य सिमेंट काँक्रीटच्या इमारतींनी वेढलेलं दिसत होतं. सगळ्यात आनंददायी, उत्साही बाब म्हणजे स्वच्छ, निरभ्र आकाशाचा तुकडासुद्धा माझ्या डोळ्यांना दिसत होता. मी दिनानाथ मंगेशकर हॉस्पिटलच्या चौथ्या मजल्यावरून ते दृश्य पाहत होतो. माझ्या दोन्ही डोळ्यांना त्याचं सुख निश्चित मिळत होतं.

निरभ्र आकाशाचा तुकडा पाहून जरी डोळ्यांना सुख मिळत होतं, तरी मी ज्या ठिकाणी बसलो होतो, त्या महिला रुग्णांच्या वॉर्डात कमालीचं दुःख पसरलं होतं. असह्य शारीरिक वेदनांनी तरुण, वयस्कर महिला तळमळत होत्या. त्यांचं विव्हळणं ऐकून आणि त्यांच्या डोळ्यांतील गळणारे अश्रू पाहून पोटात नुसती कालवाकालव होत होती.

माधुरीचा आता डोळा लागला होता. ती झोप घेऊन उठल्यावर मला तिला चहा-बिस्किटं आणून द्यायची होती, सफरचंदाच्या फोडी तिला हातानं भरवायच्या होत्या. सिस्टरनं मला तिला शहाळ्याचं पाणी प्यायला द्यायला सांगितलं होतं. सायंकाळी सहाच्या दरम्यान मी त्या हॉस्पिटलमधून शहाळं शोधण्यासाठी बाहेर पडलो. रोख पंचवीस रुपये देऊन एका हातगाडीवर शहाळं विकत घेतलं आणि पुन्हा परत आलो. एका पेल्यात त्या शहाळ्याचं पाणी ओतून ते माधुरीला मी प्यायला दिलं. ते मधुर, गोड पाणी पिऊन माधुरीला थोडं बरं वाटलं. तिची मैत्रिण सोनाली दुपारी तिला भेटायला येणार होती. येताना ती माधुरीसाठी आणि माझ्यासाठी दुपारी आणि रात्रीसाठी जेवण तयार करून आणणार होती. तिला 'जेवण आणू नकोस' असं तरी कसं म्हणायचं, असा मला प्रश्न पडला होता. त्यामुळे तिचं मन नक्की दुखावलं असतं. शारीरिक असह्य वेदना सहन करीतच माधुरी तिच्या जिवश्चकंठश्च मैत्रिणीशी बोलायची.

माझी रजा संपत आली होती.

मी डॉ. बाळासाहेब पवार यांना जाऊन भेटलो. त्यांनी पेशंटला सोडण्याचा निर्णय घेतला होता. माझं बोलणं ऐकून घेऊन ते मला अगदी शांतपणे समजावून सांगत म्हणाले,

"पेशंटच्या मानेवर शस्त्रक्रिया करून काढलेली गाठ लॅबोरेटरीकडे पाठविण्यात आली आहे. ती गाठ तपासून त्याचा अहवाल येण्यासाठी वेळ लागतो. सात-आठ दिवसांनी तुम्ही हॉस्पिटलला फोन करून त्याबद्दल चौकशी करा. त्याची ते नक्की माहिती देतील. तो अहवाल आल्यावर तुम्ही समक्ष येऊन घेऊन जा. तो अहवाल तुम्ही डॉ. मुल्ला यांना नेऊन दाखवा. ते फोन करून त्याबद्दल मला सांगतील. आमची फोनवर चर्चा झाल्यानंतर कोणत्या गोळ्या चालू करायच्या, हे तुम्हाला डॉ. मुल्ला सांगतील. तोपर्यंत तुम्ही आधी लिहून दिलेल्या गोळ्या चालू ठेवा. आता तुमच्या मुलीला कमीत कमी नऊ महिने तरी गोळ्या घ्याव्या लागतील."

डॉ. पवार यांचं बोलणं मी अगदी शांतपणे ऐकून घेतलं. नंतर मी त्यांना म्हणालो,

"आज मी माझ्या मुलीला घेऊन जाऊ शकतो का?"

"हो."

"हॉस्पिटलचं बिल भरून आम्ही निघतो."

"तुम्हाला पैशाची अडचण असेल, तर मी त्यांना माझ्या वतीनं त्या बिलातील एकूण १० टक्के रक्कम कमी करायला सांगतो."

डॉक्टरांचं बोलणं ऐकून मला थोडं बरं वाटलं. याचं कारण असं होतं की, सध्या वैद्यकीय क्षेत्रात कधी नव्हे एवढी बजबजपुरी माजली आहे. डॉक्टरांना पेशंटच्या जिवापेक्षा पैशाचीच अधिक काळजी असते. कुणाही संवेदनशील माणसाची मान शरमेनं खाली झुकावी अशी परिस्थिती सर्वत्र पाहायला मिळतेय. हॉस्पिटलचा झालेला खर्च वसूल केल्याशिवाय उच्चशिक्षित डॉक्टर मुडदासुद्धा नातेवाइकांच्या ताब्यात देत नाहीत. घाबरलेल्या रुग्णांना आणखी थोडं घाबरवून नाना क्लृप्त्या करून ही मंडळी त्यांच्याकडून अवाच्या सवा पैसे उकळतात. त्यामुळेसुद्धा डॉक्टरांकडे पाहण्याचा जनतेचा दृष्टिकोन पार बदलून गेला आहे.

अशा डागाळलेल्या वैद्यकीय व्यवसायात डॉ. बाळासाहेब पवार यांच्यासारखी माणसं विहिरीतील पाननिवळीसारखं काम करून रुग्णांना दिलासा देण्याचं नि:स्वार्थीपणे काम करीत असतात. सगळीकडेच अंधार दाटला आहे, असं निराश होऊन म्हणण्याची अजून तरी वेळ आलेली नाही. डॉ. पवार यांच्या बोलण्याला मी माझी संमती दिली आणि त्यांचे आभार मानून मी त्यांचा निरोप घेतला.

माधुरीला आज हॉस्पिटलमधून डिस्चार्ज मिळणार होता. म्हणून मी त्या वॉर्डातील प्रमुख सिस्टरला पैसे भरून घेण्यासाठी तिची फाईल बिलिंग कार्यालयात पाठवायला सांगितली. त्याप्रमाणे त्या सिस्टरनं बिलिंग कार्यालयाकडे माधुरीची

फाईल पाठविली. मी येताना माझं भारतीय स्टेट बँकेचं एटीएमचं कार्ड आणलं होतं. पैसे कमी पडले तर अडचण नको म्हणून मी कार्ड घेऊन आलो होतो. हॉस्पिटलचा एकूण खर्च रुपये सतरा हजार एवढा झाला होता. डॉ. बाळासाहेब पवार यांनी फोन करून सांगितल्याप्रमाणे त्यातून १० टक्के रक्कम कमी करण्यात आली. येताना मी फक्त रुपये दहा हजार आणले होते. मला हॉस्पिटलचं बिल चुकतं करण्यासाठी पैसे कमी पडत होते. म्हणून मी हॉस्पिटलच्या आवारात असलेल्या एटीएममधून मला हवी असणारी रक्कम काढली.

बिलिंग कार्यालयात जाऊन मी झालेल्या खर्चाचे पैसे भरले आणि पावती घेतली. दुपारी साडेतीन वाजता स्वारगेटवरून सुटणारी खेडला जाणारी गाडी होती. कपडे, सामान बॅगेत भरून मी ती बॅग माझ्या हातात घेतली. माधुरीला सोबत घेऊन मी लगेच जिन्याच्या पायऱ्या भरभर उतरू लगलो. माधुरीच्या हाताला, मानेला पट्ट्या बांधल्या होत्या. आम्ही हॉस्पिटलचं बिल न भरताच पळून जातो की काय म्हणून आम्हा दोघांना तेथील सुरक्षा रक्षकांनी गेटजवळ अडवलं आणि बिल भरणा केलं असल्याच्या पावत्या दाखवायला त्यांनी मला सांगितलं. एखाद्या चोराप्रमाणे त्यांनी मला हटकल्यामुळे मला त्यांचा राग आला होता. तेव्हा त्यांची आणि माझी थोडी शाब्दिक चकमकसुद्धा उडाली. मी त्यांना हॉस्पिटलचं बिल भरणा केल्याची पावती दाखवल्यावरच आमची त्यांच्या तावडीतून सुटका झाली.

रिक्षा करून आम्ही स्वारगेट बसस्थानकात आलो. अजून बस लागायला वेळ होता. सोनाली तिच्या वडिलांना सोबत घेऊन माधुरीला निरोप देण्यासाठी स्वारगेट बसस्थानकात आली. दोघी मैत्रिणी थोडा वेळ बोलत उभ्या राहिल्या. मी सोनालीच्या वडिलांबरोबर इकडचंतिकडचं बोलत होतो. थोड्या वेळानं फलाटावर कोकणात जाणारी पुणे-खेड गाडी लागली. प्रवाशांची गाडीला खूप गर्दी होती. माधुरीच्या मानेची नुकतीच शस्त्रक्रिया झाली होती. म्हणून मला तिची काळजी वाटत होती. कसंबसं माधुरीला गाडीच्या अगदी शेवटच्या बाकावर बसायला जागा मिळाली.

सोनाली हवेत हात हलवीत बाहेरून तिचा भरल्या डोळ्यांनी निरोप घेत होती. गाडी सुरू झाल्यावर माधुरी खिडकीतून तिला बराच वेळ हात हलवीत होती.

❖❖❖

११

आजार बरा होण्यासाठी माधुरी रोज वेळच्या वेळी गोळ्या घेत होती. कधी एकदा ती या आजारातून बरी होते, असं मला मनातून वाटत होतं. ती आजारातून बरी झाल्याशिवाय मला तिच्या लग्नाचा विचार करता येत नव्हता. क्षयरोगानं पुन्हा डोकं वर काढल्यामुळे ती मनातून खचली होती. रोजच्या रोज त्याच त्याच गोळ्या खाऊन ती कंटाळली होती. जगणं तिला नीरस वाटू लागलं होतं आणि ती आतल्या आत खोल नैराश्याच्या खाईत सापडली होती.

मी रोज सकाळी सात-साडेसातच्या दरम्यान दुपारचा डबा घेऊन मी माझ्या कामाला निघून जात असे. रात्री आठ-नऊच्या दरम्यान घरी पुन्हा यायचो. तहसील कार्यालयातील माझी नोकरी अत्यंत जबाबदारीची होती. त्यामुळे रविवारी किंवा इतर सणांच्या दिवशीही मला घरी थांबता येत नव्हतं. सकाळी उठलो की आन्हिकं उरकून नोकरीवर पळावं लागत होतं. कधी कुणाकडे जाणे नाही की कुठं मौज- मजा करण्यासाठी फिरणं नाही. रूक्ष महसूल खात्यात मनाविरुद्ध नोकरी करावी लागत होती.

एके दिवशी मी माझ्या कामात आकंठ बुडालेलो असताना दापोली तहसील कार्यालयात दुपारी एकच्या दरम्यान माधुरीचा माझ्या मोबाईलवर फोन आला. माधुरीचा फोन असल्यानं मी लगेच मोबाईल उचलून कानाला लावला. माधुरी रडत रडत मला म्हणाली,

"अण्णा, मी विषारी औषध घेतलंय."

माधुरीचं बोलणं ऐकून माझ्या पायाखालची जमीन सरकू लागली. भीतीनं माझ्या पोटात खोल खड्डा पडला आणि माझे हातपाय एखाद्या वयस्कर माणसाप्रमाणे थरथर कापू लागले. मी माधुरीला लगेचच म्हणालो,

"माधुरी, तू हे काय केलंस?"

"अण्णा, मला जगायचं नाही. मला या आजारपणाचा कंटाळा आलाय."

"तू आता कोठे आहेस?"

"मी मुल्ला डॉक्टरांच्या दवाखान्यात आहे."

"मी लगेच निघतोय." मी अडखळत म्हणालो.

सविता बाळंतपणासाठी तिच्या माहेरी सांगलीला गेली होती. मुलगा त्याच्या नोकरीच्या ठिकाणी निघून गेला होता. मी अर्ध्या दिवसाची किरकोळ रजा टाकून घाईनं बॅग घेऊन तहसील कार्यालयाच्या बाहेर पडलो. वेळ घालवून मला आता चालणार नव्हतं. लवकरात लवकर मला खेडला मुल्ला डॉक्टरांच्या दवाखान्यात पोचायचं होतं. माधुरी माझ्याशी बोलली होती. त्यामुळे ती थोडी शुद्धीत आहे, एवढं माझ्या लक्षात आलं होतं. मी दापोली तहसील कार्यालयासमोर असणाऱ्या डांबरी सडकेवर विमनस्क मन:स्थितीत उभा होतो. इतक्यात एक रिकामी रिक्षा येताना मला दिसली. मी हात केल्यावर ती रिक्षा माझ्याजवळ येऊन थांबलीसुद्धा. मी त्या रिक्षावाल्याला 'मला खेडला जायचंय' म्हणून सांगितलं. तो रिक्षावाला खेडला यायला लगेच तयार झाला. मी त्याला भाडंसुद्धा विचारीत बसलो नाही. तो सांगेल तेवढी रक्कम मी त्याला देणार होतो. मला डॉ. मुल्ला यांच्या दवाखान्यात लवकरात लवकर पोचायचं होतं.

तो रिक्षावाला भला माणूस निघाला. दापोली ते खेड हे अंतर तीस किलोमीटर्स आहे. घाट आणि वेडीवाकडी वळणं असल्यानं तीस किलोमीटर्सचं अंतर कापायला एसटीला कमीत कमी एक तास लागतो. त्या रिक्षावाल्यानं माझी द्विधा मन:स्थिती ओळखून कुठंही न थांबता अवघ्या पस्तीस मिनिटांत खेडला डॉ. मुल्ला यांच्या दवाखान्यासमोर रिक्षा आणून उभी केली. मी त्याचं भाडं देऊन धावतच हॉस्पिटलमध्ये शिरलो. मला पाहून माधुरी रडू लागली. डॉ. मुल्ला मला म्हणाले,

"तुम्ही हिला ताबडतोब कळबणी इथं उपजिल्हा रुग्णालयात घेऊन जा."

मुल्ला डॉक्टरांनी सांगितल्याप्रमाणे मी माधुरीला रिक्षानं कळबणी इथं उपजिल्हा रुग्णालयात घेऊन गेलो. तेथील सरकारी डॉक्टरांनी माधुरीला दाखल करून घेऊन लगेचच उपचार करायला सुरुवात केली. माधुरी उपचारांना चांगली प्रतिसाद देऊ लागली. सायंकाळी माझा मुलगा आणि माझे नातेवाईक माधुरीला पाहायला आले. माधुरी असं काही करून घेईल, असं कुणालाच वाटलं नव्हतं. माधुरीला पाहून सगळेजण हळहळत होते.

सरकारी डॉक्टरांनी माधुरीवर लगेच उपचार सुरू केले होते. नियमाप्रमाणे

त्यांनी विषारी औषध घेतलेल्या रुग्णाची तालुक्याच्या पोलीस स्टेशनला लगेच फोन करून माहिती दिली. पोलिसांनी ती माहिती परस्पर तहसील कार्यालयाला दिली. तहसील कार्यालयात काम करणारा भांबड नावाचा अधिकारी डाइंग डिक्लेरेशन (मृत्युपूर्व जबाब) घेण्यासाठी सरकारी दवाखान्यात आला. त्यांना मी चांगला ओळखत होतो. तहसील कार्यालयातून आलेले भांबड नावाचे अधिकारी माधुरीचा जबाब घेऊन तिथून गेले. ते गेल्यानंतर लगेच पोलिसांची गाडी हॉस्पिटलच्या आवारात येऊन उभी राहिली.

पोलिसांचा स्वभाव संशयी असल्यानं ते माधुरीला उलटेसुलटे प्रश्न विचारून आणखी त्रास देऊ लागले. माधुरीनंसुद्धा त्या पोलिसांना अजिबात न घाबरता त्यांना निक्षून सांगितलं, की मी आजारपणाला कंटाळूनच विषारी औषध प्राशन केलंय म्हणून. पोलिसांचा नाइलाज झाला तेव्हा त्यांनी तिनं सांगितल्याप्रमाणे तिचा जबाब लिहून घेतला. तिच्या जबाबावर त्यांचा विश्वास नव्हता.

माझ्या घरी जाऊन तिथं काय आक्षेपार्ह सापडतं का, यासाठी ते पोलीस आपसात चर्चा करीत होते. त्यांचा होरा माझ्या ध्यानात आल्यावर मी माझ्या मुलाला लगेच घरी पाठवलं. मुलगा लगेच मोटारसायकल घेऊन घरी गेला. घरी बायको एकटीच होती. पोलिसांनी तिला उलटसुलट प्रश्न विचारून गांगरून टाकल्यावर ती त्यांना काहीतरी नक्की चुकीचं सांगेल, ही भीती माझ्या मनात होती. परंतु मला नंतर समजलं, की पोलीस माधुरीचा जबाब घेतल्यानंतर सरळ पोलीस स्टेशनला निघून गेले. ते माझ्या घरी गेलेच नाहीत. मी सुटकेचा नि:श्वास टाकला. सायंकाळी सहाच्या दरम्यान स्थानिक वर्तमानपत्र दै. रत्नागिरी टाइम्सच्या वार्ताहराचा माधुरीच्या चौकशीसाठी हॉस्पिटलमध्ये फोन आला. माधुरीचं संपूर्ण नाव, गाव त्यांनी विचारून घेतलं. पेपरात आपल्या मुलीनं विषारी औषध घेतलं म्हणून तिच्या संपूर्ण नावासह बातमी छापून आल्यावर लोक आपली कुचेष्टा करतील म्हणून मी माझ्या मनात फार दु:खी झालो. परंतु सुदैवानं ती बातमी छापून आलीच नाही, मला थोडं हायसं वाटलं. माधुरीनं मनात अविचार करून स्वत:ला त्रास करून घेतला होता आणि आम्हालासुद्धा ते सारं भोगावं लागत होतं.

स्मिता तिच्या सासरी होती. तिला माझ्या नातेवाइकांच्यापैकी कुणीतरी ही वाईट बातमी फोन करून सांगितली. स्मिताला ही बातमी समजल्यावर ती लगेच सासऱ्याला सोबत घेऊन इकडे येण्यासाठी एसटीत बसली. आमच्यावर मोठा कठीण प्रसंग गुदरला होता. घरातील आम्ही सर्वजण काळजीत होतो. कुणालाही जेवणाचं- देखील भान उरलं नव्हतं. एका प्रसंगातून सुटका झाल्यावर लगेच दुसरा प्रसंग अंगावर

येऊन आदळत होता. जणू माझ्यावर येणाऱ्या संकटांची मालिकाच सुरू होती.

आमच्यावर गुदरलेल्या प्रसंगात जावयानं आम्हाला समजून घेतलं नाही, आम्हाला धीर दिला नाही. स्मिता माधुरीला पाहायला आली म्हणून त्याला तिचा प्रचंड राग आला होता. आमच्या ताज्या जखमेवर मीठ चोळण्यासाठी मला त्याने रात्री नऊ वाजता फोन केला आणि धमकावणीच्या सुरात मला तो म्हणाला,

"मामा, स्मिता माझी परवानगी न घेता तुमच्याकडे आलीय. मी कामासाठी बाहेर गेलो होतो. ती माझ्या आजारी वडिलांना सोबत घेऊन गेलीय. माझ्या वडिलांना जर काही झालं तर त्यासाठी मी तुम्हालाच जबाबदार धरीन."

त्याचं बोलणं ऐकून माझ्या तळपायाची आग पार मस्तकाला जावून भिडली. मी त्याला लगेच त्याच्या भाषेत उत्तर देत म्हणालो,

"तुम्हाला काही वेळकाळ कळते की नाही? आम्ही इकडे आमच्या विवंचनेत आहोत आणि तुम्ही हे काय बोलताय? माझी तुमच्या बरोबर बोलण्याची मुळीच इच्छा नाही." मी रागानं माझा मोबाईल बंद करून टाकला.

माधुरीला सरकारी हॉस्पिटलमधून घरी आणल्यानंतर मी तिला समजावून सांगत म्हणालो,

"माधुरी, असं वेड्यासारखं तू करायचं नव्हतंस. तू चांगली शिकलेली मुलगी आहेस. आत्महत्येचा असा टोकाचा विचार असा कधी करायचा नाही. तुझ्यामुळे आम्हाला किती त्रास सहन करायला लागला, हे तुला ठाऊक आहे का? पेपरमध्ये जर ही बातमी छापून आली असती, तर समाजात आपली काय इज्जत राहिली असती, हे तू मला सांग बघू. यातून तू लवकर बरी झालीस तर मी तुझं लगेच लग्न करून टाकणार आहे. पुन्हा कधीही तू असा वेड्यासारखा विचार मनात आणू नकोस."

माझं बोलणं माधुरीनं अगदी शांतपणे ऐकून घेतलं. आता तिला तिची चूक कळून चुकली होती. तिच्या चेहऱ्यावर मला अपराधीपणाच्या छटा उमटलेल्या दिसत होत्या. माधुरीला तिची चूक कळली, ही बाब मला दिलासा देणारी होती.

माधुरी मला अपराधी चेहऱ्यानं म्हणाली, "अण्णा, मी पुन्हा असं कधी करणार नाही. घरात माझ्यामुळे सर्वांनाच त्रास झाला आहे, याची मला पूर्ण कल्पना आहे."

स्मिता नवऱ्याला न विचारताच तिच्या सासऱ्याला सोबत घेऊन माधुरीला बघायला आली होती, म्हणून ती परत सासरी गेल्यावर तिच्या घरात लगेच भांडणाला तोंड फुटलं. सासू आणि नवरा तिच्याशी जोरजोरानं भांडू लागले. ती दोघं ओरडत असल्यामुळे अख्ख्या इमारतीलाच कापरं भरलं.

स्मिताचा नवरा तिला जाब विचारल्यागत तिला विचारू लागला,

"माझी परवानगी न घेता तू तुझ्या बहिणीला का बघायला गेलीस?"

"माझी बहीण फार सीरियस होती." स्मिता भीत भीत त्याला म्हणाली.

"तू तिला बघायला गेलीस म्हणून ती लगेच बरी झाली का?"

"ती माझी रक्ताची बहीण आहे. त्यामुळे मला तिला बघायला जावं लागलं. तुम्ही तुमचे भाऊ जर आजारी पडले तर त्यांना बघायला जाणार नाही का?" स्मितानं नवऱ्याला कैचीत पकडलं.

"माझा बाप आजारी आहे. त्याला बीपीची औषधं, गोळ्या चालू आहेत. हे तुला माहीत असताना तू त्याला सोबत घेऊन तुझ्या माहेरी निघून गेलीस."

"तुम्ही घरात नव्हता. मी आईला (सासू) विचारूनच त्यांना माझ्या सोबत घेऊन गेले होते."

स्मिताची सासू त्या दोघांचं भांडण सुरू असताना आगीत तेल ओतत मोठ्या आवाजात म्हणाली,

"हिला तिच्या माहेराहून तिची बहीण आजारी हाय म्हून फोन आला तशी ही बया घरात रडून गोंधळ घालू लागली. तवा मीच हिला जायला सांगितलं. मी जरी हिला तवा सांगितलं नसतं, तरी ही बाहीर पडून गेलीच असती. भाड्या, पैल्यापास्नं हिला धाकात ठेवलं अस्तंस, तर असं तुझ्या डोक्यावर मिऱ्या वाटल्या नस्त्या."

"तुला एवढा माज आलाय? तुजा माज मी आता एका झटक्यात उतरवतो." स्मिताच्या नवऱ्यानं रागानं तिला कानसुलात मारलं.

त्यानं तिला एवढ्या जोरानं कानसुलात लगाविली, की स्मिता लगेच धाडकन एखाद्या वटवृक्षाप्रमाणे खाली कोसळली. स्मिता गरगर डोळे फिरवू लागल्यावर तिचा नवरा आणि सासू मनातून खूप घाबरली. सासूनं लगेच एका ग्लासात पाणी आणून तिला पाजलं. स्मिता शुद्धीवर आली आणि ती हमसाहमशी रडू लागली. स्मिताचा सासरा असहायपणे घरातील गोंधळ पाहत होता. त्याला त्याच्या घरात काडीचीदेखील किंमत नव्हती. तो मध्ये पडला असता तर त्याला त्याच्या बायकोच्या शिव्या खाव्या लागल्या असत्या. तो त्याच्या बायकोला खूप घाबरायचा. म्हणून तो त्या भांडणात पडला नाही.

❖❖❖

१२

स्मिताला तिच्या सासरी त्रास होत असल्यामुळे माझी इकडे झोप उडाली होती. रात्र रात्र तिचीच काळजी माझ्या जिवाला सतावीत होती. विचार करूनसुद्धा मनातील गुंता सुटण्याऐवजी अधिकाधिक वाढतच होता. नोकरी करतानासुद्धा मानसिक त्रास होत होता. त्यामुळे मी मनातल्या मनात खूप अस्वस्थ असायचो.

स्मिताची सासू तिला अजिबात सांभाळून घेत नसे. काम करीत असताना ती कधी चुकते याची तिची सासू वाट बघत राहायची. स्मिता काम करताना चुकली की, ती तिला फाडफाड बोलून तिचा पाणउतारा करायची. एकदा स्मितानं तिच्या नवऱ्याची परवानगी घेऊन बिनबाह्यांचा ब्लाउज शिंप्याकडे शिवायला टाकला होता. ब्लाउज शिवून तयार झाल्यावर स्मितानं त्याच्या शिवणावळीचे पैसे तिच्या नवऱ्याकडून घेऊन तो बिनबाह्यांचा ब्लाउज घरी आणला.

स्मिताच्या हातातील तो बिनबाह्यांचा असलेला ब्लाऊज डोळ्यानं पाहून तिच्या सासूचं पित्त एकदम खवळलं. ती जळजळीत नजरेनं स्मिताकडे पाहू लागली. "माझ्या घरात तुझे हे असले नखरे चालायचं न्हाईत." म्हणत तिने स्मिताच्या हातातील ब्लाउज खस्सकन ओढून घेतला आणि ती अख्ख्या इमारतीत "बगा माझ्या सुनेची करामत" म्हणत तो ब्लाउज सगळ्यांना दाखवू लागली. इमारतीत राहणाऱ्या महिलांना तिचा स्वभाव ठाऊक असल्यानं त्या तिला काहीही बोलल्या नाहीत. त्यामुळे स्मिताच्या सासूला त्यांचा राग आला.

स्मिताच्या लग्नाच्या आधी मी तिला एक नवीन मोबाईल घेऊन दिला होता. परंतु ती माणसं त्यांच्यासमोर तिला मोबाईलवरून बोलू देत नसत. घरात कुणी नसेल तेव्हा स्मिता आमच्याशी तिच्या मोबाईलवरून बोलायची. कामानिमित्तानं ती घराच्या

बाहेर पडली, तर कॉइन बॉक्सवरून आम्हाला फोन लावायची.

एके दिवशी सकाळी सात वाजताच स्मिताचा माझ्या मोबाईलवर फोन आला. अगदी सकाळी सकाळी तिचा फोन आल्यामुळे मी मनात थोडा घाबरलो. मी लगेच मोबाईल उचलून माझ्या कानाला लावला.

स्मिता घाबरलेल्या आवाजात मला म्हणाली,

"अण्णा, ही माणसं मला खूप त्रास द्यायला लागलीत. तुम्ही ताबडतोब कुणाला तरी सोबत घेऊन या."

स्मिताचं बोलणं ऐकून माझ्या उरात धडकी भरली. तिच्या घरात कडाक्याचं भांडण झाल्याशिवाय ती मला असं तातडीनं यायला सांगणार नाही, हे माझ्या ध्यानात आलं होतं. माझी बाकीची सगळी कामं बाजूला करून मी पुण्याला जाणारी एसटी पकडली. एसटी पोलादपूर बसस्थानकात चहा, नाश्ता करण्यासाठी दहा-पंधरा मिनिटं थांबल्यावर मी मोबाईलवरून रामनाथ चव्हाण यांना फोन लावला आणि मी त्यांच्या कानावर घडलेली घटना घातली. त्यांना मी माझ्यासोबत स्मिताच्या सासरी येण्याची विनंती केली. माझं बोलणं ऐकून ते मला म्हणाले,

"रामभाऊ, तुम्ही थेट पुण्याला उतरल्यावर भारती विद्यापीठातील अण्णाभाऊ साठे अध्यासनमध्ये या. माझ्याकडे दुपारच्या जेवणाचा डबा आहे. आपण दोघं एकत्र जेवू. मग आपण निघू."

रामनाथ चव्हाण यांनी मला सांगितल्याप्रमाणे मी स्वारगेट बसस्थानकात उतरल्यावर रिक्षा करून थेट अण्णाभाऊ साठे अध्यासन कार्यालयात गेलो. चव्हाणसर माझ्यासाठी जेवायचे थांबले होते. ते त्या ठिकाणी प्राध्यापक म्हणून काम करीत होते. चव्हाणसरांनी त्यांच्या डब्यातील अर्धं जेवण मला दिलं. माझी मन:स्थिती ठीक नाही हे त्यांच्या एव्हाना ध्यानात आलं होतं. जेवता जेवता ते मला धीर देत म्हणाले,

"रामभाऊ, तुम्ही घाबरू नका. सगळं चांगलं होईल, आपण त्या लोकांना समजावू."

माझ्या दुखऱ्या मनाला त्यांच्या शब्दांचा आधार वाटू लागला. माझं जेवणात लक्ष लागत नव्हतं. एखाद्या यंत्राप्रमाणे मी माझ्या तोंडात घास कोंबत होतो. चव्हाणसर जेवता जेवता माझ्याशी बोलतच होते. त्यांचं बोलणं माझं चित्त थाऱ्यावर नसल्यामुळे मला कळत नव्हतं.

पाण्याचा घोट घेऊन चव्हाणसर मला म्हणाले, "रामभाऊ, एकदा स्मिताचा मलासुद्धा फोन आला होता. तुम्ही काळजी करीत बसाल म्हणून ते तुमच्या कानावर मी तेव्हा घातलं नाही."

"तिच्या सासूला तिला थोडं सांभाळून घ्या म्हणून सांगायला पाहिजे."

"सांगू आपण तिच्या सासूला."

जेवण झाल्यावर आम्ही दोघं पीएमटी बसनं चिंचवडला गेलो. आमच्या आधी दगडू पुजारी घरात येऊन बसले होते. जणू त्यांनी त्यांची पाठराखण करण्याचा वसा घेतला होता. मी येणार म्हणून स्मिताच्या सासरच्या मंडळींनी त्यांना फोन करून सांगितलं होतं. त्यांनी त्या ठिकाणी येण्याबद्दल माझी काहीच हरकत नव्हती. त्यांनी फक्त एकाचीच बाजू घेऊन बोलू नये असं मला मनापासून वाटत होतं. त्यामुळे वाद मिटण्याऐवजी तो आणखी वाढतो, हे त्या पुजाऱ्याच्या ध्यानात येत नव्हतं.

बैठकीला सुरुवात झाल्यावर स्मिताचा नवरा तिची कागाळी करीत मला मोठ्या आवाजात म्हणाला,

"तुमच्या लेकीला अजून स्वयंपाक करायला येत नाही. माझी आई तिला सांगायला गेली, की ती तिचं काहीही ऐकून घेत नाही. असा आगाऊपणा केलेला मला मुळीच आवडणार नाही."

स्मिताची सासू बसलेल्या जागेवरून झटकन रागानं उठली आणि माझ्या समोर बिनबाह्यांचा ब्लाउज रागानं टाकत मोठ्या आवाजात म्हणाली,

"ही बगा तुमच्या लेकीचं कवतुक. असलं झंपर तू घरात घालू नकुस म्हणून मी तिला सांगितलं. यात माझं काय चुकलं असलं तर तुमीच मला सांगा बगू."

स्मिताचा नवरा त्याच्या आईच्या बोलण्याला पुष्टी देत म्हणाला,

"मी हिला काही बोलायला गेलो की, ही लगेच गच्चीवरून उडी मारून जीव द्यायला पळते. या बिल्डिंगमध्ये हिनं आमची कायसुद्धा इज्जत ठेवली नाही."

मघापासून जावयाचा मोठा भाऊ शांतपणे बोलणं ऐकत बसला होता. तो त्याच्या भावाची आणि त्याच्या आईची बाजू घेत म्हणाला,

"नवऱ्याच्या घरात कसं वागायचं हे तुम्ही तुमच्या लेकीला समजावून सांगायला पाहिजे. घरात कटकट असली की कामातसुद्धा लक्ष लागत नाही. मी जरी वेगळा राहत असलो, तरी मलासुद्धा त्याचा ताप होतो."

त्या सर्वांचं बोलणं ऐकून मी त्यांना समजावून सांगण्याचा प्रयत्न करीत म्हणालो,

"मी तुमचं बोलणं खोटं आहे असं म्हणणार नाही. ती चांगली शिकलेली आहे. कसं वागायचं हे तिला चांगलं कळतं."

"तिच्या शिक्षणाचा काडीचादेखील उपयोग नाही. तिच्या डिगऱ्या कचऱ्याच्या ढिगात फेकून देण्याच्या लायकीच्या आहेत. हल्ली डिगऱ्या काय विकतसुद्धा मिळतात."

–जावई.

"पाव्हणं, माझी लेक असती तर मी तिचं असं लाड चुकून केलं नसतं. ज्या दिशी मी तिचं लगीन करून दिलं, त्या दिशी ती मला मेली असं मी समजलो अस्तो." –पुजारी.

"माझ्या घरात तिला खायला-प्यायला काय बी तोटा न्हाय. सासू-सासऱ्याला ही आजाबाद काडीची किंमत देत न्हाय. मी म्हून तिचं सारं थेरं खपवून घेत्ये. माझ्या लेकाचा म्होरं चांगला सौंसार व्हवू दे म्हून." –स्मिताची सासू.

रामनाथ चव्हाण आणि मी सोफ्यावर बसून त्यांचं म्हणणं ऐकत होतो. आम्हाला ते बोलायला संधी देत नव्हते. बाटलीचं झाकण काढल्यावर सोड्याचा फेस जसा फसफसत बाहेर पडतो, तसं ते बोलत होते.

रामनाथ चव्हाण त्यांना म्हणाले,

"तुमच्या सर्वांचं बोलणं आम्ही मघापासून ऐकून घेतलंय, आता मुलीला थोडं बोलू द्या. तिचं काय म्हणणं आहे ते ऐकून घेऊ."

"इचारा की तिला आमच्या समुर. आमी बोलल्यालं खोटं हाय का म्हून." स्मिताची सासू फणकाऱ्यानं म्हणाली.

"स्मिता, अशी समोर ये. तुझं काय म्हणणं आहे ते सांग बघू." –रामनाथ चव्हाण.

स्मिता लगेच तीन-चार पावलं टाकून पुढे आली आणि ती खालच्या आवाजात तिचं म्हणणं सांगू लागली,

"काका, सासू मला दिवसभर सारखं सारखं टोमणे मारत्ये, टाकून बोलत्ये. तुझ्या बापानं तुझ्या लग्नात आम्हाला काहीही दिलं नाही, असं मला सारखं सारखं ऐकवीत असत्ये. जेवताना चपाती किंवा भात जादा मागितला तर माझ्याकडे डोळे वटारून बघत असत्ये. ह्यांना मी काही सांगितलं तर ते माझं मुळीच ऐकून घेत नाहीत. ते त्यांच्या आईचं ऐकून मलाच उलट बडबडतात. मला माझ्या माहेरी हे फोनसुद्धा करू देत नाहीत. मी त्यांना फोनवर चहाड्या सांगत्ये, असा यांचा माझ्यावर संशय आहे." स्मिता दुःखानं गदगदत होती.

स्मिताचं बोलणं ऐकून तिच्या सासूला तिचा राग आला. तिच्या सासूला तिचं बोलणं मुळीच आवडलं नाही. डोळ्यांतून आग सांडत तिची सासू म्हणाली, "बगीतलंत तुमच्या समुर ती कशी खोटं बोलत्येय. मी येवडं तिला प्वॉटाला घालूनसुदीक माझं आजाबाद नाव न्हाय. आता तुमीच याचा इचार करा. माझ्या प्वॉटाला लेक न्हाय. मी हिला माझी लेकच समजत्ये."

"मी कशाला खोटं बोलू. सासू बाहेर जाताना चपात्या मोजत्ये, भात बघत्ये. मी चपाती आणि भात चोरून खात्ये असं हिचा माझ्यावर संशय आहे." –स्मिता.

मी स्मिताच्या नवऱ्याला म्हणालो,

"तुम्ही तिला कोणत्या तरी शाळेवर नोकरीला लावलं असतं, तर तुम्हाला संसाराला प्रत्येक महिन्याचा चार पैशांचा आधार तरी झाला असता. तिचं बी.एड. झालंय."

माझं बोलणं ऐकून जावई गालातल्या गालात छद्मीपणे हसत मला म्हणाला,

"मामा, मी हिला एका हायस्कूलमध्ये मुलाखतीसाठी स्वत: घेऊन गेलो होतो. ही त्या मुलाखतीत नापास झाली.

"दुसरीकडे प्रयत्न करा. हल्ली पैसे दिल्याशिवाय कुणी नोकरीला लावत नाहीत. कोकणातसुद्धा अशीच पद्धत सुरू आहे." –मी.

मला आक्रस्ताळेपणा करून बोलता येत नाही. त्यात जावई म्हणजे अवघड जागेवरचं दु:खणं होतं. त्यामुळे मला थोडं नमतं घ्यावं लागत होतं. मी कमी- अधिक त्यांना बोललो असतो, तर त्याचा त्रास नक्कीच स्मिताला झाला असता. मी त्यांच्याकडे "माझ्या मुलीला थोडं सांभाळून घ्या." म्हणून सांगायला आलो होतो. त्यांच्याशी मी भांडण करण्यासाठी आलो नव्हतो. त्यांच्याकडे येताना मी मानापमानाचा अजिबात विचार केला नव्हता. मान मागून मिळत नसतो आणि अपमान सांगून कुणी करीत नसतो, हे मलासुद्धा माहीत होतं.

माझ्या पाठच्या बहिणीचं नाव सुलोचना असं होतं. तिचं लग्न झाल्यावर तिच्या सासरी छळ होऊ लागला. नंतर तिच्या नवऱ्यानं ठेकेदारीचा व्यवसाय करून बक्कळ माया गोळा केली. त्यानं गावी मोठा दुमजली बंगला बांधला. माझी आई तिच्या लेकीला भेटण्यासाठी कधीकधी त्या बंगल्यात जात असे. तेव्हा सुलीची सासू माझ्या आईचा त्या ठिकाणी अपमान करायची, लागट बोलायची. माझी आई तशी मानी होती. ती कुणाचं फट म्हणून ऐकून घेत नसे. परंतु लेकीसाठी ती त्या बंगल्यात त्यांचं सारं ऐकून घ्यायची. 'अरे ला का रे' करणारी माझी आई त्या बंगल्यात लेकीला भेटायला गेल्यावर मेणाहून मऊ व्हायची. मला ती नेहमी म्हणायची. 'राम, आपलं मूठभर कॅस त्यांच्या हातात हाईत. तवा त्यास्नी आपल्याला कमी-जास्त बोलता येणार न्हाय.' माझ्यावरसुद्धा आता तशीच वेळ आली होती.

आई सुलोचनाच्या घरी तिचा अपमान सहन करीत असे. म्हणून तेव्हा मला तिचा राग यायचा. परंतु आता मला कळून चुकलं होतं की, आई तेव्हा तशी का वागत होती म्हणून. स्मिताला मी जरी जन्म दिला असला, तरी मी तिला तिचं नशीब

दिलं नव्हतं किंवा तिच्या आयुष्यभर मी तिला मदत करण्यासाठी असा धावतसुद्धा येणार नव्हतो. माझ्या मानापमानापेक्षाही मला तिचा संसार अधिक महत्त्वाचा वाटत होता.

स्मिताची एम.ए.च्या पहिल्या वर्षाची परीक्षा तिच्या लग्नाआधी झाली होती. त्या परीक्षेत ती द्वितीय श्रेणीत पास झाली होती. आता ती बाहेरून अभ्यास करून एम.ए.च्या द्वितीय वर्षाची परीक्षा देणार होती. चिपळूण हे तिचं परीक्षेचं केंद्र होतं. एम.ए.च्या पहिल्या आणि द्वितीय वर्षाची तिची फी मीच भरली होती. तिला अभ्यास करायला लागणारी पुस्तकंसुद्धा मीच खरेदी करून तिला आणून दिली होती. स्मिताचं लग्न झाल्यावर तिच्या नवऱ्यानं फक्त तिला पुढे शिकण्याची परवानगी तेवढी दिली होती. तिच्या पुढील शिक्षणासाठी त्यानं एक नवीन पैसासुद्धा खर्च केला नव्हता.

स्मिताची सासू स्वभावानं जरी कडक आणि फटकळ असली, तरी तिनं किंवा माझ्या जावयानं मला कधीही अपशब्द वापरला नव्हता. माझ्या परोक्ष जावई स्मितासमोर त्यांच्या भांडणात मला 'बाईल्या' असं म्हणायचा. स्मितानं एकदा ते माझ्या कानावर घातलं होतं.

रामनाथ चव्हाण यांनी स्मिताला आणि तिच्या नवऱ्याला चार समजुतीच्या गोष्टी सांगितल्या. मी स्मिताला 'चांगली रहा. मी तुला तुझ्या एम.ए. च्या वार्षिक परीक्षेला न्यायला येतो', असं म्हणालो. आम्ही दोघांनी त्यांचा निरोप घेतला. तेवढ्यापुरतं घरातील भांडण मिटलं होतं. त्या दिवशी मी रात्री रामनाथ चव्हाण यांच्या घरी मुक्काम केला.

❖❖❖

१३

महसूल खात्यातील नोकरी सोडून लेखन, वाचन करायचं म्हणून मी निर्णय घेतला होता. शासकीय नोकरीतून स्वेच्छा सेवानिवृत्ती घेण्यासाठी नियमाप्रमाणे आधी शासनाला तीन महिन्यांची (नव्वद दिवस) नोटीस द्यावी लागते. नियमाप्रमाणे ती नोटीस मी जिल्हाधिकारी कार्यालयाडे पाठविली. मी पाठविलेल्या नोटिशीला पूर्ण तीन महिने पूर्ण झाल्यावर मला दिनांक ९ फेब्रुवारी २००९ रोजी महसूल खात्याच्या नोकरीतून सेवामुक्त करण्यात आलं. माझ्या पायातील मणामणांच्या बेड्या तुटल्याप्रमाणे मला त्याचा आनंद वाटला. आता मी कुणाच्या बंधनात नव्हतो, माझा मी स्वतंत्र झालो होतो. वरिष्ठ अधिकाऱ्यांच्या आदेशाचं पालन करायला आता मी बांधील नव्हतो.

शासकीय सेवेतून मी मुक्त झालो होतो, याचा मला आनंद वाटला होता. त्याचबरोबर दुसरी एक माझ्या आयुष्यातील सर्वांत चांगली आणि आनंददायी घटना घडली होती. दिनांक १ मार्च २००९ रोजी मी आजोबा झालो होतो. मला नातू झाला होता. माझ्या आयुष्यातील सर्वांत आनंदाची ही घटना होती. शेजाऱ्यांना पेढे वाटून तो आनंद आम्ही आमच्या घरात साजरा केला. सांगलीला जाऊन बाळ-बाळंतिणीला पाहून आलो. दोघेही सुखरूप होती.

बाळाचं बारसं घालण्यासाठी मी तयारी करू लागलो. परंतु माझ्या मुलाकडून त्यासाठी मला प्रतिसाद मिळाला नाही. नवजात बालकाचं बारसं न करताच माधुरीनं त्याचं नाव 'आयुष' असं ठेवलं. माधुरीनं ठेवलेलं नाव आम्हा सर्वांना फार आवडलं. माझ्या मुलाला तो बाप झाल्याचा खूप आनंद झाला होता. त्याच्या नवजात बाळाला पाहण्यासाठी तो माझ्या आधीच त्याच्या सासुरवाडीला जाऊन पोचला होता. नंतर तो बाळ-बाळंतिणीला घेऊन आमच्या घरी आला.

माझ्या नातवाला पाहण्यासाठी माझ्या बहिणी हौसा आणि लक्ष्मी आल्या. बायकोच्या बहिणी सुद्धा येऊन गेल्या, शामूची बायको शांतासुद्धा आली होती. घरी आलेली माणसं बाळाचं तोंड भरून कौतुक करीत आणि जाताना त्याला पोटभर आशीर्वाद देत.

माझा नातू 'आयुष' याचा जन्म झाल्यावर मला माझ्या दिवंगत आईची आठवण झाली. तिला माझ्या मुलांची मुलं पाहण्याची खूप इच्छा होती. परंतु ती तेवढं आयुष्य घेऊन जन्माला आली नव्हती. 'ईश्वर इच्छा बलीयसी' असं मी माझ्या मनात म्हणालो. ती जर हयात असती तर ती आयुषला पाहून खूप हरखून गेली असती. पतवंडांना पाहायचं भाग्य दिल्याबद्दल तिनं देवाचे खूप खूप आभार मानले असते. दुर्दैवानं तिच्या नशिबी ते सुख नव्हतं. म्हणून मला वाईट वाटू लागलं. माझ्या आईच्या भाळी माझ्या तिन्ही मुलांची लग्नं पाहण्याचं सटवीनं लिहिलेलं नव्हतं. शेवटी नियतीपुढे कुणाचंच काही चालत नाही, हेच खरं.

'आयुष'च्या जन्माची गोड बातमी माधुरीने जेव्हा स्मिताला तिच्या मोबाईलवरून सांगितली, तेव्हा तिलासुद्धा त्याचा खूप आनंद वाटला. कधी एकदा माहेरी जाऊन बाळाला बघते, अशी हुरहुर स्मिताच्या मनाला लागली होती. तिनं तिची इच्छा तिच्या घरात बोलून दाखविली. परंतु बाळाला बघण्यासाठी तिला त्यांच्याकडून परवानगी मिळाली नाही. स्मिता मनात थोडी खट्टू झाली. त्या वेळी तिला त्यांचा रागसुद्धा आला होता.

स्मिताची एम.ए.च्या द्वितीय वर्षाची वार्षिक परीक्षा जवळ आली होती. मागे जेव्हा मी तिच्या घरी गेलो होतो तेव्हा मी तिला सांगितलं होतं, की वार्षिक परीक्षेच्या वेळी मी तुला न्यायला येईन म्हणून. ठरल्याप्रमाणे मी जेव्हा स्मिताच्या घरी गेलो, तेव्हा तिच्या सासरची माणसं मनमोकळेपणाने माझ्याशी बोलेनात. त्या सर्वांचे गंभीर चेहरे पाहून मी संभ्रमात पडलो. मला त्याचं थोडं आश्चर्यदेखील वाटलं. त्यांच्या मनात नेमकं काय आहे, याची मला अजिबात कल्पना येत नव्हती. मी येणार असल्याचं स्मिताला माहीत होतं. त्यामुळे तिनं तिची बॅग भरून ठेवली होती. त्या बॅगेत तिच्या साड्या, एम.ए. ची पुस्तकं खच्चून भरली होती. त्यामुळे ती बॅग जड झाली होती. दोन बॅगांत मावेल एवढं सामान तिनं एकाच बॅगेत भरलेलं होतं. ती जड बॅग मी स्मिताकडे दिली नाही. मी त्यांना 'येतो' असं म्हणालो आणि त्या घरातून बाहेर पडून जिने उतरू लागलो. खांद्यावर पर्स अडकवून स्मिता माझ्या मागून येत होती. आम्ही दोघं घरातून बाहेर पडल्यावर धाडकन दरवाजा लावल्याचा आवाज माझ्या कानावर येऊन आदळला.

माझ्या हातातील बॅग भलतीच जड होती. कधी मी ती बॅग खांद्यावर घेत असे, तर कधी चक्क डोक्यावर घेऊन डांबरी सडकेवरून एखाद्या डोंबाऱ्यागत मी चालत असे. आधी आम्हाला सिटी बस पकडून पुण्याला स्वारगेट बसस्थानकात जायचं होतं. तेथून कोकणात खेडला जाणारी एसटी आम्हाला मिळणार होती. आम्ही जेव्हा पीएमटी बसस्थानकात पोचलो, तेव्हा त्या ठिकाणी पुण्याला जाणारी बस लागली होती.

आम्ही दोघं पुण्याला जाणाऱ्या बसमध्ये जाऊन बसलो. बसमध्ये गर्दी नव्हती. मला खिडकीशेजारी बसायला मिळालं होतं. बस सुटायच्या आधी जावयाचा थोरला भाऊ आम्हाला निरोप देण्यासाठी त्याची मोटारसायकल घेऊन आला. त्याच्या आईचं आणि त्याच्या बायकोचं पटत नसल्यामुळे तो वेगळ्या ठिकाणी फ्लॅट विकत घेऊन राहत होता. आम्हाला निरोप देऊन तो लगेच त्याच्या कामाला निघून गेला.

घरी आल्यानंतर दुसऱ्या दिवशी स्मिता मला म्हणाली,

"माझ्या सासूला मी तिच्या घरात नकोय. ती माझ्या नवऱ्याला सारखं सांगत असते की 'तू हिला सोड. मी तुझं लगीच दुसरं लग्न करून देत्ये. हिला काय सोनं लागलं नाही. अशा छप्पन पोरी मी तुझ्या लग्नासाठी उभ्या करीन. हिच्या बापानं तुला लग्नात काही दिलं नाही.' माझी सासू दिवाळीच्या सणापासून माझ्या नवऱ्याला मला सोडून द्यायला सांगत्येय. माझा नवरा तिच्या धाकात आहे. माझ्या सासूच्या नावे बँकेत पुष्कळ सोनंनाणं आहे. ते सर्व ती माझ्या नवऱ्यालाच देणार आहे. म्हणून माझा नवरा त्याच्या आईला कधी दुखवत नाही. मी कपडे धुवायला बसल्यावर ती मला कपड्यांना जास्त साबण लावून देत नसे. स्वयंपाक करताना एवढ्याच चपात्या करायच्या म्हणून मला ताकीद देऊन ठेवायची. आयुष्यभर कंजूसपणा करूनच तिनं तिच्या नावे इस्टेट केली आहे, सोनंनाणं केलंय."

मुलीचं बोलणं ऐकून माझ्या काळजीत आणखी भर पडली. माझ्या मनात आणखी शंका-कुशंका येऊ लागल्या. त्यामुळे मी अगदी सैरभैर होऊन गेलो. मला तिच्या भविष्याची काळजी वाटू लागली. असं झालं तर पुढे तिच्या आयुष्याचं काय? या जटिल प्रश्नानं मी अक्षरश: गदगदून गेलो होतो. मला त्या प्रश्नाचं उत्तर ठाऊक नव्हतं. मी कमालीचा अस्वस्थ, बेचैन झालो होतो. नंतर माझ्या असं लक्षात आलं, की मी जर असा घाबरलो तर माझी मुलगीसुद्धा घाबरून जाईल. मी स्वत:ला सावरण्याचा आटोकाट प्रयत्न करीत मुलीला म्हणालो,

"तू आता तुझ्या सासरची अजिबात काळजी करीत बसू नकोस. आता तुझं एम.ए. च्या शेवटच्या वर्षाची परीक्षा आहे. चांगला अभ्यास कर आणि चांगले मार्क्स

मिळवून पास हो. तुझी तब्येतसुद्धा खराब झाली आहे. चांगली खा-पी म्हणजे तुझी तब्येत सुधारेल. तुला खायला जे हवं असेल ते तू सविताला सांगत जा. ती तुला ते बनवून खायला घालेल. मी तुला कर्जबाजारी होऊन चांगलं शिक्षण दिलं आहे. त्याचा तुला पुढे नक्की उपयोग होईल. तेव्हा तुला काळजी नको. यापुढे तू जिद्दीनं जगायला शीक. मी जोपर्यंत हयात आहे तोपर्यंत तुला मी नक्की मदत करायला धावत येईन.''

मी माझ्या डोळ्यांनी जिद्दीनं जगणाऱ्या कितीतरी महिला पाहत होतो. यांत विधवा, परित्यक्ता महिलांचा अधिक समावेश होता. हजारो निराधार महिलांची माता सिंधुताई सकपाळ यांचंसुद्धा उत्तम उदाहरण देता येईल, नसिमा हुरजूक, अभिनेत्री सुधा चंद्रनसुद्धा महिलांसाठी आदर्श ठरल्या होत्या, कणकवली इथं माझ्या थोरल्या बहिणीची मुलगी बेबी राहत होती. तिचं लग्न झाल्यावर तिचा नवरा आजारी पडून देवाघरी निघून गेला. बेबीला तेव्हा एक छोटी मुलगी होती. बेबी नवऱ्याच्या दु:खातून थोड्याच दिवसांत सावरली. नवऱ्याच्या पश्चात तिनं कणकवली इथं पेट्रोल पंपासमोर रस्त्याच्या कडेला बसून भाजीपाला विकण्याचा व्यवसाय सुरू केला. तिनं तिच्या मुलीचा सांभाळ करून तिला दहावीपर्यंत शिक्षण दिलं, तिचं लग्न केलं. आज ती तिच्या नातवंडांना घरात खेळवीत आनंदानं बसली आहे. माणसानं त्याच्या आयुष्यात थोडीजरी हिंमत दाखविली तरी त्याचं जीवन आनंददायी होण्यास मदत होत असते. अशी कितीतरी उदाहरणं आपण रोज डोळ्यांनी पाहत असतो.

स्मिता माहेरी आल्यापासून मन लावून एम.ए. च्या दुसऱ्या वर्षाची वार्षिक परीक्षा देण्यासाठी अभ्यास करीत होती. तिला माहेरी कसलाच त्रास नव्हता. तिला जेवण बनविण्याचा त्रास नव्हता की धुणी-भांडी करण्याचा त्रास नव्हता. छोट्या आयुषला सांभाळत सविता आणि तिची सासू घरातील सगळी कामं करीत. त्यांचा कधीही आपसात भांडणतंटा नसायचा. कामात त्या एकमेकींना मदत करण्यासाठी धावत जात. एखाद्या अनोळखी माणसाला त्या दोघी म्हणजे मायलेकी वाटत. माझी बायको कधीही सुनेपुढे सासूचा टेंबा मिरवीत नसे. सून तिच्या सासूबरोबर बोलताना तिचा आदर राखूनच बोलायची. सून तिच्या सासूला सारखं सारखं जेवायला बोलावू लागली, की सासू तिच्यावर कधीकधी कावायचीसुद्धा. परंतु सून कधी ते मनावर घेत नसे.

माझ्या घरी कुणी माझे नातेवाईक आले, तर मी त्यांना अगदी हसत हसत म्हणतो,

''या दोघी सासू आणि सून कधीही आपसात भांडत नाहीत. सासू पहाटे उठून सुनेला अंघोळ करण्यासाठी जर्मनच्या टोपात चुलीवर पाणी तापवत ठेवते. तिची सून आधी सासूला जेवायला वाढेल. मगच ती जेवायला वाढून घेईल. या दोघी सासू

आणि सून म्हणजे अगदी जगावेगळ्या आहेत.''

माझं बोलणं ऐकून माझ्या नातेवाइकांना त्याचं खूप आश्चर्य वाटायचं. बहुतेकांच्या घरी सासू आणि सून यांचं भांडण असे. आमच्या घरी मात्र तसलं भांडण नसायचं. आम्ही दोघं नवरा-बायको सविताला सून म्हणून कधी समजत नव्हतो, तर तिला आम्ही आमची मुलगी म्हणून समजत होतो. सविताकडूनसुद्धा चुका होत होत्या. तिच्या त्या चुकांकडे मी दुर्लक्ष करीत असे. सविताला तिच्या सासरी माहेरपेक्षाही अधिक माया मिळत असल्यामुळे ती तिच्या संसारात सुखी होती. नवराबायकोमध्ये माझ्या पश्चात कधीतरी थोडी कुरबुर होत असे. परंतु ती लगेचच मिटायचीसुद्धा. मी त्यांच्या भांडणात कधी भाग घेत नसे.

स्मिताची एम.ए.ची वार्षिक परीक्षा आटोपली होती. माहेरी येऊन तिने मन लावून अभ्यास केल्यामुळे तिला सर्व पेपर चांगले गेले होते. या परीक्षेत तिला चांगलं यश मिळेल, याची तिला खात्री वाटत होती. अधूनमधून स्मिताचं आणि तिच्या नवऱ्याचं मोबाईलवरून बोलणं व्हायचं. त्यांचं आपसात झालेलं बोलणं स्मिता माझ्या कानावर कधीही घालीत नसे आणि मीसुद्धा तिला ते कधीही विचारलं नाही. जावयाला स्मिताबरोबर बोलायचं असेल, तेव्हा तो फक्त तिला त्याच्या मोबाईलवरून मिसकॉल द्यायचा. मग स्मिता तिच्या मोबाईलवरून त्याला फोन लावायची. माझ्या ते लक्षात आल्यावर मी स्मिताला एके दिवशी म्हणालो,

''तू कशाला त्याला त्याचा मिसकॉल आल्यावर फोन करत्येस? तुझ्याशी तुझ्या नवऱ्याला समजा बोलायचंच असेल, तर तो मिसकॉल न देता सरळ त्याच्या मोबाईलवरून तुला फोन लावेल.''

माझं बोलणं ऐकून स्मिता घाबरत म्हणाली, ''माझ्या नवऱ्याचा मला मिसकॉल आला आणि समजा मी त्याला लगेच फोन केला नाही, तर त्याला लगेच त्याचा राग येतो. मग तो मोबाईलवरून माझ्याशी भांडतो.''

स्मिताचं बोलणं ऐकून मी सर्द झालो. मी तिला पुढे काहीच बोललो नाही. स्मिताची परीक्षा आटोपली तरी जावयानं 'तिला आणून सोडा' असं मला फोन करून चुकून सांगितलं नाही. त्यामुळे मी संभ्रमात पडलो. नक्की त्याच्या मनात कसला विचार सुरू आहे, याची मला अजिबात कल्पना येत नव्हती. त्याची वाट पाहून स्मिता एके दिवशी मला म्हणाली, ''तुम्ही मला आता माझ्या नवऱ्याच्या घरी नेऊन सोडा.'' मुलीचं लग्न झाल्यावर ती तिच्या माहेरी पाहुणी असते. माहेर चार दिवसांचं आणि सासर जन्माचं असं म्हटलं जातं. ते अगदी रास्त आहे. मला माझ्या मुलीचं बोलणं पटलं आणि मी तिला तिच्या सासरी नेऊन सोडायला लगेचच राजी झालो.

मराठी शाळेच्या दाखल्याप्रमाणे माझा वाढदिवस १ जून रोजी असतो. माझ्या जन्माची नोंद कोणत्याही गावात झालेली नसल्यामुळे मी १ जून रोजी माझा वाढदिवस असतो, असं मी समजत असतो. १ जून रोजी मी स्मिताला तिच्या सासरी नेऊन सोडायला पुण्याकडे जाणाऱ्या एसटीत बसलो. आमच्या सोबत माधुरीसुद्धा आली होती. दुपारी तीन-साडेतीनच्या दरम्यान आम्ही स्मिताच्या फ्लॅटवर जाऊन एकदाचे पोहोचलो. फ्लॅटच्या दरवाजाला भलंमोठं कुलूप लावलेलं पाहून मला त्याचं आश्चर्य वाटलं. आम्ही स्मिताला घेऊन आज येणार म्हणून त्यांना ते कळलं असावं. म्हणून ते दरवाजाला भलं मोठं कुलूप लावून पसार झाले असावेत असा मी माझ्या मनात तर्क केला.

प्रवासानं मी खूप थकलो होतो, तहानेनं जीव नुसता व्याकूळ झाला होता. इमारतीच्या जिन्याच्या पायरीवर मी मटकन खाली बसलो. माझ्या शेजारी माधुरी बसली. स्मिता शेजाऱ्याकडे तिच्या सासरच्या माणसांची माहिती विचारायला गेली. शेजाऱ्यांनासुद्धा ती माणसं कुठं गेली, हे मुळीच माहीत नव्हतं. दोन-तीन घरांत माहिती विचारून स्मिता परत आली.

ताजा श्वास छातीत भरून घेत मी थोडा वेळ अगदी शांतपणे जिन्याच्या पायरीवर बसलो. नंतर माझ्या पँटीच्या खिशातील मोबाईल काढून जावयाला आणि त्याच्या मोठ्या भावाला फोन लावण्यासाठी प्रयत्न करू लागलो. परंतु ते माझा फोन मुळीच उचलेनात. 'आता काय करायचं?' म्हणून मी संभ्रमात पडलो. परत स्मिताला घेऊन घरी गेलो तर शेजारी आपल्याला हसणार म्हणून मी माझ्या मनामध्ये व्यथित झालो. मग मला त्या दगडू पुजाऱ्याची लगेच आठवण झाली. पुजाऱ्यानं माझा फोन लगेच घेतला. मला थोडं हायसं वाटलं. मी माझ्या मोबाईलवरून या ठिकाणी उद्‌भवलेली परिस्थिती सांगितली. त्यांनी मला 'अर्ध्या तासात तिकडे येतो' म्हणून सांगितलं. त्यांचं बोलणं ऐकून मला थोडं बरं वाटलं.

आम्ही पुजारी यांची वाट पाहत जिन्यावरच बसलो होतो. अर्धा तास होऊन गेल्यावर मी पुन्हा पुजाऱ्यांना माझ्या मोबाईलवरून फोन लावला. तेव्हा ते मला म्हणाले की, "आज ती सर्व माणसं एका लग्नाला गेली होती. ती आता त्यांच्या लेबर ऑफिसमध्ये आली आहेत. तुम्हीसुद्धा तिकडेच या. मी त्यांच्या ऑफिसात बसलोय." १ जूनला लग्नाचा मुहूर्त अजिबात नव्हता. ते मला थाप मारीत आहेत. हे एव्हाना माझ्या ध्यानात आलं होतं. स्मिताला तिच्या थोरल्या दिराचं लेबर ऑफिस माहीत होतं.

बॅगा हातांत घेऊन आमची डांबरी रस्त्यावरून परत त्यांच्या लेबर ऑफिसच्या दिशेने धिंड निघाली. तंगडतोड करीत आणि उन्हाच्या झळा सहन करीत आम्ही तिघं

कसंबसं त्यांच्या डांबरी रस्त्याच्या कडेला असलेल्या कार्यालयात येऊन पोहोचलो. आम्हाला पाहून ती सर्व माणसं गंभीर चेहरा करून बसली होती. ती माणसं लग्नाला जाऊन आली आहेत असं त्यांच्या चेहऱ्यावरून आणि त्यांच्या अंगावरील कपड्यावरून मुळीच वाटत नव्हतं. बनवाबनवी करण्यासाठी त्यांनी ती शक्कल शोधून काढली होती.

स्मिताला डोळ्यांसमोर पाहून तिचा नवरा जाम चिडला. तो तिला आवाज मोठा करून म्हणाला,

''तू कशाला पुन्हा इकडे आलीस? मी तुला परवा मोबाईल करून सांगितलं होतं की, तू इकडे येऊ नकोस म्हणून. मी तुला अजिबात घरात घेणार नाही, असंसुद्धा मी तुला म्हणालो होतो.''

जावयाचा रुद्रावतार पाहून मी माझ्या मनात थोडा दचकलोच. स्मिता एक जूनला येणार आहे, हे त्याला कळालेलं होतं. त्याआधी स्मिताचं आणि तिच्या नवऱ्याचं मोबाईवरून बोलणं झालं होतं. परंतु हे मला अजिबात माहीत नव्हतं. स्मितानं याबाबत मला काहीही कल्पना दिली नव्हती. म्हणून माझी आता फसगत झाली होती.

मी जावयाला समजावून सांगत म्हणालो, ''मी तुम्हाला विचारूनच तिला तिच्या एम.ए.च्या वार्षिक परीक्षेसाठी गावी घेऊन गेलो होतो. परिक्षा झाल्यावर मी तिला परत घेऊन आलोय. यात माझी काय चूक झालीय का?''

''ती माझ्या घरात नीट वागत नाही, कुणाचं काहीसुद्धा ऐकून घेत नाही. स्वत:चं तेवढं खरं करीत असते.'' -जावई.

पुजारी त्याला समजावीत म्हणाला,

''तू आता एकदा तिला संधी देऊन बघ. ती जर पुन्हा तशीच वागू लागली की, आपुण तिच्या बापाला या ठिकाणी बोलावून घेऊन काय तो एकदाच फेसला करून टाकू.''

''मी अशी काय वाईट वागत्येय, हे तुम्ही मला आता सांगा पाहू. तुम्ही सगळे मिळून मला त्रास देत असता. ते सारं मी सहन करीत असत्ये. माझ्या माहेरीसुद्धा त्यातलं मी कधी सांगत नाही. अति छळ झाला तरच मी एखादा दुसरा शब्द रागानं बोलत्ये. यात माझं काय चुकलं असलं तर तुम्ही मला आता सांगा पाहू.'' स्मिता सरळ तिच्या नवऱ्याला जाब विचारीत म्हणाली.

''अण्णा, आता तुमची लेक तुमच्या समुर कशी न्हवऱ्याला त्वाँड वर करून बोलत्ये ते तुमी डोळ्यानं बगीतलंत ना? ती तिच्या न्हवऱ्याला आजाबाद किंमत देत न्हाय, धड तिला सयपाक सुदीक करता येत न्हाय, कपडे धुता येत न्हाईत. मी तिला

किती संभाळून घेत असत्ये तरी मला सुदीक उलट-पालट बोलत असते. हिच्या जिभेला हाड न्हाय बगा.'' स्मिताची सासू माझ्याकडे पाहत म्हणाली.

''संसार म्हटलं की, भांड्याला भांडं लागणारच. एकमेकाला थोडं सांभाळून घ्यायचं असतं, तडजोडीनं संसार होतो, भांडून काहीही उपयोग होत नाही, माझी सूनसुद्धा चुकत असत्ये. आम्ही तिच्या चुका पोटात घालतो.'' -मी.

''मी हिच्या किती चुका माझ्या प्वॉटात घालू, ते तुम्ही मला आता सांगा बगू.'' स्मिताची सासू.

''वहिणी, आता जास्त वाडाचार लावू नका. आताच्या बारीला तुमी तुमच्या सुनेला घरात घ्या. नंतर बगू काय करायचं ते.'' -पुजारी.

पुजाऱ्याच्या शब्दाला मान देत जावई मला म्हणाला,

''ती पुन्हा तशीच वागायला लागली, तर मी तिला अजिबात घरात ठेवणार नाही. मी तिला लगेच तुमच्याकडे आणून सोडेन.''

जावई तावातावानं बोलत होता. त्याचं बोलणं मला निमूटपणे ऐकून घ्यावं लागलं. मी त्याला त्याच वेळी कमी-जास्त बोललो असतो, तर आणखीन शब्दाला शब्द वाढत गेला असता. नंतर तो स्मिताला त्याच्या घरात घ्यायला अजिबात राजी झाला नसता. तो मनात विचार करून मी गप्प बसलो होतो. वादावर तात्पुरता पडदा पडला होता.

जवळच शीतपेयाचं एक दुकान होतं. जावयाच्या मोठ्या भावानं वादावर तात्पुरता पडदा पडल्यावर आम्हा सर्वांना प्यायला थंडगार सोडा सांगितला. त्यांनी दिलेला सोडा पिऊन माझा जीव थोडा शांत झाला.

स्मिताला सोडून मला आणि माधुरीला परत आमच्या गावी जायचं होतं. मी त्यांचा निरोप घेतला. माधुरी आणि मी त्यांच्या लेबर कार्यालयातून लगेच बाहेर पडलो.

❖❖❖

१४

दसऱ्याचा पारंपरिक सण जवळ आला होता. पृथ्वीवर थैमान घालून आता पावसानं आता तोंड लपवलं होतं. माझ्या घराच्या आजूबाजूला असणाऱ्या शेतात भाताचं पीक टरारून आलं होतं. भाताच्या लोंब्या ओझ्यानं खाली वाकल्या होत्या. शेताशेतांत भाताचं पीक वाऱ्यानं डुलत होतं. त्या लोंब्यांमध्ये भरलेल्या भाताच्या दाण्यांच्या वाऱ्यानं सगळीकडे घमघमाट पसरत होता. लानीला (भातकापणी) अजून थोडे दिवस बाकी होते.

माधुरी वेळच्या वेळी रोज गोळ्या घेत असल्यामुळे तिची तब्येत आता चांगली सुधारली होती. तिच्या चेहऱ्यावर दिसणारी हाडं आता बुजली होती. पहिल्याप्रमाणे तिचा चेहरा पुन्हा हसरा आणि आनंदी दिसू लागला होता. तिचं लग्न करून आता मोकळं व्हावं, असा आता मी माझ्या मनात विचार करीत होतो. आश्चर्य म्हणजे तिच्या लग्नासाठी मला स्थळ शोधावं लागत नव्हतं. माझ्या घरी तिच्या लग्नासाठी स्थळं अगदी चालून येत होती. चार-पाच स्थळांना मी नकार दिला होता. तुमची मुलगी आमच्या मुलाला द्या म्हणून मुलाचे आईबाप मला लोणी लावण्यासाठी घरी येत. त्यांना नकार देताना मला अनेक क्लृप्त्या नाइलाजानं कराव्या लागत होत्या.

लोक पराचा कावळा करतात आणि नंतर आपल्याला त्याचा त्रास सहन करावा लागतो, म्हणून आम्ही तिला झालेल्या रोगाबाबत कमालीची गुप्तता पाळत होतो. मी माधुरीच्या लग्नासाठी डॉ. मुल्ला यांचा सल्ला घेतला. त्यांनी मला सांगितलं की, तिचा गोळ्यांचा कोर्स पूर्ण झाल्यावर तिचं लग्न करायला मुळीच हरकत नाही. त्यांचं बोलणं ऐकून मी मोकळा श्वास घेतला.

मी माधुरीच्या लग्नाचा विचार करीत असताना मला कणकवलीवरून माझ्या

थोरल्या बहिणीचा (आक्का) फोन आला. ती मला म्हणाली,

"राम, हितं सचिन नावाचा माझ्या चुलत दिराचा मुलगा हाय. तो कणकवली पंचायतीत गरामसेवक हाय. माधुरी हिकडं आली हुती तवा त्यानं तिला बगितली हाय. तवा त्याच्या घरातील मान्सं लगनाचं ईचारायला तुझ्याकडं येणार हाईत. तवा त्यास्नी तुला भेटायला येवू दे का?"

"मुलगा स्वभावानं कसा आहे?" मी.

"त्यो कुणाच्या अध्यात-मध्यात नसतो, त्याला कसलं म्हून येसन न्हाय, माझ्या समुरच त्यो ल्हानाचा मोट्ठा झालाय. तवा तू इचार करून सांग."

माझी थोरली बहीण मला त्या मुलाला माझी मुलगी देण्यासाठी गळ घालीत होती. माज्या थोरल्या मुलीचं लग्न करून दिल्यावर मला त्याचा अनुभव चांगला आला नव्हता. दुधानं तोंड पोळल्यावर माणूस ताकसुद्धा फुंकून पितो. त्यामुळे आक्काला मला झटकन 'हो' असं म्हणता येईना. माझ्या दोन्ही मुलांच्या लग्नात आक्का मला मदत करण्यासाठी जवळजवळ एक महिना माझ्या घरी तळ ठोकून होती. आक्का म्हातारी झाली असली, तरी अजूनही माहेरासाठी चंदनागत झिजत होती. माझ्यावर एखादा प्रसंग आला तर मला मदत करण्यासाठी वेळकाळ न पाहता धावत येत होती. मी शाळेत शिकत होतो तेव्हा ती मला माझ्या पोटाचे हाल होऊ नये म्हणून दहा-पंधरा रुपयाची मनिऑर्डर कधीतरी माझ्या शाळेच्या पत्त्यावर करायची.

आक्काच्या मनाला वाईट वाटू नये म्हणून मी तिला म्हणालो,

"आक्का, त्या पाहुण्यांना सांग की, मुलगी पाहून जायला माझी काहीही हरकत नाही म्हणून."

"सांगत्ये." माझं बोलणं ऐकून आक्काला बरं वाटलं.

मी लगेच ती बातमी माधुरीच्या कानावर घातली. माधुरी माझं बोलणं ऐकून त्या मुलाचं गुणगान माझ्यासमोर करू लागली. तो मुलगा स्वभावानं किती चांगला आहे, हे ती मला पुन:पुन्हा ऐकवू लागली. माझी मुलं शाळा-कॉलेजला सुट्टी असली की कणकवलीला माझ्या बहिणीकडे जात असत. त्या वेळी माधुरीनं त्या मुलाला पाहिलं होतं, त्याच्याबद्दल तिनं ऐकलं होतं.

एके दिवशी माधुरी मला म्हणाली,

"अण्णा, मी घाटावरील मुलाबरोबर अजिबात लग्न करणार नाही. आपल्या ताईचं (स्मिता) कसं झालं, हे तुम्हाला ठाऊक आहे ना?"

एके दिवशी कणकवलीवरून आक्काला सोबत घेऊन पाहुणे माझ्या घरी

आले. घरी आलेल्या पाहुण्यांचं मी माझ्या घरी अगदी आनंदानं स्वागत केलं. मुलगा, मुलाची आई, भाऊ, बहीण, बहिणीचा नवरा आणि चुलता इत्यादी मंडळी कोकण रेल्वेनं आली होती. चहापाणी झाल्यावर माधुरीला आम्ही एका चौरंगी पाटावर त्यांच्या समोर बसवलं. माधुरीला पाहुण्यांनी आधीच पाहिलं होतं. पाहुण्यांनी तिला काही जुजबी प्रश्न विचारले. माधुरीनं जराही न घाबरता त्यांची उत्तरं पटापट दिली. तिची उत्तरं ऐकून आलेले पाहुणे आणखी खूष झाले. माझा होकार किंवा नकार मी त्यांना अद्याप सांगितला नव्हता. माधुरीकडून त्यांना आधीच होकार मिळाला होता. मी माझी मुलगी त्यांना द्यायला तयार आहे की नाही, याची त्यांना धास्ती वाटत होती. पाहुणे यायच्या आधीच मी माझ्या मनात ठरवूनच टाकलं होतं की, आपण त्या पाहुण्यांना जास्त मस्का लावायचा नाही म्हणून.

मुलाचा वयस्कर चुलता मला म्हणाला. "पाव्हणं, तुमची मुलगी आमाला पसंत हाय. आता तुमी म्होरचं काय ते बोला."

"तुम्ही बोला." -मी.

"त्याचं असं हाय पाव्हणं, माझा पुतण्या सरकारी नोकरी करत्योय. तवा वाईच देण्या-घेण्याचं बोलू."

"मी माझ्या बहिणीला (आक्का) आधीच सांगितलेलं आहे, की माझी मुलगी पाहून जायला माझी काहीही हरकत नाही म्हणून. देण्या-घेण्याबद्दल मी काहीही बोललो नव्हतो."

"रिवाजापरमानं तुमाला तुमच्या जावयाला लगनात कायतरी द्यायला पाहिजे." –मुलाच्या बहिणीचा नवरा.

"माझी मुलगी आणि नारळ द्यायला मी तयार आहे. याशिवाय मी काहीही देणार नाही." मी ठामपणे म्हणालो.

माझं बोलणं ऐकून आलेले पाहुणे मनात निराश झाले. माधुरीसुद्धा निराश झाली होती. ती मधल्या खोलीत बायकांच्या घोळक्यात बसून आमचं बोलणं कान देऊन ऐकत होती. ती डोळ्यांतून अश्रू काढू लागली. तिच्या डोळ्यांतील अश्रू पाहून आक्का माझ्याजवळ तावातावानं आली आणि माझ्या कानात हळू आवाजात म्हणाली,

"तू जरा हिकडं ये बगू."

आक्कानं मला बाजूला बोलविल्यामुळे मी बसलेल्या जागेवरून उठलो. आणि निमूटपणे तिच्या पाठीमागून चालू लागलो. बाजूच्या खोलीत जाऊन आक्का मला खडसावीत म्हणाली,

"तू त्यांच्या म्होरं काय बोलत्यूस?"

"माझं काय चुकलंय?"

"अरे, वाईच तू माधुरीचा इचार कर. तिची त्या मुलावर मर्जी हाय. ती रडत्येय. तवा तू जास्ती ताणून धरू नकुस. माझ्या अडाणीचं तू वाईच आईक. मी तुझ्या भल्यासाठीच सांगत्येय."

आक्काचं बोलणं ऐकून माझा स्वाभिमान, रूबाब सर्व काही एका क्षणात अळवाच्या पानावर पडलेल्या थेंबाप्रमाणे गळून पडला. "मियाँ-बिवी राजी तो क्या करेगा काझी" पुढील धोक्याची सूचना मला मिळाली होती. मी माझ्या मनात थोडा सावध झालो. माधुरीकडून त्यांना हिरवा कंदील मिळाला होता. त्यामुळे माझा बार अगदी फुसका निघाला होता. साप तर मरायला हवा आणि हातातील काठीसुद्धा मोडता कामा नये, असा काहीतरी मार्ग मला शोधून काढावा लागणार होता. माझी आता केविलवाणी गत झाली असल्यामुळे मी जास्त ताणून धरू शकत नव्हतो.

माझी सख्खी बहीण हौसा माझा होणारा धाकटा जावई सचिन याची सख्खी चुलती. हौसाचा नवरा मारुतीने तीन वर्षापूर्वी क्षयरोगाच्या आजारपणाला कंटाळून काजूच्या झाडाला फास लावून घेऊन आत्महत्या केली होती. हौसाचा सासरा सचिनचा आजोबा. कणकवलीहून आलेली सर्व पाहुणेमंडळी माझ्या नात्यातीलच होती. आक्का कणकवलीला घर बांधून राहत होती. मला मुलीला द्यायला तशी काहीही हरकत नव्हती.

आक्काचं आणि माझं थोडं पलीकडील खोलीत बोलणं झाल्यावर मी पुन्हा माझ्या जाग्यावर येऊन बसलो. माझा मघाचा रुबाब गळून पडल्यामुळे माझ्या चेहऱ्यावरील भावसुद्धा बदलले होते. सचिनच्या मनात मी माझ्या मुलीला देतो की नाही, याबद्दल घालमेल सुरू होती. त्याचा चेहरा पाहून मला ते कळत होतं. माधुरीबरोबर आपलं लग्न व्हावं, असं त्याला अगदी मनापासून वाटत होतं. 'कबाब में हड्डी' तसं त्याला माझी अडचण वाटत होती.

सचिनचा वयस्कर चुलता मला समजावीत पुढे म्हणाला,

"पाव्हणं, आपुन लई लांबची मान्सं न्हाय. तुमच्या दोन सख्ख्या भनी (आक्का, हौसा) आमच्या घरामंदी दिल्या हाईत. तुमी कणकवलीला आमच्याकडं या. आपून बसून आनकी चर्चा करू."

"ठीकाय." मी पुढे काही बोललो नाही.

पाहुणे परत त्यांच्या गावी कणकवलीला जाण्यासाठी उठले. मी त्यांना आग्रह करीत म्हणालो.

"आज तुम्ही आमच्याकडे मुक्काम करा. सकाळी जा." आलेल्या पाहुण्यांना

मुक्काम केल्याशिवाय पाठविणं मला योग्य वाटत नव्हतं.

माझं बोलणं ऐकून सचिनचा चुलता गालात हसला आणि मला समजावीत म्हणाला,

"आमी पुन्हा कधीतरी तुमच्याकडं ऱ्हायला नक्की येऊ. आता आमाला परत जायाला पाह्यजे."

"तुमची मर्जी."

आलेले पाहुणे निघून गेले. आक्कासुद्धा त्यांच्या बरोबर निघून गेली. आक्काला मी राहण्यासाठी खूप आग्रह केला परंतु ती त्या दिवशी माझ्याकडे राहिली नाही. पाहुण्यांनी आक्काला मध्यस्थी करण्यासाठी त्यांच्या सोबत आणलं होतं. पाहुणे निघून गेल्यावर माधुरी मला म्हणाली, "अण्णा, सचिन मला पसंत आहे. मी त्याच्याशीच लग्न करणार आहे." तिनं मला गर्भित इशारावजा धमकी दिली होती.

❖❖❖

१५

स्मिताला मी तिच्या सासरी सोडून आल्यापासून मला तिच्या खुशालीचा फोन आला नव्हता. मी तिला माझ्या मोबाईलवरून फोन केला तर तो लागत नव्हता. त्यामुळे माझ्या जिवाला घोर लागला होता. तिच्या सासरची माणसं महागड्या फ्लॅटमध्ये राहत होती आणि ती दिसायला जरी सुशिक्षित वाटत असली, तरी त्यांचे विचार मागासलेले आणि बुरसटलेले होते. त्यांच्या राहणीमानात, कपड्यांत बदल झाला होता; परंतु त्यांच्या विचारांमध्ये काडीचा बदल झाला नव्हता. घरातील स्त्रीला बरोबरीचं स्थान देण्याऐवजी ते तिला काडीची किंमतसुद्धा देत नव्हते. घरात ते तिला दुय्यम स्थान देत. स्मिताची सासू एके काळी त्या घरात सून म्हणून आली होती. परंतु आता तिला त्याचा पूर्ण विसर पडला होता. घरात आलेल्या सुनेला छळण्याचा आपल्याला पूर्ण अधिकार आहे आणि त्यासाठीच आपण जन्माला आलो आहोत, अशा तोऱ्यात ती तिच्या घरात वावरायची.

एके दिवशी सकाळी अकरा वाजता बाजारात जाण्याची तयारी करीत असताना स्मिताच्या नवऱ्याचा मला मोबाईल आला. तो रागानं मला म्हणाला,

"तुमच्या लेकीनं माझ्या घरात तमाशा चालविलाय."

"काय झालं?" घाबरून मी त्याला लगेच विचारलं.

"आईचं आणि तिचं भांडण झाल्यावर तिनं घरात गोंधळ घातलाय."

"तिच्याकडे जरा मोबाईल द्या. मी तिला समजावून सांगतो."

"विचारा तिला." जावयानं स्मिताकडे मोबाईल दिला.

"ताई (स्मिता), काय झालं?"

"ही सगळी माणसं माझ्याशी उगाच भांडतात. मला जरासुद्धा पटवून घेत

नाहीत. आईचं ऐकून नवरा मला मारहाण करायला लागलाय. ते सगळे मला घर सोडून तुझ्या माहेरी निघून जा म्हणतात. मला या घरात ते रडूसुद्धा देत नाहीत.'' स्मिता रडत रडत मला सांगत होती.

''तू तुझ्या नवऱ्याकडे मोबाईल दे. मी त्यांना समजावून सांगतो.''

स्मिताने लगेच तिच्या नवऱ्याकडे त्याचा मोबाईल दिला.

''तुमच्या लेकीनं आता जे तुम्हाला सांगितलंय, ते सर्व खोटं आहे.'' जावई मोठ्या आवाजात म्हणाला.

''तुम्ही तिला तुमच्या आईचं ऐकून मारझोड करता आणि तीच घरात तमाशा करत्येय म्हणून मला सांगता. हे तुमचं वागणं बरोबर नाही.'' मी रागानं त्याला म्हणालो.

''मी सांगतो ते खोटं वाटत असेल, तर तुम्ही तुमच्या मुलीला येऊन घेऊन जा. ती माझ्या घरात नकोय. नाहीतर मीच तिला सोडायला येतो. तुम्ही येण्याची तसदी घेऊ नका.'' जावयानं रागानं मोबाईल बंद केला.

स्मिता तिच्या सासरी आता पहिल्यापेक्षा थोडी सुखी असेल, असा मी माझ्या मनात समज करून घेतला होता. परंतु आता माझा भ्रमनिरास झाला होता. तिच्या सासरच्या माणसांच्या स्वभावात काडीचादेखील बदल झाला नव्हता. माझ्या लेकीला छळणाऱ्या तिच्या सासरच्या माणसांविषयी माझ्या मनात प्रचंड राग निर्माण झाला. माधुरीचं लग्न जुळविण्यासाठी प्रयत्न करीत असताना मध्येच हे संकट येऊन माझ्यावर आदळलं होतं.

जावई स्मिताला माहेरी सोडण्यासाठी एसटीत बसून इकडे येत होता. पुणे-खेड गाडी रात्री दहाच्या दरम्यान खेडच्या बसस्थानकात येऊन पोचली. मुलानं घरी येण्यासाठी जावयाला खूप आग्रह केला. परंतु तो आमच्या घरी आला नाही. स्मिताला त्याच्या ताब्यात देऊन तो रात्रीच्या गाडीनं पुन्हा त्याच्या घरी निघून गेला. स्मिता लंकेची पार्वती होऊन आता माहेरी आली होती. तिच्या सासूनं तिच्या अंगावरील सर्व दागिने हिसकावून घेतले होते. स्मिता घरात आल्यावर तिनं लगेच रडायला सुरुवात केली. तिच्या समोर आम्ही सर्वजण कपाळाला हात लावून बसलो. मला काहीही सुचत नव्हतं.

थोड्या वेळानं स्मिताचं रडणं थांबलं. मी तिला समजावून सांगत म्हणालो,

''आता थोडे दिवस तू तुझ्या सासरचं नाव अजिबात काढू नकोस. माधुरीचं एकदा लग्न होऊ दे. मग बघू काय करायचं ते.''

''मी इकडे दिवाळीत आले होते तेव्हा माझ्या सासूनं माझ्या नवऱ्याला

फितवलंय. माझं लग्न झाल्यावर माझा नवरा आधी माझ्याशी चांगला वागायचा. नंतर तो त्याच्या आईचं ऐकू लागला.''

''तू आता तिकडची अजिबात काळजी करायची नाही. चांगलं खा पी आणि मजेत रहा.''

''सासू मला नीट जेवायला द्यायची नाही. सारखं सारखं ती मला कामं सांगत होती. मी काम करून बसले की, तिला ते मुळीच आवडायचं नाही. बाथरूम धुऊन झालं की, लगेच मला संडास धुवायला लावायची, लादी पुसायला लावायची, दुपारी सामानाचे डबे पुसायला लावायची. एक संपलं की दुसरं काम करायला ती लगेच सांगायची.''

''काम करून कोण मरत नसतं. निदान तिनं तुला पोटभर जेवायला तरी द्यायला पाहिजे होतं. तिच्या पोटी लेक नाही. म्हणून तिला दुसऱ्याच्या लेकीची किंमत अजिबात वाटत नाही.''

''माझी सासू अशी खट्याळ आहे म्हणून माझं लग्न होण्याच्या आधी तिच्या भावांनी आणि तिच्या आईनं तिला चांगलं बदडून काढलंय. मीसुद्धा तिला अशी सोडणार नाही.''

''प्रवास करून तू आता खूप दमली असशील. हातपाय धुऊन घे आणि लगेच जेवायला बस. सवितानं तुझ्यासाठी ताट वाढलंय.''

''येताना नवऱ्यानं मला एसटीत मारहाण केलीय.''

''म्हणून तो आपल्या घरी तुझ्या बरोबर आला नाही वाटतं?''

''तो महामूर्ख माणूस आहे.'' -स्मिता.

''त्याचा तू आता विचार करू नकोस.''

स्मिता बसलेल्या जागेवरून उठली आणि मोरीत जाऊन स्वच्छ हातपाय धुऊन आली. सवितानं तिच्यासमोर जेवणाचं ताट आणून ठेवल्यावर तिनं खाली मान घालून जेवायला सुरुवात केली.

दस्तुरी (चिंचघर) या ठिकाणी माझी बहीण हौसा राहत होती. हौसाला स्मिता माहेरी आलीय हे समजल्यावर ती धावतच तिला भेटायला आली. स्मिताची चौकशी करून झाल्यावर ती मला म्हणाली,

''मी त्या मान्सांना हिच्या लगनातच वळखलं व्हतं. हिची सासू तर नुस्ती तऱ्हा नि भावना हाय. तिच्या प्वॉटात काळीज न्हाय.''

''ती मान्सं पुढे स्मिताचा असा छळ करतीलच असं मला आधी वाटलं नव्हतं.''

“तुला सुदीक तिच्या लगनाची लई घाई झाली व्हती. त्यांची तू कुणाकडनं तरी चांगली म्हाईती काडायला पाह्यजे व्हतीस. आता हे तुला केवढ्याला पडलं?”

“तुझं म्हणणं चुकीचं नाही. मला तिच्या लग्नाची घाई झाली होती. तिच्या लग्नाचं वय उलटून गेलं होतं. म्हणून मी त्या वेळी थोडी घाई केली.”

“रामू, मी काय सांगत्ये ते नीट आईक. आता तू तुझ्या लेकीला तिच्या सासरी आजाबाद पाठवू नकूस. ती मान्सं चांगली न्हाईत. तुझ्या लेकीच्या जिवाला दगाफटका करायलासुदीक ती मान्सं मागंम्होरं बगनार न्हाईत. माझं अडानीचं तू वाईच आईक.”

“माधुरीचं लग्न एकदा पार पाडू दे. मग मी स्मिताचा विचार करणार आहे.”

थोडा वेळ हौसा ताजा श्वास घेत बोलायची थांबली. सवितानं तिला प्यायला गरम गरम चहा आणून दिला. चहा पिऊन हौसानं रिकामी कपबशी खाली ठेवली आणि ती पदरानं तोंड पुसू लागली. नंतर ती माझ्याकडे पाहत मला गंभीर आवाजात म्हणाली,

“माझ्यासुदीक पाठीमागं साडेसाती लागलीय बघ. त्याच्या काळजीनं मला अन्नसुदीक ग्वॉड लागत न्हाय.”

“काय झालं?” मी तिला विचारलं.

“तुला काय बी ठाव न्हाय?”

“नाही.” मी तोंडाचा चंबू करीत तिला म्हणालो.

“आरं, माझा धाकटा ल्योक बाळ्या मंगच्या आठवड्यात येका मुसलमान बाईला घेऊन पळून गेलाय.”

“काय सांगत्येस?” तिचं बोलणं ऐकून मी दचकलो.

“ईचार करून पार माझ्या डोसक्याचा भुगा झालाय बग.” -हौसा.

हौसाच्या धाकट्या मुलाचं नाव सुभाष असं होतं. ती त्याला लाडानं ‘बाळ्या’ म्हणायची. त्यामुळे सगळे त्याला ‘बाळ्या’ म्हणून साद घालीत. त्याच्या मालकीचा दस्तुरी इथं एस. टी. डी. बूथ होता. त्यात तो मटक्याचेसुद्धा आकडे लिहीत बसायचा. त्या धंद्यात बाळूला चांगला पैसा मिळत होता. त्याचा मालक पोलिसांना महिन्याला हप्ता द्यायचा, म्हणून त्याच्या मटक्याच्या धंद्यावर कधी धाड पडायची नाही. अनायासे मिळालेल्या पैशाची बाळू उधळपट्टी करायचा. तो स्वत: दारू पीत नसे. परंतु त्याच्या मित्रांना दारू-मटणाच्या पार्ट्या देत असे. आठवड्यातून दोनदा-तीनदा त्याच्या घरात मटण शिजायचं. बाळूचं लग्न झालं होतं. त्याच्या बायकोचं नाव वासंती असं होतं. ती कुणबी समाजाची होती. बाळूला आठ-नऊ वर्षाचा मुलगा होता. तो मराठी शाळेत शिकत होता. बाळूनं वासंतीबरोबर आंतरजातीय विवाह केला

होता. त्याच्या मुलाचं नाव आर्यन असं होतं.

मुमताज बाळूच्या अगदी शेजारी राहत होती. तिच्या बापानं तिचं लग्न केलं होतं. तिला महाड या तालुक्यात दिली होती. तिला दोन छोट्या मुली होत्या. तिला तिचा नवरा पसंत नव्हता. ती माहेरी आल्यावर नवऱ्याला फोन करण्यासाठी बाळूच्या एस. टी. डी. बूथमध्ये जायची. त्यामुळे बाळूची तिच्याशी ओळख झाली होती. ओळखीचं रूपांतर नंतर प्रेमात झालं. बाळू मुमताजवर पैसा उधळू लागला. तिला त्यानं जुगाराच्या पैशातून एक महागडा मोबाईलसुद्धा घेऊन दिला होता. मुमताज माहेरी आली की, तिच्या नवऱ्याकडे लवकर जात नसे. मुमताजच्या आई-वडिलांना हे सगळं माहीत झालं होतं. परंतु बाळूकडून त्यांना पैसा मिळत असल्यामुळे त्यांनी गांधारीप्रमाणे डोळ्यावर पट्टी बांधून घेतली होती.

आपल्या नवऱ्याचं आणि मुमताजचं लफडं सुरू आहे हे वासंतीला कळताच तिच्या अंगाचा नुसता भडका उडाला. मुमताजवरून वासंती तिच्या नवऱ्याबरोबर घरात जाम भांडू लागली, मुमताजवरून घरात रोज तमाशा होऊ लागला. हौसा तिच्या लेकाची बाजू घेऊन वासंतीबरोबर भांडू लागली. त्यामुळे वासंतीला तिच्या सासूचादेखील राग यायचा. बाळूच्या थोरल्या भावानंसुद्धा एका मराठ्याच्या मुलीबरोबर आंतरजातीय विवाह केला होता. तो त्याच्या आईकडे आणि धाकट्या भावाकडे मुळीच लक्ष द्यायचा नाही.

थोरल्या मुलाचा आंतरजातीय विवाह झाल्यावर हौसानं त्याच्या बायकोचा छळ केला म्हणून त्याचा हौसावर प्रचंड राग होता. तो तिचा द्वेष, तिरस्कार करीत होता. थोरला लेक तिला हातात काठी घेऊन मारायला धावायचा. म्हणून हौसा त्याचं तोंडसुद्धा बघत नव्हती.

हौसा मला पुढे सांगू लागली,

“त्या मुसलमानाच्या पोरीनं माझ्या लेकाला शाफ बिगडवून टाकलंय. पैला माझा बाळ्या असा कधी वागला न्हवता. माझ्या बाळ्याकडनं पैसे घेऊन ती लई मजा करायची. न्हवऱ्याकडं ऱ्हावून तिला येवडा पैसा कधी उधळायला घावत न्हवता. म्हून ती सारकी सारकी माहेरी यायची. त्या मुमताज वयनं वासंती घरात रोज न्हवऱ्याबरूबर भांडत व्हती. वासंती माझंसुदीक काय बी आयकून घेत न्हवती. आर्यनला (वासंतीचा मुलगा) मेल्या, मुडद्या असं सारखं ती म्हनत असत्ये. न्हवऱ्याचा राग ती मुलावर काडायची. बाळ्या लई तिला वैतागला व्हता बग. वासंतीची खोड मोडण्यासाठी माझा बाळ्या त्या मुसलमानाच्या मुमताजला घेऊन पळाला.”

“बाळ्यानं मुमताजला पळवून नेलंय म्हणून तिच्या माहेरच्या माणसांकडून

तुम्हाला त्रास वगैरे काय झाला का?''

"छ्या, छ्या! त्या पोरीच्या घरातील मान्सं आमच्या साठनं लई चांगली हाईत. मुमताजचा एक भाऊ बाळ्याकडनं पैसे घेऊन दुबईला नोकरी करायला गेलाय. मुमताजचा बापूस आता 'माझी लेक आता मला मेली हाय', असं म्हनत्युय. आता त्यो तिच्या लेकीचं कधी त्वाँड बगनार न्हाय बग. एकदा दुपारी बाळ्या घरी जेवायला आला न्हाय म्हून मी त्यांच्या घरी त्याला शोधायला गेले, तवा त्यांनी मला बगून बाळ्याला त्यांच्या घरात लपवून ठेवलं व्हतं.''

"तुला जर आधी हे सर्व माहीत होतं, तर तू तुझ्या घरात चांगल्या लोकांना बोलावून बैठक घ्यायची होतीस. लोकांनी बाळ्याला 'असं वागू नकोस' म्हणून समजावून सांगितलं असतं. आता हे तुला केवढ्याला पडलं.''

"आमच्या दस्तुरीमंदी कोणीसुदीक श्यान्या बोड्याची मान्सं न्हाईत. कुणाला मी तसं सांगायला गेले असते, तर त्यांनी लगीच लंका पेटवली अस्ती. माझ्या बाळ्यालासुदीक त्यांनी बेदम मारलं अस्तं. त्या मुसलमानीच्या पोरीच्या जिवाला दिकून धोका निर्माण झाला असता. त्या पोरीच्या आईशी-बापसाला हे समदं ठाव असून ते त्वाँडात मिठाची गुळणी घेऊन बसले होते. बाळ्याकडनं हवा तेवडा पैसा मिळायचा म्हून त्यांनी त्यांच्या पोरीला सैल सोडली व्हती. त्या पोरीचा न्हवरा लई गरीब. त्वाँडात बोट दिलंन तरी त्यो चावायचा न्हाय. अशा न्हवऱ्याला आन् दोन लहान लेकरास्नी टाकून ती माझ्या बाळ्याबरूबर पळून गेलीय.''

बाळू घरातून पळून गेल्यामुळे आता हौसा अक्षरश: निराधार झाली होती. तिचा मोठा मुलगा तिचं तोंड बघत नव्हता. बाळूनं त्याच्या मराठी शाळेत शिकणाऱ्या मुलाचीसुद्धा पर्वा केली नव्हती. मटक्याच्या पैशानं त्यानं नवीन घर बांधलं होतं. त्याच्या नवीन घराच्या खिडक्यांना त्यानं काचेची तावदानं लावली होती. हौसाला त्याच्या मोठ्या मुलाचा तिच्याकडे लक्ष देत नाही म्हणून खूप राग यायचा. तो त्याच्या आईसमोर मटण, मासे आणून बायको-मुलांना घेऊन मजेत खायाचा. हौसा त्याला रागाने "त्यो माझा पोरगा न्हाय, वैरी हाय,'' अशी म्हणायची.

हौसा आता निराधार झाली होती म्हणून मला तिची काळजी वाटत होती. तिच्याकडे आता जगण्यासाठी उत्पन्नाचं कोणतंही साधन नव्हतं. तिचं आता त्रांगडं झालं होतं. जगण्याचं वांदे झालं होते. परंतु ती मनानं अजिबात खचली नव्हती. निराधार होऊनसुद्धा जगण्यासाठी जी हिंमत लागते, ती तिच्याकडे होती.

हौसा स्वभावानं तशी कडक आणि फटकळ होती. दस्तुरी (चिंचघर) या गावात ती भांडकुदळ बाई म्हणूनच प्रसिद्ध होती. म्हणून त्या ठिकाणी तिच्या नादी

सहसा कुणी लागत नव्हतं. तिच्या तोंडातसुद्धा तीळ भिजत नव्हता. एखादी गुप्त वार्ता जर तिच्या कानावर चुकून पडली, तर त्याचा ती सर्वत्र लगेच बोभाटा करी. त्यामुळे भांडणं होत. तिच्याबद्दल लोकांचं मत वाईट व्हायचं. हौसाला त्याची पर्वा नसे. तिला एक मराठा समाजाची आणि दुसरी कुणबी समाजाची अशा दोन सुना होत्या. तिसरी बाळूबरोबर पळून गेलेली मुसलमानाची होती. परंतु हौसाचं कुणाशीही पटत नव्हतं. तिच्या सुना तिचा रागराग करीत असत. हौसाच्या पोटात काही राहत नाही म्हणून मीसुद्धा एखादं गुपित मला समजलेलं असलं तरी तिच्या कानावर घालायला धजावत नसे.

हौसाचं तिच्या भावंडांशीसुद्धा कधी पटत नसे. माझ्याशी मात्र ती कधीही भांडायची नाही. मला दुखलंखुपलं तर लगेच धावतच मला बघायला ती यायची. हौसा तिच्या घरातल्या अडचणी मला सांगायची. तिच्या त्या अडचणी मी सोडविण्यासाठी प्रयत्न करायचो. मला कधीकधी ती भारावून म्हणायची. "रामू, तू एकटाच माझ्यासाठी चांगला हैस बग. बाकीची मला रगताची नाती असूनसुदीक कायबी उपेगाची न्हाईत बग. तुजा मला लई आधार वाटतू."

हौसाला राह्यला घर नव्हतं. तिचा नवरा मारोती लोकांच्या घरासाठी दगड, तोडी पाडायचा आणि स्वत: मात्र झाडाखाली किंवा भाड्याची खोली घेऊन राहत होता. वीस वर्षांपूर्वी मी हौसाला खेड, दापोली या मार्गावर असणाऱ्या दस्तुरी या ठिकाणी घर बांधण्यासाठी सात गुंठे जमीन तिच्या पैशानं विकत घेऊन दिली होती. जमिनीचा व्यवहार पूर्ण होईपर्यंत मी तिला मदत केली होती.

हौसाला आधार देणारा तिचा धाकटा मुलगा एका बाईला घेऊन पळून गेल्यामुळे आपल्या या भांडकुदळ बहिणीचं आता तिच्या म्हातारपणी कसं होणार, म्हणून मला तिची काळजी वाटू लागली. दस्तुरी गावात हिरामन नावाचा तिचा जावई राहत होता. त्याला दोन मुलं होती. हिरामन त्याच्या बायकोला मारतो म्हणून हौसा लेकीचा कैवार घेऊन त्याच्याशी जाम भांडायची. ती त्या जावयाचं कधी तोंडसुद्धा बघायची नाही.

हौसाला मी माझ्या घरात आनंदानं आधार दिला असता. परंतु त्यात अडचण अशी होती, की हौसाचं आणि माझ्या मुलांचं घरात दोन दिवससुद्धा पटलं नसतं. माझ्या घरात रोज भांडणाचा भडका उडाला असता. त्याचा माझ्या डोक्याला आणखी मोठा ताप झाला असता. हौसाला सुनीता नावाची धाकटी मुलगी होती. तिचं लग्न झालं होतं. ती कोल्हापूरला उजळाई वाडीत राहत होती. तिच्या नवऱ्यानं कर्ज काढून वाळूची वाहतूक करण्यासाठी एक डंपर विकत घेतला होता. सुनीताला माहेरची

अजिबात ओढ नव्हती. आई-वडिलांवर, भावा- बहिणीवर तिची अगदी पातळ माया होती. ती कधी माहेरी येत नसे. त्या संपूर्ण कुटुंबाचीच वाताहात झाली होती.

हौसा मला एके दिवशी मनात खूप निराश होऊन म्हणाली, ''रामू, मला दोन मुलगे असून काय उपेगाचे न्हाईत. तू मला संजय गांधी पेन्सन बशीव.'' अठरा वर्षावरील मुलं असतील तर शासन संजय गांधी निराधार योजनेतून पेन्शन देत नाही, हे मला ठाऊक होतं. मी तिला ते समजावून सांगितलं. माझं बोलणं ऐकून हौसा मनात आणखी निराश झाली.

हौसा स्मिताला बघायला माझ्या घरी धावत आली होती. माझ्याशी ती बराच वेळ बोलत बसली होती. सूर्य पश्चिमेला डोंगरावर टेकल्यावर ती तिच्या घरी जायला निघाली. मी तिला ''आज रहा नि सकाळी जा'' म्हणालो. घरात तिचा नातू होता. त्याच्यात तिचा जीव गुंतला होता. त्या नातवासाठी ती वासंतीचे (सून) टोमणेसुद्धा कधीकधी ऐकून घ्यायची. आर्यन नसता तर हौसानं वासंतीला तिच्या घरात अजिबात थारा दिला नसता. हौसा माझा निरोप घेऊन लगेच घराच्या बाहेर पडली. तिचं बोलणं ऐकून माझं डोकं आणखी बधिर झालं होतं.

❖❖❖

१६

माधुरीच्या लग्नाची पुन्हा एकदा बोलणी करण्यासाठी पाहुण्यांच्या निव्वळ आग्रहावरून मी कणकवलीला त्यांच्या घरी गेलो. माझ्या सोबत आक्का, तिची मुलं, मुली आणि तिचा गजानन नावाचा जावईसुद्धा आला होता. खेडवरून मी लक्ष्मी आणि तिचा नवरा गणपत गेलो होतो. माधुरीच्या लग्नासाठी पुन्हा एकदा बोलणी सुरू झाली होती. माधुरीच्या लग्नात मी माझ्या जावयाला काहीतरी द्यावं म्हणून पुन्हा एकदा त्या मंडळींनी धोशा लावला. आता मला त्यांच्या शब्दाला थोडातरी मान देणं भाग होतं. मला जास्त ताणून धरता येईना. माझा अगदीच नाइलाज झाला, तेव्हा मी मुलाला अर्ध्या तोळ्याची अंगठी आणि लग्नाचा नवीन पोशाख द्यायला कसाबसा राजी झालो. लग्न कणकवली इथं व्हावं, अशी त्यांनी माझ्यासमोर इच्छा व्यक्त केली. मी त्याला माझी संमती दिली. आक्का तिथं राहत असल्यामुळे मला तशी काहीही अडचण नव्हती.

सर्वानुमते लग्नाची तारीख १० डिसेंबर २००९ ठरविण्यात आली. कणकवली या छोट्या शहरात माधुरीचं लग्न ठरलेल्या तारखेला दुपारी १२ वा. १२ मि. या वेळेला लागलं. माधुरीच्या लग्नासाठी मी खेड आगारात रोख अठरा हजार रुपये भरून एसटी आरक्षित केली होती. शामू आणि त्याच्या घरातील कुणीही मंडळी माधुरीच्या लग्नाला आली नव्हती. सुलोचनाच्या सासरच्या माणसाबरोबर आमची तिच्या लग्नापासून वाकडीक होती. शामू खेड तालुक्याचा वडार समाज संघटनेचा अध्यक्ष झाला होता. त्याचे सुलीच्या सासरच्या मंडळींबरोबर चांगले संबध होते. शामूचं त्यांच्याकडे सारखं जाणं-येणं असे. माधुरीच्या लग्नाला आल्यावर त्यांना ते मुळीच आवडणार नाही म्हणून त्यानं लग्नाला यायचंच टाळलं. आणखी माझे बरेच

जवळचे नातेवाईक याच कारणामुळे लग्नाला आले नाहीत. त्यांच्याकडे जाणाऱ्या लोकांनी माझ्या घरी येता कामा नये, माझ्या सुखदु:खातसुद्धा सामील होऊ नये, अशी त्यांची इच्छा होती. त्यांच्याकडे प्रचंड पैसा होता, ताकत होती. त्यामुळे समाजबांधव त्यांचा रोष पत्करण्यासाठी धजावत नसत. सार्वजनिक गणेशोत्सवात ते लाखा-लाखांनी देणग्या देत असत. माझ्या घरी येणाऱ्यांना पुन्हा त्यांच्या बंगल्यात थारा मिळत नसे.

समाजातील एखादे मयत किंवा लग्न कार्य असेल, तेव्हा मी त्या ठिकाणी हजर व्हायचो. तिथं माझे बरेच जवळचे नातेवाईक आलेले असत. परंतु सुलीच्या सासरच्या माणसांचं त्यांच्यावर दडपण असल्यामुळे त्या ठिकाणी ते माझ्याबरोबर बोलायचं टाळत. मी ते कधी मनावर घेत नसे.

मारुती नलावडे हे तालुक्यात ठेकेदारीचा व्यवसाय करीत. त्यांच्या उपअभियंता असलेल्या मुलाचं लग्न ठरलं होतं. त्यांनी मला हळदीच्या कार्यक्रमाला फोन करून बोलाविल्यामुळे मी माझी मोटारसायकल घेऊन त्यांच्या घरी गेलो. त्या ठिकाणी सुलीची सासू एका प्लॅस्टिकच्या खुर्चीत येऊन बसली होती. मला डोळ्यांसमोर पाहून ती लगेच बसलेल्या खुर्चीतून रागानं तडकन उठली आणि तिच्या बंगल्याकडे रागानं निघून गेली.

म्हातारी रागानं उठून निघून गेली हे मारुती ठेकेदार यांच्या ध्यानात आलं. दुसऱ्या दिवशी ते लगेच म्हातारीला विचारण्यासाठी बंगल्यात गेले.

"तू माझ्या मुलाच्या अंगाला हळद न लावताच कशी परत फिरलीस?" - मारुती नलावडे.

"तू आमच्या वैऱ्याला त्या ठिकाणी आवातण दिवून बलीवलं व्हतंस. त्याचं मला त्वाँडसुदीक बगायचं न्हाय."

"त्याचं नि तुमचं भांडान हाय. आमचं आन् त्याचं काय भांडान न्हाय. म्हून मी त्याला बलीवलं व्हतं."

"आमाला त्ये आवडत न्हाय." म्हातारी त्याला गुश्शातच म्हणाली.

नंतर मारुती नलावडे यांनी हे माझ्या कानावर घातलं होतं. मारुती नलावडे हे माझ्या तिन्ही मुलांच्या लग्नाला त्यांना आशीर्वाद देण्यासाठी कोणत्याही दडपणाला भीक न घालता हजर होते.

सुलीचा चुलतदीर माझ्या सोबत महसूल खात्यात तलाठी म्हणून नोकरी करीत होता. त्याला जेव्हा हृदयविकाराचा झटका आला होता, तेव्हा मी त्याला बघण्यासाठी रजा टाकून कोल्हापूरला हॉस्पिटलमध्ये गेलो होतो. त्याची सासुरवाडीसुद्धा कोल्हापूरलाच

होती. तो नोकरी करीत असताना पैशासाठी सामान्य शेतकऱ्यांना वेठीस धरायचा. त्यामुळे त्याच्या वरिष्ठाकडे नेहमी तक्रारी होत. त्या तक्रारी मिटविण्यासाठी आणि त्याला चार गोष्टी समजावून सांगण्यासाठी मी माझ्या परीनं प्रयत्न करीत असे. तरी त्याचा पैशावरील लोभ सुटत नव्हता. एकदा तो लाचलुचपत खात्याच्या जाळ्यात अति लोभीपणामुळे अलगद सापडला. त्याच्या जामिनाची सोय करून मी त्याला तुरुंगातून बाहेर काढलं. माझ्या मुलीच्या लग्नाच्या वेळी मात्र दुर्दैवानं त्याला याचा पूर्ण विसर पडला. तो लग्नाला आलाच नाही.

सुली आता तिच्या नवऱ्यासोबत पुण्यात काचेच्या बंगल्यात राहत होती. हळूहळू तिच्या नवऱ्यानं पुण्यातसुद्धा ठेकेदारीच्या व्यवसायात पाय पसरले होते. त्यांचं अख्खं कुटुंब पूर्वीपासून एकत्र राहत होतं. ते कुटुंब मोठं होतं. परंतु आता ते विभागलं गेलं होतं. निम्मं कुटुंब पुण्याला, तर निम्मं कुटुंब गावी राहात होतं. दिवाळी, दसरा किंवा शिमग्याचा पारंपरिक सण असल्यावर ते सर्व गावी एकत्र जमून सण साजरा करीत. भावांच्या मदतीनं सुलीच्या निरक्षर नवऱ्यानं ठेकेदारीच्या व्यवसायात गावी आणि पुण्यात चांगला जम बसविला होता. माझ्या मुलांच्या लग्नाला सुलीला येता आलं नाही. म्हणून ती मनातल्या मनात झुरत होती. सुली माझ्यापेक्षा दोन तीन-वर्षांनी लहान होती, तरी तिचं माझ्या आधी लग्न झालं होतं. तिच्या लग्नापासून तिची सासरची माणसं आमचा द्वेष, तिरस्कार करीत असल्यामुळे माझ्या लग्नाच्या वेळी 'लग्नाला जायचं न्हाय' म्हणून त्यांनी तिला अडविलं. तरीसुद्धा सुली अक्षता पडण्याच्या वेळी त्यांच्या डोळ्यांत धूळफेक करून मांडवात हजर झाली होती.

माधुरीचं लग्न एकदाचं निर्विघ्नपणे पार पडलं होतं, म्हणून मी सुटकेचा नि:श्वास टाकला. मोठ्या मुलीचं लग्न अयशस्वी झालं होतं. धाकट्या मुलीचा संसार चांगला होऊ दे म्हणून मी ईश्वराकडे मनातल्या मनात प्रार्थना केली. लग्न पार पडल्यानंतर माझा धाकटा जावई मला धीर देत म्हणाला. ''मामा, तुम्ही माधुरीची अजिबात काळजी करू नका. मी तिला चांगलं सांभाळेन.'' सचिनचं बोलणं ऐकून मला खूप बरं वाटलं.

माधुरीच्या लग्नात माझा नातू आयुष फक्त आठ महिन्यांचा होता. तो सारखा रडत होता. लग्नाच्या गोंधळामुळे त्यानं भोकाड पसरलं होतं. तो कुणाकडेच राहत नव्हता, सविता त्याला कडेवर घेऊन गप्प करण्याचा प्रयत्न करीत होती. तो तिला दाद देत नसल्यामुळे सवितासुद्धा रडकुंडीला आली होती. माधुरीच्या लग्नाला सविताची माहेरची माणसं सांगलीवरून आवर्जून आली होती.

माधुरीच्या लग्नात माझी धाकटी बहीण लक्ष्मी फार अस्वस्थ झालेली मला

दिसत होती. लग्नाची गडबड असल्यामुळे मला तिच्या मनातील दु:ख विचारता येत नव्हतं. परंतु तिच्या चेहऱ्यावर उमटलेल्या दु:खाच्या सूक्ष्म छटा लपून राहत नव्हत्या. गणपत (लक्ष्मीचा नवरा) पानतंबाखू खात लग्नात इकडे-तिकडे फिरत होता. एखादा जोडीदार भेटला की, सुममध्ये दारूच्या गुत्यावरसुद्धा जाऊन येत होता. लक्ष्मीला त्याच्या खोड्या माहीत होत्या. परंतु लोकांच्या समोर त्याला काहीही तिला बोलता येत नव्हतं.

माधुरीच्या लग्नात लक्ष्मी तिच्या मनात का अस्वस्थ होती, याचं कोडं नंतर मला उलगडलं. लक्ष्मीच्या धाकट्या मुलाचं नाव परशुराम असं होतं. परंतु त्याला सर्वजण 'पच्या' या टोपणनावानं साद घालीत. त्याचं एका हायस्कूलमध्ये शिकत असणाऱ्या बेलदार जातीच्या मुलीवर प्रेम होतं. त्या मुलीचं नाव प्रियांका असं होतं. दोघांनी पळून जाऊन लग्न लावण्याचा बेत केला होता. प्रियांका अल्पवयीन होती, ती पच्यावर मनापासून प्रेम करीत होती. माधुरीच्या लग्नाच्या आधी पच्या प्रियांकाला घेऊन परागंदा झाला होता. पळून जायच्या आधी पच्याने लक्ष्मीच्या गळ्याला धारदार चाकू लावून तिच्याकडून रोख रुपये तीस हजार आणि सोन्याचे दागिने नेले होते.

बेलदार समाजाची हायस्कूलमध्ये शिकणारी मुलगी पच्याने पळवून नेली म्हणून बेलदार समाज त्याच्यावर खवळून उठला. दस्तुरी गावात वडार आणि बेलदार या दोन समाजांमध्ये हाणामारीला नुसता ऊत आला. प्रियांका तशी गरीब स्वभावाची मुलगी होती. शाळेत जाते म्हणून शाळेच्या ड्रेसवरच वह्या-पुस्तकं घेऊन ती पच्याबरोबर पळून गेली होती. तिचे वडील वडाप प्रवासी टेंपोवर रोज शंभर रुपये मजुरी घेऊन पंटरचं काम करीत. घरातलं खाण्याचं एक तोंड कमी झालं म्हणून प्रियांकाचा बाप त्याचा जास्त गवगवा न करता गप्प बसला होता. परंतु समाजानं त्याच्यावर इतका दबाव आणला, की त्याला झक मारून पोलीस स्टेशनमध्ये जाऊन पच्याच्या विरोधात तक्रार लिहून द्यावी लागली. आपली मुलगी पच्याच्या नादी लागली आहे, हे प्रियांकाच्या आईवडिलांना आधीपासून ठाऊक होतं.

खेड पोलीस स्टेशनमध्ये अल्पवयीन मुलीला फूस लावून पळवून नेली म्हणून पच्याच्या विरोधात गुन्हा दाखल झाला होता. पच्याला पकडून आणण्यासाठी पोलिसांची चक्रं ताबडतोब फिरू लागली. पच्या आणि प्रियांका पोलिसांना गुंगारा देण्यासाठी या गावातून त्या गावात पळत होती. पच्याचा तपास लावण्यासाठी पोलीस लक्ष्मीला आणि तिच्या नवऱ्याला जंग जंग पछाडू लागले. पोलीस स्टेशनमध्ये त्या दोघा नवरा-बायकोना आणून दमदाटी करू लागले, विद्युत् शॉक देऊ लागले. लक्ष्मी आणि तिचा नवरा गणपा तोंड दाबून शारीरिक आणि मानसिक वेदना सहन करीत.

परंतु त्यांनी पच्याचा ठावठिकाणा सांगण्यासाठी अजिबात तोंड उघडलं नाही. या घटनेमुळे लक्ष्मी आणि गणपत दोघेही खचून गेले होते. मी लक्ष्मीला 'पच्याला काहीही होणार नाही' म्हणून धीर देत होतो.

मी पच्याच्या मोठ्या भावाला, विशालला म्हणालो,

"विशाल, पच्या आता पोलिसांच्या तावडीतून वाचणार नाही. पोलीस त्याला पकडणारच."

"मामा, मग आता आपण काय करायचं?" विशाल काळजीनं मला म्हणाला.

मी त्याला समजावून सांगत म्हणालो,

"आपण आता वकिलाची मदत घेऊ. वकिलाची मदत घेऊन आपण पच्याला अटकपूर्व जामीन मंजूर करून घेऊ. मग पोलीस त्याला हात लावू शकणार नाहीत."

"पच्या, पोलिसांना घाबरून या गावातून त्या गावात पळत्योय."

"तो आता कोठे आहे, हे तुला ठाऊक आहे का?"

"होय. तो आता कोल्हापूरला बाळ्याच्या मेहुण्याजवळ भाड्याची खोली घेऊन राहत्योय."

"मग त्याचा मोबाईलवर फोन आला तर तू त्याला सांग की, आम्ही तुला अटकपूर्व जामीन मिळण्यासाठी सेशन कोर्टात अर्ज करतोय म्हणून."

"सांगतो." विशालच्या डोळ्यांसमोर आशेचा एक किरण दिसू लागला.

आम्ही इकडे पच्याला अटकपूर्व जामीन मिळण्यासाठी प्रयत्न करीत असताना तिकडे पोलीस त्याचा ठावठिकाणा शोधण्यासाठी प्रयत्नांची शिकस्त करीत होते. पच्याकडे त्याचा मोबाईल होता. पोलिसांनी त्याचा मोबाईल क्रमांक विशालकडून घेतला होता. त्याच्या मोबाईलवरून पोलिसांना पच्या कोल्हापूर येथे गोकुळनगरमध्ये असल्याचा ठावठिकाणा मिळाला. पच्या प्रियांकाला घेऊन इकडे- तिकडे फिरत होता. त्याच्या जवळचे पैसे संपत आले तसं तो हौसाच्या जावयाच्या आश्रयाला गेला. हौसाच्या जावयानं त्याला त्याच्या ओळखीनं भाड्याची खोली घेऊन दिली, जेवणाची भांडी दिली आणि एक स्टोव्हसुद्धा दिला होता.

पच्याला पकडून आणण्यासाठी पोलिसांनी लक्ष्मीच्या नवऱ्याला मारुती गाडी काढायला सांगितली. लक्ष्मीची आर्थिक परिस्थिती अगदीच बेतास बात होती. विशालनं इकडून तिकडून उसने पैसे गोळा करून दिवसाला रुपये सहा हजार भाडं असलेली मारुती गाडी ठरवली. पोलिसांनी पच्याला शोधण्यासाठी गणपतला आणि त्याच्या जावयाला (चंदर) सोबत घेतलं. पोलीस इकडून मार्गस्थ झाल्यावर विशालनं त्याच्या मोबाईलवरून पच्याला लगेच सांगितलं. ती बातमी पच्याला समजल्यावर तो प्रियांकाला

सोबत घेऊन तेथून लगेच पसार झाला.

गणपतनं पोलिसांची खाण्यापिण्याची सोय करण्यासाठी दीड-दोन हजार सोबत नेले होते. उपपोलीस निरीक्षक दर्जाचा असलेला तो अधिकारी मारुती गाडीत एखाद्या सहलीला जावं तसं आजूबाजूच्या निसर्गाचा मनमुराद आनंद घेत ऐटीत बसला होता. त्यानं प्रवासात पिण्यासाठी चार-पाच बिसलरीच्या बाटल्या, फळं, मिठाई, वेफर्स घेण्यासाठी गणपतला दमात घेऊन सांगितलं होतं. गणपतनं न कुरकुर करता ते सारं विकत घेऊन गाडीत ठेवलं होतं. गरिबांना छळणारा पापी असतो. त्यात पोलिसांच्या बाबतीत विचारच करायला नको. त्यांच्या तावडीत सापडलेल्यांना ते 'दे माय धरणी ठाय' करून टाकतात. म्हणून पोलीस जनतेला मित्र वाटत नाहीत. जनता त्यांना त्यांचा शत्रूच समजते.

कोल्हापूरला पोलीस जाऊनसुद्धा त्यांना पच्या सापडला नाही, म्हणून पोलिसाला त्याचा आणखी राग आला. हौसाचा जावई सुरेश यानं पच्याला मदत केली म्हणून पोलिसानं त्याचा जबाब घेतला आणि त्यानं त्याला आरोपी क्रमांक दोन करून खेड पोलीस स्टेशनमध्ये आणलं. हौसाच्या जावयाची जामीन दिल्यानंतर सुटका झाली.

वकिलाच्या मदतीनं एकदाचं पच्याला अटकपूर्व जामीन सेशन कोर्टात मंजूर झाला. आता पोलीस त्याला अजिबात अटक करू शकत नव्हते. रात्री मला पच्याचा माझ्या मोबाईलवर फोन आला. तो खूप घाबरलेला होता. सांगलीच्या बसस्थानकावरून त्यानं मला त्याच्या मोबाईलवरून फोन केला.

"मामा, मला अटकपूर्व जामीन मंजूर झाला का?"

"होय."

"आता आम्ही दोघं खेडला यायला निघालोय."

"तू आता बिनधास्त ये. तुला आता पोलीस अटक करू शकणार नाहीत."

"मामा, मला पोलिसांची लई भीती वाटते. ते मला मारणार नाहीत ना?"

"तुला घाबरायचं आता मुळीच कारण नाही. पोलीस तुझ्या अंगाला आता हात लावणार नाहीत. आम्ही इकडे तुझ्या जामिनाची सोय केलेली आहे."

"मामा, प्रियांकासुद्धा खूप घाबरलेली आहे. तुम्ही तिला थोडा धीर द्या." पच्यानं मोबाईल प्रियांकाच्या हातात दिला.

"मामा, मला त्या पोलिसांची खूप भीती वाटत्येय. मी आता काय करू?" प्रियंकानं मला रडत रडत विचारलं.

मी प्रियांका गोरी आहे की काळी, हे अद्याप पाहिलं नव्हतं. ती खूप घाबरलेली आहे हे मला तिचं बोलणं ऐकून कळलं होतं. मी तिला धीर देत म्हणालो,

"प्रियांका, तू अजिबात घाबरू नकोस. तुम्हा दोघांनासुद्धा कुणी आता त्रास देणार नाहीत. तू तुझ्या मनातील भीती काढून टाक. तुम्ही दोघं इकडे या बघू."

"मामा, आम्ही येत्योय." -प्रियांका.

दुसऱ्या दिवशी दुपारी पच्या प्रियांकाला घेऊन माझ्या घरी आला. तो येणार असल्यानं माझ्या घरी लक्ष्मी आणि तिचा नवरा गणपत, विशाल, विशालच्या दोन बहिणी वैशाली आणि संध्या, हौसा इत्यादी जमली होती. पच्याला डोळ्यांसमोर पाहून लक्ष्मीला अश्रू अनावर झाले होते. पच्या आणि प्रियांका खूप घाबरलेले होते. सवितानं त्या दोघांना लगेच जेवायला वाढलं. त्यांचं जेवण झाल्यावर मी पच्याला म्हणालो,

"मी आणि विशाल आधी पोलीस स्टेशनमध्ये जाऊन मुलाला आणि मुलीला तुमच्या समोर हजर करतो म्हणून सांगतो. आम्ही पोलीस स्टेशनमध्ये गेल्यावर तुम्ही थोड्या वेळाने तिथं यायचं. कळलं?"

"होय." -पच्या.

"प्रियांका, तू पोलिसांना असं सांग, की पच्यानं मला फूस लावून पळवून नेलं नव्हतं. मी माझ्या मर्जीनं त्याच्या सोबत गेले होते. त्याच्यावर माझं खूप प्रेम आहे आणि मी त्याच्याच बरोबर लग्न करणार आहे म्हणून."

"मामा, तुम्ही सांगितल्याप्रमाणे मी पोलिसांना सांगत्ये." -प्रियांका.

ठरल्याप्रमाणे मी आणि विशाल पोलीस स्टेशनमध्ये सोबत कोर्टाचं पत्र घेऊन गेलो. कोर्टाच्या अटकपूर्व जामिनाच्या आदेशाची प्रत पाहून पोलिसांना त्याचं आश्चर्य वाटलं. पच्याला शोधण्यासाठी पोलिसांना खूप त्रास झाला होता. तो सापडल्यावर त्याला आत घेऊन चांगला चोप देण्याचा त्यांचा इरादा होता. त्यांच्या त्या इराद्यावर आता कोर्टाच्या आदेशानं पाणी पडलं होतं.

पच्याला कोल्हापूर येथे शोधायला गेलेला पोलीस उपनिरीक्षक विशालला गुश्शातच म्हणाला,

"तू तर आमचा बाप निघालास. कोण तुला गुरू भेटला, आँ?"

"मला कुणीही गुरू भेटला नाही. हे सगळं माझं मीच केलंय." -विशाल.

विशालनं माझं नाव त्या पोलीस उपनिरीक्षकाला अजिबात सांगितलं नाही. पोलिसांच्या समोर खरं बोललं की ते आपल्या अंगलट येतं, हे आता त्यालासुद्धा ठाऊक झालं होतं.

थोड्या वेळानं पच्या प्रियांकाला सोबत घेऊन भीत भीत पोलीस स्टेशनमध्ये आला. त्यांना डोळ्यांसमोर पाहून त्या पोलिसांचे चेहरे गंभीर झाले. त्यांचे गंभीर चेहरे

पाहून पच्या आणि प्रियांका आणखीनच घाबरले. पोलीस गंभीर चेहरे करून त्या दोघांचे जाब-जवाब घेऊ लागले. वडार समाजाचे रंगा माने खेड नगरपरिषदमध्ये नगरसेवक म्हणून काम करीत होते. त्यांना ही घटना आधी माहीत होती. पळून गेलेली मुलं पोलीस स्टेशनमध्ये हजर झाल्याचं कळताच ते त्यांची मोटार- सायकल घेऊन पोलीस स्टेशनमध्ये आले. गणपत त्यांना चांगला ओळखत होता. गणपत त्यांना गयावया करीत म्हणाला,

"साहेब, पोलिसांना तुमी जरा सांगा मुलांना लवकर सोडायला."

"तुम्ही पोलिसांना पैसे द्या. मी त्यांना लगेच सोडायला सांगतो."

त्यांचं बोलणं मी कानानं ऐकून सर्द झालो. पैशाचं नाव त्यांनी काढल्यावर गणपत त्यांना पुढे एक शब्द बोलला नाही.

संध्या (पच्याची बहीण) तशी खमकी होती. ती त्या पोलिसांना अजिबात घाबरत नव्हती. पोलीस पच्याला आणि प्रियांकाला उलटेसुलटे प्रश्न विचारून त्यांना गांगरून टाकतात म्हणून ती त्यांच्याशी पोलीस स्टेशनमध्ये हुज्जत घालू लागली. पच्या प्रियांकाला घेऊन गेल्यावर पोलीस लक्ष्मीच्या घरी जाऊन रोज घरातील माणसांना दमदाटी करीत म्हणून संध्याचा त्या पोलिसांच्यावर राग होता. पवार नावाचा पोलीस प्रियांकाच्या समाजाचा होता. परंतु तो घाबरलेल्या प्रियांकाला आणखीच घाबरवत होता. जातीला जात वैरी असते हेच खरं!

पच्याचा जवाब घेऊन झाल्यावर त्याला पोलिसांनी जामीन घेऊन सोडलं. प्रियांकाला अठरा वर्षं अजून पूर्ण झाली नव्हती म्हणून त्यांनी तिची सुटका केली नाही. तिला ते लांजाला महिलाश्रमात पाठविणार होते. प्रियांकानं ती रात्र जेलमध्ये काढली. तिला सोबत करण्यासाठी संध्यासुद्धा त्या रात्री जेलमध्ये राहिली. रात्री थंडी खूप पडायची. म्हणून मी त्या दोघींना पांघरण्यासाठी माझ्या घरातील एक गोधडी नेऊन दिली.

पुढे कोर्टात तारखा सुरू झाल्या. प्रियांकानं जबाब दिल्यामुळे पच्याची त्या प्रकरणातून निर्दोष सुटका झाली. पच्यानं आणि विशालनं तो आनंद लोकांना पेढे वाटून साजरा केला. प्रियांकाला अठरा वर्षं पूर्ण झाल्यावर तिचं लग्न पच्याबरोबर लावण्यात आलं. पोलीस, कोर्ट, वकील या जंजाळात लक्ष्मीचा पाण्यासारखा पैसा खर्च झाला. मी पच्याला आणि विशालला ताकीद देऊन ठेवली होती- 'लाच म्हणून कुणाला एक नवा पैसादेखील द्यायचा नाही.' परंतु त्यांनी माझ्या परोक्ष सगळ्यांना चिरीमिरी दिली होती. माझ्या कानावर ते आल्यावर मी कपाळावर हात मारून घेतला.

❖❖❖

१७

स्मिताला माहेरी येऊन आता पाच महिने होऊन गेले होते. तिच्या सासरी माधुरीच्या लग्नाची पत्रिका कुरिअरने पाठवूनसुद्धा त्यांच्याकडून कुणीही लग्नाला आले नव्हते. राग शांत झाल्यावर कुणी ना कुणीतरी स्मिताला न्यायला येतील, असं मला वाटत होतं. परंतु माझा तो भ्रम होता. नंतर ते मला चांगलं कळून चुकलं.

एके दिवशी रात्री दगडू पुजारी याचा माझ्या मोबाईलवर फोन आला.

"मी पुण्यावरून पुजारी बोलत्योय."

"बोला."

"तुमच्या मुलीच्या सासरकडून तुमाला त्यांचा फोन आला होता?"

"नाही."

"काल मला त्यांचा फोन आला व्हता."

"काय म्हणतात ते?"

"ते म्हणतात की, तुम्ही तुमच्या मुलीला घेऊन पुण्याला या म्हणून. त्यांना तुमच्याशी थोडी चर्चा करायचीय. आता यातून आपल्याला कायतरी मार्ग काडायला पाहिजे."

पुण्याला जाऊनसुद्धा काहीही उपयोग होणार नाही, हे माझ्या लक्षात आलं होतं. यात त्यांचा काहीतरी डाव असावा म्हणून मी थोडा सावध झालो आणि स्पष्ट शब्दांत त्यांना म्हणालो,

"आम्ही पुण्याला येणार नाही. जावयानं स्वत: मुलीला आणून इकडे सोडलं आहे. म्हणून तुम्हीच त्याला घेऊन आमच्याकडे या."

"अवं, तुमची मुलीची बाजू हाय. असं कसं तुमी म्हणताय." तुमी तुमच्या

मुलीच्या भविष्याचा जरा इचार करा.'' पुजारी मला समजावीत म्हणाले.

''मी तिच्या भविष्याचा विचार करूनच तुमच्याशी बोलतोय.''

त्या माणसाशी अधिक बोलणं बिलकूल शहाणपणाचं नाही, तो माणूस त्यांचीच बाजू घेऊन बोलत असतो, हे माझ्या एव्हाना ध्यानात आलं होतं. मी पुढे त्याच्याबरोबर अधिक न बोलता माझा मोबाईल बंद करून टाकला. एके दिवशी मी खेड नगर वाचनालयात पुणे सकाळ वर्तमानपत्रात माझ्या वाचनात एक बातमी आली. ती बातमी त्या दगडू पुजाऱ्यासंबंधी होती. माहेरवरून पैसे आण म्हणून पुजारी आणि त्याचा मुलगा, बायको व सुनेला छळत होते. त्यांच्या त्रासाला कंटाळून पुजाऱ्याच्या सुनेनं आत्महत्या करण्याचा प्रयत्न केला होता. मृत्युपूर्व जबाबात तिनं तसं पोलिसांना सांगितल्यावर त्या तिघांना अटक करून पोलिसांनी तुरुंगात टाकलं. जामीन दिल्यावरच त्यांची तुरुंगातून सुटका झाली होती. ती बातमी मी स्मिताला दाखविल्यावर तिने त्या बातमीची झेरॉक्स प्रत काढून स्वत:जवळ ठेवून घेतली. पुजाऱ्याच्या चारित्र्याचा पर्दापाश करण्यासाठी पुढे त्याचा तिला उपयोग होणार होता.

काही दिवस असेच निघून गेले. परत त्यांचा कुणाचाच फोन आला नाही. त्यांच्या मनात नेमकं काय आहे, हे अद्याप मला कळलं नव्हतं. त्यामुळे यापुढे आपण नेमकी कोणती भूमिका घ्यायची, याबद्दल माझ्या मनात थोडा संभ्रम निर्माण झाला होता.

नवीन वर्ष २०१० सुरू झालं होतं. जानेवारीच्या १० तारखेला जावयाचा थोरला भाऊ पुजाऱ्याला सोबत घेऊन दुपारच्या वेळी आमच्या दारात अचानक दत्त म्हणून येऊन उभा राहिला. त्या दोघांना असं अचानक आलेले पाहून मला थोडं आश्चर्य वाटलं. मनात नक्की काहीतरी ठरवून ते आले असणार, हे माझ्या ध्यानात यायला मुळीच वेळ लागला नाही.

घरी आलेल्या पाहुण्यांचे स्वागत करून मी त्यांना 'बसा' असं म्हणालो. पाहुणे प्लॅस्टिकच्या खुर्च्यांमध्ये बसल्यावर बायकोनं आधी त्यांना पाणी आणून दिलं, नंतर चहा आणून दिला.

थोड्या वेळानं मुद्द्यालाच हात घालत जावयाच्या भावानं बोलायला तोंड उघडलं.

''तुमचा जावई म्हणतो की, स्मिता पुन्हा जर माझ्या घरात आली तर मी गच्चीवरून उडी टाकून जीव देईन म्हणून.''

त्याचं बोलणं ऐकून मी एकदम सर्द झालो. जावयाला सोबत न आणता हे दोघे काहीतरी तडजोड करण्यासाठी माझ्या घरी आले होते. मी त्याचं बोलणं लगेच

धुडकावून लावत त्याला स्पष्टपणे म्हणालो,

"माझा या बोलण्यावर अजिबात विश्वास नाही. जावयानं जर या ठिकाणी येऊन मला तसं सांगितलं असतं, तर ती गोष्ट वेगळी होती. तो असा म्हणाला म्हणून तुम्ही काहीही सांगाल. मग आम्ही त्यावर विश्वास ठेवायचा का?"

"तुम्ही विश्वास ठेवा अगर नका ठेवू. तो तुमचा प्रश्न आहे. पण तो माझ्यासमोर काय म्हणाला, ते मी तुम्हाला सांगितलं."

स्मिता आणि मुलगा मधल्या खोलीत बसून आमचं बोलणं कान देऊन ऐकत होते. स्मिताला तिच्या दिराच्या बोलण्याचा थोडा राग आला होता. ती बसल्या जागेवरून उठली आणि मधल्या खोलीच्या दाराच्या चौकटीत उभी राहून ती दिराला म्हणाली.

"भाऊ, तुमच्या आईनं आणि माझ्या नवऱ्यानं त्या घरात माझा खूप छळ केलाय. तुम्हाला त्याची सर्व कल्पना आहे. तुमची आई मला सारखं सारखं कामं सांगून त्रास द्यायची. मला जेवायलासुद्धा धड देत नसे. मला अर्धपोटी ठेवायची. दिवस-रात्र माझ्या मागे तिची कटकट असायची. मी म्हणून त्यांचा तो त्रास लग्न झाल्यापासून सहन केलाय."

माझा मुलगा त्याच्या बहिणीची बाजू घेत तावातावानं त्याला म्हणाला,

"तुम्ही माझ्या बहिणीचा खूप छळ केलाय. तुम्ही समाजात कार्यकर्ता म्हणून काम करता, मग तुमचे विचार एवढे घाणेरडे कसे? मागे मी रक्षाबंधनासाठी माझ्या बहिणीकडे आलो होतो. तुम्ही त्या ठिकाणी हजर असूनही माझ्याशी एक शब्ददेखील बोलला नाहीत. आम्हाला तुम्ही काहीही किंमत देत नाही."

"असं घरी आलेल्या पाव्हण्यांच्या सोबत बोलायचं नसतं. ते आपल्या समाजाचे पुढारी आहेत." -पुजारी.

पुजारी नेहमी त्यांचीच बाजू घेतो म्हणून माझ्या मुलाचा त्याच्यावर राग होता. तो त्याचीसुद्धा खरडपट्टी काढीत मोठ्या आवाजात त्याला म्हणाला,

"तुम्ही एवढ्या दिवसांत आमची बाजू घेऊन कधीही बोलला नाहीत. तुम्हाला त्यांच्या चुका दिसत नाहीत? नेहमी तुम्हाला आमच्याच चुका कशा दिसतात?"

माझ्या मुलाचा रुद्रावतार पाहून पुजाऱ्याची बोलती एकदम बंद झाली. मुलाचा स्वभाव मला ठाऊक होता. तो एकतर कधी चिडत नाही. चिडला की कुणाला ऐकत नाही. त्याला आवरणं कधीकधी मलासुद्धा जड जायचं. आलेल्या पाहुण्यांना मुलाच्या स्वभावाची तरी कल्पना नव्हती.

बहीण-भावानं मिळून चांगल्या भाषेत बोलून त्यांची चांगलीच खरडपट्टी

काढली. त्या दोघांनी पाहुण्यांची पार बोलती बंद करून टाकली. मला कुणाला ओरडून किंवा शिवीगाळ करून बोलता येत नाही. मला एखाद्याचा खूप राग आला तर मी शक्यतो त्या माणसाशी बोलण्याचं टाळत असतो. लकडी- शिवाय मकडी वळत नाही, हेच खरं.

मी माझ्या मुलाला शांत करीत म्हणालो,

''मागचं काढून आता त्याचा काय उपयोग आहे का? जाऊ दे ते. तू शांत बस.''

आपली डाळ या ठिकाणी आता शिजणार नाही, हे आता पाहुण्यांच्या लक्षात आलं होतं. स्मिताच्या सासरच्या घरातील वातावरण कसं आहे, याचीसुद्धा त्या दोघांना चांगली कल्पना होती. म्हातारीच्या हाती घरातील सत्ता होती. ती म्हणेल तसं घरात सगळ्यांनी वागायला पाहिजे. असा तिचा अलिखित दंडक होता. म्हातारी सफरचंद कापून त्याचा तुकडा लेकाला मायेनं भरवायची. घरातील सुनेला त्यातील 'सफरचंदाचा एक तुकडा घेऊन खा' अशी कधी ती म्हणायचीदेखील नाही. जणू धाकटी सून म्हणजे तिची साता जन्माची वैरीण होती.

मी पुजाऱ्यांच्या चेहऱ्याकडे पाहत होतो. त्याचा चेहरा सरड्याने रंग बदलावा तसा बदलत होता. आणखी त्यांना माझ्याशी काहीतरी बोलायचं होतं. परंतु ते बोलण्यासाठी त्यांच्या मनाची तयारी होत नव्हती. मी काही बोलत नाही असं पाहून पुजारी दीर्घ नि:श्वास टाकून मला थोडं गंभीर आवाजात म्हणाले,

''आता आपल्याला त्या दोघांच्या भविष्याचा इचार करून यातनं कायतरी मार्ग काढायला पाह्यजे.''

''बोला तुम्ही.'' -मी.

''तुमचा जावई म्हणतो की, तो तुमच्या लेकीला या म्होरं आजाबाद घरात नांदवणार न्हाय म्हून. त्याच्यावर बळजोरी करून सुदीक त्याचा काय बी उपेग व्हनार न्हाय.''

''तुमचं म्हणणं माझ्या लक्षात आलेलं नाही.'' मी.

''माझं म्हणणं असं होतं की त्या दोघांचं जर आपसात पटत नसेल तर एका स्टँपपेपरवर दोघांचा जबाब घेऊन लगेच त्यांचा काडीमोड करून टाकायचा. म्हणजे हा वाद राहणार नाही. दोघंही दुसरं लगीन करायला मोकळं व्हतील. उद्या वय वाढलं की तुम्हालासुदीक तुमच्या मुलीचं लगीन करण्यासाठनं त्रास होईल.''

त्यांचा कावा आता माझ्या लक्षात आला होता. माझ्या मुलीचा काडीमोड करून ते लगेच दुसऱ्या लग्नाची तयारी करणार होते. दुसऱ्या मुलीच्या जन्माचंसुद्धा असंच वाटोळं करायला ते निघाले होते. मला त्या दोघांचासुद्धा राग आला होता. काडीमोड

करण्यासाठी येताना त्यांनी शंभर रुपयाच्या स्टँपपेपरवर मजकुरसुद्धा लिहून आणला होता. मी फक्त 'हो' म्हणायचीच खोटी होती. ब्रह्मदेवानं स्वर्गात बांधलेल्या लग्नगाठीला त्यांच्या लेखी अगदी शून्य किंमत होती. लग्न म्हणजे भातुकलीच्या खेळातील एक प्रकार असा समज त्यांनी त्यांच्या मनात करून घेतला होता. मी त्यांना त्यांची जागा दाखवीत थोड्या मोठ्या आवाजात म्हणालो,

"माझ्या मुलीबरोबर काडीमोड घेऊन तो दुसरं लग्न करायला लगेच मोकळा होईल. माझ्या मुलीच्या आयुष्याचं काय? मी तिच्या जन्माला पुरणार आहे का? माझा तिच्या लग्नात झालेला संपूर्ण खर्च आणि तिच्या संपूर्ण आयुष्याची तुम्ही भरपाई देणार आहात?"

"माझा भाऊ भरपाईबद्दल काहीही बोलला नव्हता." -जावयाचा भाऊ.

"तुम्ही आता फक्त एक काम करा." -मी.

"कोणतं?"

"तुम्ही माझ्या जावयांना इकडे घेऊन या. त्यांच्यासमोर आपण चर्चा करू."

"यापुढे मी माझ्या भावाच्या भानगडीत कधी पडणार नाही." स्मिताचा थोरला दीर घुश्शातच म्हणाला.

बोलणी फिसकटली होती. आलेले पाहुणे जेवण करून निघून गेले. मुलगा त्यांना बसस्थानकात सोडायला गेला.

❖❖❖

१८

एकामागून एक येणाऱ्या संकटांची जणू मालिका सुरू होती. त्यामुळे मी माझ्या मनात अस्वस्थ होतो. मनातील अस्वस्थतेचा थोडा विसर पडावा म्हणून मी रिकामा वेळ असला की लेखन, वाचन करीत असे. यात मन मन:शांती मिळत असे. ग्रंथाच्या सहवासात दु:खाचा विसर पडून थोडं सुख माझ्याही वाट्याला येत होतं आणि जगण्यासाठी मला नवी ऊर्मी मिळायची. ग्रंथांचा सहवास मला नसता तर? अशी कल्पनादेखील मी आता करू शकत नाही.

२००९ मध्ये माझी दोन पुस्तकं प्रकाशित झाली होती. प्रहार (कादंबरी), चिरेखाण (कथासंग्रह) ही माझी दोन्ही पुस्तकं समीक्षकांना आणि वाचकांना- देखील आवडली होती. या माझ्या दोन प्रकाशित पुस्तकांना २०१० मध्ये एकूण दहा साहित्यपुरस्कार मिळाले. २०१० मध्ये एकाच वर्षात मिळालेल्या साहित्य पुरस्कारांनी मी अक्षरश: मालामाल झालो होतो. एवढं यश मला त्याआधी कधीही मिळालेलं नव्हतं. माझा आनंद गगनात मावेना.

महसूल खात्याच्या नोकरीतून सेवानिवृत्त झाल्यामुळे माझ्या लेखनाला आता चांगला वेग आला होता. लेखन करीत असताना कधी कधी माझ्या डोक्यात असाही विचार येत असे की, मी आता लिहितोय खरा; परंतु माझं हे लेखन कोण प्रकाशित करेल? मग एवढं आपण मरमर लेखन करून त्याचा काय उपयोग?

माझं 'वडारगाडा' हे पुस्तक देशमुख आणि कंपनी, पुणे यांच्यातर्फे प्रकाशित होणार होतं. त्यासाठी मी जवळजवळ चार-पाच वर्षं समाजाची माहिती मिळविण्यासाठी महाराष्ट्रात अगदी खेडोपाडी आणि शहरात फिरत होतो. ते पुस्तक तयार होण्यासाठी देशमुख आणि कंपनीचे सर्वेसर्वा असलेले रवी गोडबोलेसुद्धा माझ्याइतके श्रम घेत

होते. मी लिहिलेली ओळन् ओळ वाचून ते माझ्याशी चर्चा करीत. त्यांनी जवळजवळ सहाशे-सातशे पानं वाचून बाद केली. त्यांच्याशी चर्चा करून मी पुन्हा सगळं लिहून काढलं. मी घेतलेले श्रम मुळीच वाया गेले नाहीत. मी लिहिलेल्या 'वडारगाडा' या पुस्तकानं मला पहिलावहिला राज्य शासनाचा उत्कृष्ट वाङ्मय पुरस्कार मिळवून दिला. रवी गोडबोले लेखक म्हणून जेवढे मोठे आहेत, तेवढे ते माणूस म्हणूनसुद्धा मोठे आहेत. त्यांच्या मितभाषी, निगर्वी, नि:स्पृह स्वभावाचा कुणालाही हेवा वाटावा. मराठी वाङ्मयाचीसुद्धा त्यांना उत्तम जाण आहे. म्हणून त्यांनी विनय हर्डीकर यांच्या मदतीनं रा. ज. देशमुख पती-पत्नी गेल्यानंतर देशमुख आणि कंपनी या प्रकाशन संस्थेची धुरा समर्थपणे पेलली आहे. रवी गोडबोले हे व्यवसायानं अभियंता आहेत. बुद्धिमत्तेचा जराही गर्व नसलेला हा माणूस स्वभावानं किती गोड आहे, हे मला त्यांच्याबरोबर हस्तलिखितावर काम करताना कळलं.

काही प्रकाशन संस्थांकडून जसे मला फार चांगले अनुभव आले, तसे काही प्रकाशन संस्थांकडून कटू अनुभवसुद्धा आले. मुंबईच्या डिंपल प्रकाशनानं माझी दोन हस्तलिखितं जवळजवळ चार वर्षं स्वत:कडे ठेवून घेतली होती. नंतर त्यांनी 'आम्ही तुमचं भविष्यात एखादं पुस्तक प्रकाशित करू' असं लेखी पत्र देऊन माझी दोन्ही हस्तलिखितं साभार परत पाठविली. चार वर्षं वाट पाहूनसुद्धा पदरी निराशा आली होती.

दुसरा एक असाच कटू अनुभव मला आला. कणकवली जि. सिंधुदुर्ग इथं गोखले या पिता-पुत्रांची सोनाली प्रकाशन संस्था आहे. त्यांनी माझ्याशी लेखी करारपत्र न करताच माझ्या 'जोगवा' या कथासंग्रहाची तिसरी आवृत्ती प्रकाशित केली. मी त्यांना माझं मानधन मागितलं. ते मला मानधन देतो म्हणाले. नंतर मी त्यांना माझ्या मानधनासाठी दोन-तीन वेळा पत्रं पाठवून आठवणसुद्धा केली. तरीसुद्धा मला माझं मानधन मिळालं नाही. कणकवली इथं मी माझी मुलगी माधुरीला दिली आहे. एकदा मी माझ्या मुलीकडे गेलो असताना मी गोखले यांची भेट त्यांच्या कार्यालयात जाऊन घेतली. तेव्हा ते मला म्हणाले की, "मी तुमचं मानधन दिलं आहे. माझ्याकडे त्याचा पुरावासुद्धा आहे." त्यांचं बोलणं ऐकून मी सर्द झालो. मला पुस्तकाचं मानधन मिळालं नाही याबद्दल मला बिलकूल दु:ख नाही. त्यांनी मला 'मानधन दिलं' म्हणून चक्क खोटं पाडलं, याचं मला निश्चित दु:ख आहे. मी त्या मानधनावर केव्हाच पाणी सोडून मोकळा झालो आहे.

मला मराठी साहित्यक्षेत्रात अगदी हिमालयाच्या उंचीएवढी माणसं जशी भेटली, तशी एखाद्या झुडपाप्रमाणे खुजी असणारी माणसंसुद्धा भेटली. मला मराठी साहित्यक्षेत्रात

हिमालयाच्या उंचीची माणसं भेटल्यामुळेच मी लेखन करण्याची ऊर्मी अद्याप बाळगून आहे. नाहीतर मला या मराठी साहित्यक्षेत्रापासून केव्हाच फारकत घ्यावी लागली असती.

महसूल खात्यातील सेवेतून मी स्वेच्छानिवृत्ती घेतल्यानंतर मी दापोली तहसील कार्यालयात मला आलेले अनुभव लिहून काढले. त्या अनुभवकथनाला मी 'माझ्या मना बन दगड' असं शीर्षक दिलं. ते हस्तलिखित घेऊन मी मुंबईला ग्रँड रोड येथील ग्रंथालीच्या कार्यालयात गेलो. त्या ठिकाणी विनायक गोखले यांची भेट झाली. त्यांनी माझं हस्तलिखित तिथल्या तिथं थोडं चाळलं आणि ते मला नम्रपणे म्हणाले की, "तुमची लेखनाची शैली चांगली आहे. परंतु आमच्याकडे आधीचीच हस्तलिखितं पडून आहेत. तुमचं पुस्तक प्रसिद्ध होण्यासाठी कमीत कमी आठ किंवा दहा वर्षं लागतील." "त्यांच्याकडून हस्तलिखित परत घेऊन मी त्यांचे आभार मानले. त्यांच्या कार्यालयातून बाहेर पडून मी लगेच टॅक्सी पकडली आणि थेट प्रभादेवीला आलो. पत्ता विचारत लोकवाङ्मय गृहाच्या कार्यालयात आलो. ग्रँटरोडवरून प्रभादेवीला येण्यासाठी मला टॅक्सीचा एक्याण्णव रुपये इतका खर्च झाला होता.

लोकवाङ्मय गृहाच्या कार्यालयात आल्यावर मला सतीश काळसेकर किंवा प्रकाशकसुद्धा भेटले नाहीत. आता काय करायचं म्हणून मला थोडा प्रश्न पडला. मी त्या ठिकाणी काम करणाऱ्या मुलीच्या ताब्यात माझं हस्तलिखित देऊन तिच्याकडून त्याची पोच घ्यायला विसरलो नाही आणि लगेच कार्यालयाच्या बाहेर पडलो. लोकवाङ्मय गृह ही दर्जेदार प्रकाशन संस्था आपलं पुस्तक काढेल का, याचा मी सारखा विचार करीत होतो.

अहो आश्चर्यम्! अवघ्या एक-दीड महिन्यांतच खुद्द काळसेकर सरांनी फोन करून मला सांगितलं की, 'तुमचं हस्तलिखित आम्ही वाचलं आहे. आम्ही ते प्रकाशित करण्यासाठी स्वीकारलं आहे.' माझ्या हस्तलिखितावर प्रकाशकीय संस्करण करण्यासाठी त्यांनी ते लगेच अविनाश कदम या जाणकार व्यक्तीच्या ताब्यात दिले. अविनाश कदम यांच्या सूचनेप्रमाणे मी ते हस्तलिखित पुन्हा एकदा लिहून काढलं. अवघ्या चार-पाच महिन्यांतच माझं 'माझ्या मना बन दगड' हे अनुभव कथन ८५ व्या अखिल भारतीय मराठी साहित्य संमेलनात त्या संमेलनाचे अध्यक्ष मा. वसंत आबाजी डहाके यांच्या शुभहस्ते चंद्रपूर येथे प्रकाशित झालं. एवढ्या कमी वेळेत प्रकाशित होणारं ते माझं पहिलंच पुस्तक होतं. त्यानंतर मी लोकवाङ्मय गृहाकडे माझ्या 'कुरण' या कादंबरीचं हस्तलिखित दिलं. त्याचाही अनुभव मला फार चांगला आला आहे. लोकवाङ्मय गृहाच्या कार्यालयातील वातावरण उत्साही आणि अगत्यशील

आहे. तेथील सर्व कर्मचारी अत्यंत नम्र आणि विनयशील आहेत, हे आवर्जून सांगावंसं वाटतं.

पुणे येथील संस्कृती प्रकाशनाचादेखील मला असाच चांगला अनुभव आला. संस्कृती प्रकाशनाच्या कार्यालयात कामानिमित्तानं लेखक गेल्यावर त्यांना आधी आपुलकीनं प्यायला पाणी दिलं जातं. नंतर चहासुद्धा पाजला जातो. परगावावरून गेलेल्या लेखकाला याचा निश्चित आनंद वाटतो आणि त्या प्रकाशन संस्थेबद्दल त्याच्या मनात प्रेम, आपुलकी आणि आत्मीयता निर्माण होते. काही प्रकाशन संस्थांत परगावावरून आलेल्या लेखकाला पाणीसुद्धा विचारलं जात नाही. मग चहाची बातच निराळी. हस्तलिखित घेऊन मी पुणे, मुंबई या ठिकाणी अनेक प्रकाशकांचे उंबरठे झिजवले आहेत. त्याचा अनुभव माझ्या गाठीशी आहे.

पुणे येथील दिलीपराज प्रकाशनाचे मॅनेजिंग डायरेक्टर श्री. राजीव दत्तात्रय बर्वे यांच्या आनंददायी भेटीचा अनुभवसुद्धा मला असाच आला होता. मी त्यांच्या प्रकाशन कार्यालयात 'घरकुल' कथासंग्रहाचं हस्तलिखित घेऊन गेलो होतो. त्या वेळी ते खूप धांदलीत होते. मला त्यांनी फक्त पाच मिनिटांची वेळ दिली होती. ते माझ्याबरोबर मनमोकळेपणानं बोलू लागले. आम्ही दोघं जवळजवळ पंधरा मिनिटं बोलत बसलो. नंतर त्यांनी माझ्यासाठी गरमगरम कॉफी सांगितली. गरम कॉफी घेतल्यानंतर हस्तलिखित त्यांच्याकडे सुपूर्त करून मी त्यांच्या कार्यालयातून अगदी समाधानानं बाहेर पडलो.

जुलै १९९४ मध्ये माझा पहिलावहिला 'जोगवा' हा कथासंग्रह पुण्याच्या मेहता पब्लिशिंग हाऊसतर्फे प्रकाशित झाला होता. त्या वेळी मी साहित्यक्षेत्रात अगदीच नवखा होतो. पुणे शहराचीसुद्धा मला अजिबात माहिती नव्हती. १९९३ मध्ये जेव्हा मी प्रकाशक सुनील मेहता यांच्याकडे कथासंग्रहाबद्दल करारपत्र करण्यासाठी गेलो होतो, तेव्हा त्यांनी कराराच्या वेळीच मला माझं ठरलेलं मानधन देऊन टाकलं. मला राहण्यासाठी लॉज दाखविण्यासाठी त्यांनी त्यांच्या कार्यालयातील एक मुलगा माझ्यासोबत दिला.

गेल्या चोवीस-पंचवीस वर्षांपासून माझी साहित्यक्षेत्रात मुशाफिरी सुरू आहे. मला साहित्याची गोडी लागली हे मी माझं मोठं भाग्य समजतो. महसूल या रूक्ष खात्यात नोकरी करीत असताना मला वाचनाची गोडी लागली. त्याआधी शाळेतील पाठ्यपुस्तकांशिवाय मला पुस्तक कसलं असतं, ते ठाऊक नव्हतं. माझ्या आधीच्या पिढीमध्ये शिक्षणाचा आणि साहित्याचा कुणालाही गंध नव्हता.

खेड नगर वाचनालयाचा सभासद झाल्यावर मी सुरुवातीला ग्रंथपाल मला देईल ते पुस्तक मी वाचू लागलो. काही पुस्तकं वाचल्यानंतर मला ग्रंथालयात माझ्या

आवडीची पुस्तकं निवडता येऊ लागली. दलित आत्मकथनं वाचल्यानंतर मलासुद्धा माझं आत्मकथन लिहावंसं वाटलं. आधी माझा 'जोगवा' हा कथासंग्रह प्रकाशित झाला. त्यानंतर माझं 'दगडफोड्या' हे आत्मकथन प्रकाशित झालं.

ज्या खेड नगर वाचनालयातील पुस्तकं वाचून मी आज लेखक झालो आहे, त्याची आज दुरवस्था झालेली मी माझ्या डोळ्यांनी पाहत आहे. या ग्रंथालयाला शासनाकडून नवीन पुस्तकं खरेदी करण्यासाठी दरवर्षी लाखो रुपयांचं अनुदान मिळतं. ग्रंथपाल जादा कमिशन मिळते म्हणून सामान्य प्रकाशकांकडून सुमार दर्जाची पुस्तकं खरेदी करून वाचकांच्या माथी मारत आहेत. गेल्या दोन-तीन वर्षांपासून या ग्रंथालयात एका राजकीय व्यक्तीनं आपलं बस्तान बसवलं आहे. त्यामुळे या ग्रंथालयात साहित्यिक चर्चा होण्याऐवजी राजकारण्यांचे फड रंगत आहेत. वाचनालयाच्या समोर राजकीय नेत्यांच्या गाड्या राजरोस उभ्या असतात. महिला वाचकांना त्याचा त्रास सहन करावा लागत आहे. मी एकदा ग्रंथपालाला त्याचा जाब विचारल्यावर त्यांनी मला सांगितलं, की या ग्रंथालय कमिटीच्या अध्यक्षांनीच त्या राजकारणी व्यक्तीला ग्रंथालयात बसण्यासाठी परवानगी दिली आहे. त्यांचं उत्तर ऐकून मी अगदी सुन्न झालो. या ग्रंथालयात कमिटीचा बोर्ड लावण्यात आला होता. परंतु तो बोर्ड आता काढून अडगळीत ठेवण्यात आला आहे. या ग्रंथालयात एकही वाङ्मयीन नियतकालिक वाचण्यासाठी उपलब्ध होत नाही.

या खेड नगर ग्रंथालयात गेली दोन-तीन वर्षं अनागोंदी कारभार सुरू असल्यामुळे मी खूप अस्वस्थ झालो. येथील काही प्रतिष्ठित आणि सुज्ञ मंडळींना त्याची मी कल्पना दिली आणि ग्रंथालयाचा कारभार स्वच्छ आणि पारदर्शक होण्यासाठी त्यांना मला मदत करण्यासाठी विनंती केली. माझ्या समोर 'हो हो' म्हणणारे माझी पाठ वळताच ते विसरून जात.

श्रीमती प्रतिभा लिमये या रत्नागिरी, सिंधुदुर्ग आणि रायगड या जिल्ह्यांसाठी महाराष्ट्र साहित्य परिषदेच्या सदस्य आहेत. एकदा मी त्यांच्या घरी जाऊन त्यांना ग्रंथालयात अनागोंदी कारभार सुरू असल्याचं सांगितलं. त्यासुद्धा खेड नगर वाचनालयाच्या कमिटी सदस्य आहेत. माझं बोलणं ऐकून त्या मला पाठिंबा देत मोठ्या आवाजात म्हणाल्या,

"आठ दिवसांपूर्वीच माझं एक ऑपरेशन झालं आहे. यातून मी बरी झाले की, लगेच ग्रंथालयात जाऊन त्याला मी 'तुझं या ठिकाणी काय काम आहे? आधी ऊठ आणि बाहेर पड बघू. तुझं समाजकार्य बाहेर जाऊन कर', असं मी त्या राजकीय पुढाऱ्याला सांगणार आहे."

लिमये मॅडमचं बोलणं ऐकून मला थोडं बरं वाटलं. परंतु आज त्या गोष्टीला काही महिने होऊन गेले. मॅडम हिंडू-फिरूसुद्धा लागल्यात. परंतु ग्रंथालयात जाऊन त्या राजकीय पुढाऱ्याला जाब विचारण्याचा मुहूर्त त्यांना अजून सापडलेला नाही.

या चांगल्या कामात वाईटपणा नको म्हणून मला मदत करण्यास कुणीही तयार झाले नाहीत. मी मनातून व्यथित झालो. एरवी तालुक्यात किंवा जिल्ह्यात एखाद्या सरकारी कर्मचाऱ्यानं किंवा अधिकाऱ्यानं त्याच्या कामात थोडी जरी ढिलाई केली, तरी त्याला त्याचा जाब विचारणारी जनता आज त्या ग्रंथालयात एवढा अनागोंदी कारभार सुरू असून डोळ्यांवर गांधारीप्रमाणे पट्टी बांधून का बरं गप्प बसली आहे, असा प्रश्न मला पडला होता. अनधिकृतपणे ग्रंथालयात ठाण मांडलेल्या त्या राजकीय पुढाऱ्याच्या इशाऱ्यावर ग्रंथपाल नाचताना सर्वजण माझ्याप्रमाणेच रोज पाहत होते. सुट्टीत, रात्री-अपरात्री ग्रंथालयात अनधिकृत व्यक्तींचा खुलेआम वावर असायचा.

चांगली पुस्तकं वाचून देशाचे उत्तम, सुजाण नागरिक घडविण्यासाठी महाराष्ट्र शासन दरवर्षी ग्रंथालयांना त्यांच्या दर्जाप्रमाणे लाखो रुपयाचे अनुदान खिरापती-सारखं वाटत असते. नुसतं अनुदान देऊन शासन आपली जबाबदारी झटकत आहे. ग्रंथालयानं त्या अनुदानातून दर्जेदार प्रकाशकांकडून दर्जेदार पुस्तकं खरेदी केली का, हे पाहण्याची जबाबदारीसुद्धा शासनाचीच आहे. शासन प्रत्येक वर्षी ग्रंथालयाला दिलेल्या अनुदानाबाबत ऑडिट करीत असतं. ते ऑडिट म्हणजे निव्वळ तकलादू असतं. तो एक मोठा संशोधनाचाच विषय होऊ शकेल.

शासनानं दिलेल्या अनुदानाचा चांगला उपयोग होऊन खेडच्या नागरिकांना उत्तम आणि दर्जेदार पुस्तकं वाचता यावीत, एवढाच माझ्या मनात हेतू होता. त्यात माझा काही स्वार्थ नव्हता किंवा ग्रंथपाल आणि माझं काही बिनसलंदेखील नव्हतं. हा विषय सोडून अजूनही आम्ही एकमेकांशी चांगलं बोलत असतो.

माहितीच्या अधिकारात मी ग्रंथालयात अर्ज दिल्यावर एक दिवस ग्रंथपाल मला लोणी लावीत म्हणाले,

"तुम्हाला आम्ही आमच्या ग्रंथालयाच्या कमिटीत घेणार आहोत."

त्यांचं बोलणं ऐकून मला त्यांची कीव करावीशी वाटली. महसूल खात्यातील बजबजपुरीला कंटाळून मी चांगल्या पदाची व पगाराची नोकरी मुदतपूर्व सोडून दिली होती आणि आता ग्रंथपाल मला ग्रंथालयाच्या कमिटीत सदस्य म्हणून घ्यायला निघाले होते. मला ते त्या पदाची लालूच दाखवीत होते. म्हणजे माझी आणखी आगीतून उठून फुफाट्यात पडल्याप्रमाणे गत होणार होती. मी त्यांना स्पष्टपणे म्हणालो,

"तुमच्या कमिटीत येण्याची माझी मुळीच इच्छा नाही. मला कुठल्या पदाची किंवा पैशाची हाव नाही. मी जे आता करतोय ते ग्रंथालयाच्या फायद्यासाठीच करीत आहे."

"माझ्या हातात काहीही नाही. कमिटीचे अध्यक्ष सांगतात त्याप्रमाणे मला वागावं लागतं." ग्रंथपाल अगदी हतबल होऊन म्हणाले.

रत्नागिरीच्या जिल्हाधिकारी कार्यालयात मी माझ्या कामासाठी अधूनमधून जात असतो. जिल्ह्याधिकारी कार्यालयाजवळ श्रीकृष्ण साबणे यांचं ग्रंथस्नेह नावाचं प्रदर्शन आणि पुस्तकविक्रीचं दुकान आहे. साबणे माझे स्नेही असल्यानं मी रत्नागिरीला गेलो की, हमखास त्यांची भेट घेतो. आमच्या गाप्पांचा विषय मराठी साहित्य हाच असतो.

एके दिवशी मी साबणे यांची भेट घेण्यासाठी जात असताना जयस्तंभाच्या अगदी जवळ असलेल्या रत्नागिरी जिल्हा नगर वाचनालयात गेलो. ग्रंथालयाची इमारत अगदी प्रशस्त होती. इमारत पाहून मी माझ्या मनात थोडा सुखावून गेलो. परंतु आत गेल्यावर रॅकवर हाऱ्यानं मांडून ठेवलेली ऐंशी टक्के सुमार दर्जाची पुस्तकं पाहून मी नाराज झालो. साबणेंच्या बरोबर गप्पा मारताना मी त्यांना विचारलं,

"का हो, तुमच्याकडे दर्जेदार प्रकाशनांची उत्तम पुस्तकं असताना तुम्ही तुमच्या अगदी नजीक असलेल्या नगर वाचनालयात ही पुस्तकं का देत नाही?"

माझं बोलणं ऐकून साबणे मनात विचार करीत थोडा वेळ शांत बसले. मग दीर्घ नि:श्वास सोडून मला ते स्पष्टपणे म्हणाले,

"माझ्याकडे नवीन पुस्तकं आल्यावर मी तो पुस्तकांचा गठ्ठा नगर वाचनालयात नेहमी पाह्यला पाठवीत असतो. 'बघून सांगतो,' असं मला ते म्हणतात. चार-सहा महिने गेल्यानंतर ही सर्व पुस्तकं आमच्या ग्रंथालयात उपलब्ध आहेत. असं म्हणून तो संपूर्ण गठ्ठा जसाच्या तसा पुन्हा ते माझ्याकडे परत पाठवतात. आता मी ठरवूनच टाकलंय, की नवीन पुस्तकं आल्यावर त्यांना पाह्यला ती पाठवायची नाहीत म्हणून."

साबणेंचं उत्तर ऐकून मी मनात सुन्न झालो. जिल्हा ग्रंथालयाची जर अशी अवस्था असेल, तर ग्रामीण भागातील ग्रंथालयांची काय अवस्था असेल, असा प्रश्न माझ्या मनाला सतावू लागला.

चिपळूणच्या लोकमान्य टिळक स्मारक वाचन मंदिराचा आदर्श सर्वांनी घेण्यासारखा आहे. डॉ. प्रकाश देशपांडे हे या ग्रंथालयाचा कारभार पाहत असतात. जुलै २००५ मध्ये झालेल्या अतिवृष्टीनं चिपळूण शहराला महापुरानं अक्षरश: वेढलं होतं. आलेल्या महापुरानं ग्रंथालयातील उत्तमोत्तम पुस्तकं भिजून त्याचं फार मोठं नुकसान झालं होतं. परंतु डॉ. प्रकाश देशपांडे यांनी अनेक जणांचं सहकार्य

घेऊन पुन्हा हे ग्रंथालय कठोर परिश्रम घेऊन उभं केलं आहे. एखादा फिनिक्स पक्षी राखेतून उभा राहावा तसं डॉ. प्रकाश देशपांडे यांनी पुन्हा हे ग्रंथालय उभं केलं आहे. त्यांच्या निर्धाराला, तळमळीला आणि कठोर परिश्रमाला माझा सलाम!

आपटे वाचन मंदिर (इचलकरंजी), लोकमान्य टिळक वाचनालय (बेळगाव) अशी महाराष्ट्रात अनेक ग्रंथालयं दर्जेदार ग्रंथांनी सुसज्ज आहेत. ते वर्षभर जे साहित्यिक उपक्रम राबवीत असतात, त्यांचा महाराष्ट्रभर गवगवा होत असतो. परंतु जी ग्रंथालये निव्वळ शासनाचं अनुमान लाटण्यासाठी चालविलं जात आहेत, त्यामुळे अवघ्या मराठी ग्रंथालयविश्वाला गालबोट लागलं आहे, असं म्हटलं तर ते अजिबात चुकीचं होणार नाही. शासनानं यात लक्ष घातलं, तर अजूनही बरंच काही चांगलं घडण्याची शक्यता नाकारता येणार नाही. असो.

❖❖❖

११

माधुरीचं लग्न झाल्यापासून ती फार मजेत होती. तिच्या घरात तिचा नवरा, दीर, दिराची बायको, दिराचा छोटा मुलगा आणि पन्नाशी ओलांडलेली तिची सासू असं फक्त सहा माणसाचं ते छोटं कुटुंब होतं. दीर स्वभावानं थोडा तापट होता. तो मुंबई-गोवा या महामार्गालगत कणकवली बाजारपेठेत गाड्या-दुरुस्तीचं काम करायचा. त्याला ड्रायव्हिंग करायलासुद्धा येत होतं. त्याच्याकडे त्याचं लायसन्सदेखील होतं.

माधुरीच्या अगदी मनासारखं तिचं लग्न झाल्यामुळे ती मनात फार खूश होती. त्यांनी जेव्हा घरात लग्नाची सत्यनारायणाची पूजा भटजीला बोलावून घातली, तेव्हा माधुरीनं तिला तिच्या लग्नात आलेल्या आहेराच्या पैशातून तिच्या नवऱ्याला पूजेत घालायला नवीन ड्रेस शिवला. त्यामुळे तिचा नवरा आणखी खूश झाला. त्याला त्याच्या मनासारखी जोडीदारीण मिळाली होती. सुट्टी असेल तेव्हा दोघं नवरा-बायको फटफटीवरून दूरदूर फिरायला जाऊ लागले.

माधुरी मला चार-आठ दिवसांनी 'मी खुशाल आहे. तुम्ही माझी काळजी करू नका,' असं मोबाईलवरून फोन करून सांगायची. आक्का कणकवलीला माधुरीच्या जवळ राहत होती. माधुरीच्या घरापासून अवघ्या एक फर्लांगाच्या अंतरावर आक्काचं घर होतं. आक्काच्या मुलांची, मुलीची लग्न होऊन त्यांना मुलं झाली होती. त्यामुळे तिथे आक्काचा मोठा गोतावळा होता. आक्का माधुरीच्या जवळ असल्यानं मी थोडा निर्धास्त होतो.

स्मिताचं लग्न केल्यानंतर मला त्याचा अत्यंत निराशाजनक आणि त्रासदायक अनुभव आला होता. दुधाने तोंड पोळलं की, माणूस ताकसुद्धा फुंकून पितो. म्हणून मी माधुरीच्या संसारात लुडबुड करण्याचे टाळत होतो. तिला संसार करताना काही

अडचण आली, तरच आपण तिला मदत करण्यासाठी जायचं असं मी ठरवलं होतं. आईबापांचं त्यांच्या मुलांसाठी जे जे कर्तव्य करणं भाग होतं, ते ते मी करीत होतो. भविष्यात शिक्षणाचा उपयोग होण्यासाठी मी प्रसंगी कर्जबाजारी होऊन मुलाला आणि दोन्ही मुलींना उच्च शिक्षण दिलं होतं.

माधुरीचं लग्न झाल्यावर ती नवऱ्याला सोबत घेऊन माहेरी यायची. तो मला आदरानं 'मामाऽऽ मामा' म्हणायचा. त्याचा स्वभाव पाहून माझा त्याच्यावरील विश्वास दुणावला. मोठ्या जावयानं माझी साफ निराशा केली होती. तो कधीही माझ्याबरोबर आदरानं किंवा समजूतदारपणे बोलत नव्हता. त्यानं बोलायला माझ्यासमोर तोंड उघडलं, की तो माझ्या मुलीची गाऱ्हाणी आवाज मोठा करून मला ऐकवायचा. त्याची गाऱ्हाणी कधीही लवकर संपायची नाहीत. 'आलिया भोगासी असावे सादर' अशी त्या वेळी माझी अगदी केविलवाणी गत होत असे.

स्मिताचा गाडा अजूनतरी पुढे सरकत नव्हता. तिला नेण्यासाठी किंवा बोलणी करण्यासाठी तिच्या सासरकडून परत कुणी आलेलं नव्हतं. त्यामुळे 'आता काय करायचं?' म्हणून माझी पायाखाली जमीन सरकू लागली. स्मितासुद्धा तिच्या भविष्याची आता काळजी करू लागली. तिच्या चेहऱ्यावरील नाराजी मला उघड्या डोळ्यांनी पाहावेना. जगण्यासाठी अख्खं आयुष्य तिच्या समोर 'आ' वासून उभं होतं.

एके दिवशी रामनाथ चव्हाण यांचा मला मोबाईलवर फोन आला.

"हॅलाऽऽ हॅलोऽऽ"

"जयभीम सर!"

"जयभीम! कसं चाललंय रामभाऊ सध्या तुमचं?"

"ठीक चाललंय."

"काल तुमच्या जावयाचा मला फोन आला होता."

"काय म्हणतात ते?"

"ते म्हणतात की तुम्ही यातनं त्यांना मोकळं करा म्हणून."

"पुढे माझ्या मुलीच्या आयुष्याचं काय?" -मी.

"तेच मी त्याला सांगितलं. मला त्यांच्यापेक्षा तुम्ही अधिक जवळचे आहात."

मी पुण्यात गेलो की, मला रामनाथ चव्हाण यांचा खूप आधार वाटायचा. सागर आणि समीर ही त्यांची दोन्ही मुलं उच्चशिक्षित आणि अत्यंत नम्र होती. सौ. शीलावहिनी मनानं समजूतदार आणि अगत्यशील होत्या. त्यांच्याकडे आल्या-गेल्या पाहुण्यांचा त्या फार चांगला पाहुणचार करीत. त्यांच्या चेहऱ्यावर कधी राग, वैताग नसे. स्मिताच्या लग्नाला चव्हाणसर कुटुंबासह आलेले होते. आधीप्रमाणे माझ्या बायकोला

वहिनींबरोबर बोलता आलं नाही. बायकोचा बदललेला स्वभाव पाहून त्या मनात हळहळल्या. सागर डॉक्टर आहे, समीर वकील आहे. मी त्यांच्या घरी गेल्यावर ती दोन्ही मुलं माझ्या पायाला स्पर्श करून मला नमस्कार करतात. त्या मुलांचा नम्रपणा पाहून मी खूप भारावून जातो. आपली अडचण नको म्हणून हल्ली मी चव्हाणसरांच्या घरी जाण्याचं कमी केलं आहे. चव्हाणसरांचा फोन आल्यावर ते मला पहिला प्रश्न विचारतात, 'रामभाऊ, घरी कधी येताय?' मी त्यांना फक्त 'येतो' एवढं म्हणतो.

स्मिता तिच्या मनात दु:खी असायची. तिचं दु:ख मी समजत होतो. दु:ख वाटून घेऊन कमी करता येत नाही. नाहीतर मी तेही केलं असतं. हल्ली हल्ली स्मिताचा स्वभाव थोडा चिडचिडादेखील झाला होता. तो सहन करावा लागत होता. घरातील सर्वजण तिला समजून घेत असले, तरी तिच्या मनातील टोकदार दाभणाप्रमाणे टोचणारं तिचं दु:ख कमी करणं आम्हाला शक्य नव्हतं. तिच्यासाठी आम्हाला जे जे करणं भाग होतं, ते ते आम्ही करीत होतो.

स्मिताच्या सासूचं आणि तिच्या सख्ख्या भावांची पहिल्यापासून वाकडीक होती. ते लोक एकमेकाला नेहमी पाण्यात पाहत. स्मिताच्या लग्नाच्या वरातीवर त्यांनी रागानं दगडफेकसुद्धा केली होती. दीपक हा स्मिताच्या सासूच्या भावाचा मुलगा होता. स्मिता माहेरी आल्यावर तो आणि त्याचा बाप तिला तिच्या सासरकडील घटना नेहमी मोबाईलवरून तिखट-मीठ लावून सांगत असत. स्मिता त्यांच्या बोलण्यावर विश्वास ठेवून नंतर त्या घटना माझ्या कानावर घालीत असे.

एके दिवशी स्मिता घरात रडू लागली. मी घाबरलो आणि तिला विचारलं,

"ताई, काय झालं?"

"माझ्या नवऱ्यानं आळंदीला जाऊन दुसरं लग्न केलंय." स्मिता डोळे पुसत मला म्हणाली.

"तुला कुणी हे सांगितलं?"

"आज मला माझ्या सासूच्या भावानं मोबाईलवर फोन करून सांगितलं."

"तू कुणाचं ऐकू नकोस. हे खरं असेल कशावरून? तुझ्या सासरच्या लोकांची आणि त्यांची वाकडीक आहे. ते तुला एखाद्या वेळी खोटंसुद्धा सांगतील आपली आणि त्यांची ते भांडणसुद्धा लावतील. तू त्यांच्यावर अजिबात विश्वास ठेवू नकोस. स्वत:च्या डोळ्यांनी पाहावं आणि कानानं ऐकावं आणि मगच त्या गोष्टीवर विश्वास ठेवायला पाहिजे." -मी.

"ते लोक मला कधी खोटं सांगणार नाहीत. मला माझा नवरासुद्धा एकदा म्हणाला होता की, मी तुला सोडून देऊन दुसरं लग्न करणार आहे म्हणून. त्यांनी

सांगितलेली माहिती अगदी खरी आहे.''

स्मिताचं बोलणं ऐकून मी मनातून अस्वस्थ झालो. पहिल्या बायकोला अंधारात ठेवून दुसरं लग्न करणं, हा फौजदारी गुन्हा होऊ शकतो आणि तो शिक्षेलादेखील पात्र असतो, हे मला ठाऊक होतं. कायदा नेहमी पुरावा मागत असतो. स्मिताच्या नवऱ्यानं जर समजा दुसरं लग्न तिला अंधारात ठेवून केलं असेल, तर ते सिद्ध कसं करायचं? असा मला प्रश्न पडला होता. कायद्यातील अडचणी कायद्याचा आधार घेऊनच सोडवाव्या लागतात. मी कायदेतज्ज्ञ नव्हतो. ते सिद्ध करण्यासाठी काय काय करावं लागतं, याची ढोबळ माहितीसुद्धा मला नव्हती. या आधी कधीही मला त्याची मुळात गरज भासली नव्हती. माणूस पोट दुखल्यावरच ओवा खात असतो.

रामनाथ चव्हाण यांच्या मोठ्या मुलाचं (समीर) दिनांक १० ऑक्टोबर २०१० रोजी पुण्यात लग्न होणार होतं. त्या लग्नाची पत्रिका मला पोस्टानं मिळाली होती. मी लिहिलेल्या 'प्रहार' या कादंबरीला अहमदनगर येथील शब्दग्रंथ साहित्यिक परिषदेतर्फे पुरस्कार जाहीर झाला होता. समीरच्या लग्नाच्या दिवशी पुरस्कार वितरणाचा कार्यक्रम सायंकाळी अहमदनगर येथे पार पडणार होता. समीरच्या लग्नाला न जाऊन मला अजिबात जमणार नव्हतं. रामनाथ चव्हाण त्यांची निकडीची कामं बाजूला ठेवून माझ्या मुलांच्या लग्नात जातीनं आले होते. समीरचं लग्न सकाळी होणार होतं. मला समीरच्या लग्नाला हजर राहायचं होतं आणि अहमदनगरला जाऊन पुरस्कारसुद्धा स्वीकारायचा होता. एकाच दिवशी मला दोन कार्यक्रमांना हजेरी लावायची होती.

स्मिता मला म्हणाली,

''आपण चिंचवडला पोलीस स्टेशनमध्ये जाऊ?''

''कशाला?''

''छळ आणि मानसिक त्रास दिल्याबद्दल आपण त्यांच्या विरोधात पोलीस स्टेशनमध्ये तक्रार लिहून देऊ. माझ्या नवऱ्यानं दुसरं लग्न केलंय म्हणून मी त्या पोलिसांना सांगते. पोलीस त्याचा तपास करतील. आपल्याला आता गप्प बसून जमायचं नाही.'' स्मिता निर्धारानं म्हणाली.

''तुझ्या नवऱ्यानं दुसरं लग्न केलंय, याबद्दल आपल्याकडे कोणताही पुरावा नाही. पोलिसांनी आपल्याला त्याचा पुरावा मागितला तर...'' मी स्मिताला माझ्या मनातील शंका बोलून दाखवली.

''पुढचं पुढं बघू.''

स्मिताच्या नवऱ्यानं आळंदीला जाऊन दुसरं लग्न केलंय, याबद्दल आमच्याकडे

कोणताही ठोस पुरावा नव्हता. आमच्याकडे ठोस पुरावा नसताना पोलीस आमच्या बोलण्यावर अजिबात विश्वास ठेवणार नाहीत. उलटपक्षी, ते आम्हाला दमदाटी करून तिथून पिटाळतील, असं मला वाटू लागलं. सुलीचा सासरी छळ होतो म्हणून मी दोन-तीन वेळा पोलीस स्टेशनची पायरी चढली होती. त्या वेळी पोलिसांनी माझी 'भीक नसो पण कुत्रं आवर!' अशी गत केली होती.

स्मिताला बरं वाटावं म्हणून मी तिला म्हणालो,

"ताई, आपण आता असं करू. समीरच्या लग्नासाठी आणि पुरस्कार स्वीकारण्यासाठी मी पुण्याला जाणारच आहे. तू तुझ्यासोबत आक्का, लक्ष्मी आणि गणपत यांना घेऊन १० तारखेला रात्री गाडीत बस. मी पुण्यात महाराष्ट्र साहित्य परिषदेमध्ये रात्री मुक्कामाला आहे. तुम्ही स्वारगेटला उतरल्यावर थेट टिळक रोडला दुर्वांकुर हॉटेलजवळ मसापच्या कार्यालयाजवळ या. रिक्षात बसल्यावर तू मला मोबाईलवरून फोन कर. मी तुम्हाला घेण्यासाठी रस्त्यावर येऊन उभा राहातो. ११ तारखेला चिंचवड पोलीस स्टेशनमध्ये आपण जाऊ."

"आपण आता त्या लोकांना सैल सोडायचं नाही." -स्मिता.

"तू म्हणतेस तसंच आता आपण करू." मी तिला बरं वाटावं म्हणून म्हणालो.

आक्का तिच्या लेकीला (बेबी) घेऊन दसऱ्याच्या सणाला माझ्याकडे आली होती. घटस्थापना झाल्यापासून आक्का देवीच्या नावानं उपवास करीत होती. तिचा तो पहिल्यापासूनचा नेम होता. दसऱ्याच्या सणाला देवीला नेवैद्य दाखवून नारळ फोडल्यावरच ती नऊ दिवसांनी उपवास सोडणार होती. लक्ष्मी तिच्या नवऱ्याला (गणपत) घेऊन येणार होती. रात्रीचा प्रवास असल्यानं लक्ष्मी तिच्या नवऱ्याला त्यांच्या सोबत घेणार होती. त्या सर्वांचे गाडीखर्चाला लागणारे पैसे मी स्मिताकडे देऊन ठेवले.

आधी ठरल्याप्रमाणे मी ९ ऑक्टोबरला पुण्याला जाऊन मसापमध्ये (महाराष्ट्र साहित्य परिषद) मुक्काम केला. सकाळी दहा वाजता समीरच्या लग्नाला हजर होण्यासाठी हॉलवर गेलो. रामनाथ चव्हाण सरांची भेट झाली. नंतर सागर, समीर आणि शीलावहिनी भेटल्या. वहिनींनी मला बायकोला लग्नाला का नाही आणलं म्हणून विचारलं. मी त्यांना घरात थोडी अडचण असल्यामुळे तिला आणता आलं नाही म्हणून सांगितलं. चव्हाणसर फार गडबडीत होते. पुण्यात अनेक क्षेत्रांत त्यांची चांगली ओळख आहे. त्यांची अनेक मित्रमंडळी त्यांच्या मुलाच्या लग्नाला गाड्या घेऊन येत होती. हॉलसमोर गाड्यांची रांग लागली होती.

चि. समीर आणि त्याच्या वधूला आशीर्वाद देण्यासाठी लग्नाचा हॉल माणसांनी

अगदी फुलून गेला होता. त्या ठिकाणी मला सुगावाचे प्रकाशक डॉ. विलास वाघ भेटले. २००७ मध्ये त्यांनी माझं दुसरं आत्मकथन 'झगडा' प्रसिद्ध केलं होतं. त्यांच्याशी त्या ठिकाणी माझं थोडं बोलणं झालं. तिथं मला काही परिचित, तर काही अपरिचित मंडळी भेटत होती. त्या मंगलमय आणि आनंदी वातावरणात समीरच्या लग्नाचा सोहळा पार पडला. चव्हाणसरांना मी आधीच सांगून ठेवलं होतं की, लग्नसोहळा पार पडल्यावर मी लगेच अहमदनगरला 'प्रहार' या कादंबरीला जाहीर झालेला पुरस्कार स्वीकारण्यासाठी जाणार आहे. त्यामुळे त्यांनी मला 'जेवण करून जा,' असं बजावून सांगितलं होतं. मी फक्त त्यांना हो म्हणालो.

एव्हाना दुपारचा एक वाजला होता. मला लगेच तिथून निघायला हवं होतं. सायंकाळपर्यंत मला अहमदनगरला पोचायला हवं होतं. लग्नसोहळा आटोपून मी गडबडीतच हॉलच्या बाहेर पडलो. चव्हाणसरांनी बजावून सांगूनदेखील मी त्या ठिकाणी जेवणासाठी थांबलो नाही. वेळ वाया न घालविता रिक्षा करून मी लगेच स्वारगेटला आलो. स्वारगेटवरून मला शिवाजीनगरला जाणारी पीएमटी बस लगेच मिळाली. एव्हाना मनगटावरच्या घड्याळात दुपारचे पावणेदोन वाजायला आले होते.

आता माझ्या पोटात कावळे ओरडायला सुरुवात झाली होती. हॉटेलात जाऊन जेवण करण्यासाठी माझ्याकडे अजिबात वेळ नसल्यामुळे मी दहा रुपये देऊन एका स्टॉलवर बटाटा वेफर्स विकत घेतले. अहमदनगरला जाणारी एसटी फलाटावर लागलीच होती. बरोबर दोन वाजता शिवाजी स्थानकावरून बस अहमदनगरला जाण्यासाठी सुटली. गाडी सुरू झाल्यावर मी तोंडात वेफर्सचा एक एक तुकडा टाकू लागलो. पोटात भुक असल्यामुळे मला त्याची चव भारी गोड लागत होती.

सायंकाळी सहाच्या दरम्यान एसटी अहमदनगरला येऊन पोचली. शब्दगंध साहित्यिक परिषदेनं पत्र पाठवून सायंकाळी चार वाजता पुरस्कार वितरण कार्यक्रमाच्या ठिकाणी उपस्थित राहण्यासाठी पत्र पाठवून आणि मोबाईल करून मला सांगितलं होतं. एसटीतून उतरल्यावर लगेचच मी कार्यक्रमाच्या ठिकाणी पोहोचलो. कार्यक्रमाचं ठिकाण बसस्थानकापासून फर्लांगभर अंतरावर होतं. कार्यक्रमस्थळ शोधायला-देखील जास्त वेळ लागला नव्हता. कार्यक्रमाला अजून सुरुवात झाली नव्हती. भाषणं आटोपल्यानंतरच पुरस्कार वितरणाचा कार्यक्रम सुरू झाला. कविवर्य प्रकाश घोडके यांच्या हस्ते 'प्रहार' या कादंबरीचा पुरस्कार स्वीकारून मी तिथून लगेच काढता पाय घेतला. मला लवकरात लवकर पुण्याला जाऊन पोचायचं होतं. स्मिता माझ्या बहिणींना, भाचीला आणि मेहुण्याला सोबत घेऊन रात्री मसापच्या ठिकाणी येणार होती. त्यांना कुणालाही पुण्याची तशी अधिक माहिती नव्हती. म्हणून मला ते

येण्याच्या आधी पुण्यात जाऊन पोचायचं होतं. नाहीतर मोठा गोंधळ उडाला असता.

रात्री मी अकराच्या दरम्यान पुण्यात शिवाजीनगर बसस्थानकात उतरलो. सकाळपासून धावाधाव करून मी फार थकून गेलो होतो. पोटात भूक प्रचंड होती. सकाळपासून मला जेवायला अजिबात वेळ मिळाला नव्हता. सुदैवानं शिवाजीनगर बसस्थानकाशेजारील हॉटेलं उघडी होती. हॉटेलात जाऊन आधी मी पोटभर जेवलो. जठराग्नी शांत झाल्यावर जिवाला थोडं बरं वाटू लागलं. नंतर मी थेट रिक्षा करून मसापच्या वास्तूजवळ आलो. माझ्या मोबाईलमध्ये रात्री अडीचचा अलार्म लावून मी माझ्या खोलीत कॉटवर खुशाल आडवा झालो. सकाळपासून धावाधाव करून थकून गेल्यामुळे कॉटवर पडल्या पडल्या माझा लगेच डोळा लागला.

रात्री तीनच्या दरम्यान माझ्या मोबाईलवर स्मिताचा मला 'आम्ही स्वारगेट स्थानकात आलोय', असा फोन आला. मी तिला रिक्षा करून नेमकं कोठे यायचं ते सांगितलं. नंतर मी घाईघाईत कपडे करून डांबरी सडकेवर येऊन उभा राहिलो. अवघ्या दहा ते पंधरा मिनिटांत स्मिता रिक्षा करून सर्वांना घेऊन त्या ठिकाणी आली. त्या सर्वांना घेऊन मी माझ्या खोलीत आलो.

❖❖❖

२०

सकाळ झाली. झोपलेले सगळे जागे झाले. मसापची तीनमजली इमारत पाहून माझ्या बहिणी आणि भाची हरखून गेली होती. भाचीनं मला आनंदानं विचारलं. "मामा, तू पुण्यात आल्यावर हिथं ऱ्हातूस?" तिच्या नजरेत आणि डोळ्यांत आनंद होता. तिला 'हो' म्हणून सांगितल्यावर तिला त्याचा आणखीनच आनंद वाटला. मसापनं परगावावरून येणाऱ्या साहित्यिकांसाठी गिझर बसवून गरम पाण्याची सोयसुद्धा केली होती. एवढ्या मोठ्या तीनमजली इमारतीत आणि ग्रंथांच्या सहवासात येण्याची त्या सर्वांच्या आयुष्यातील ती अगदी पहिलीच वेळ होती. त्यामुळे ते सर्व कावरेबावरे होऊन इकडेतिकडे पाहत होते. इमारतीच्या खाली डांबरी सडकेवरून वाहनं काळा धूर हवेत सोडत धावत होती. पूर्वेला डांबरी रस्त्याच्या पलीकडे पुण्यात रुचकर जेवणासाठी प्रसिद्ध असलेल्या प्रशस्त तीनमजली 'दुर्वांकुर' हॉटेलची देखणी इमारत उभी होती.

पुण्यात मारुती आणि गणपतीची देवळं पुष्कळ आहेत. त्यांची नावंसुद्धा फार मजेशीर आहेत. पत्र्या मारुती, मोदी गणपती इत्यादी नावं असल्यानं ते शोधण्यासाठी पुण्यात येणाऱ्या नवख्या माणसाला फार श्रम करावे लागत नाहीत. जन्माला यावं आणि एकदा तरी पुण्याच्या रिक्षेवाल्यांचा अनुभव घेऊन पाहावा. असं म्हटलं, तर ते चुकीचं होणार नाही. त्यापेक्षा मला मुंबईच्या टॅक्सीवाल्यांचा अनुभव चांगला आला आहे. पुण्यात सर्व रिक्षेवाले महाराष्ट्रीयन आहेत आणि मुंबईत टॅक्सीचा व्यवसाय करणारे सर्व युपी आणि बिहार राज्यातून आलेले भय्ये आहेत. तरीसुद्धा असा अनुभव यावा, हे आपलं दुर्दैव म्हणायला हवं.

आमच्या सर्वांच्या एव्हाना अंघोळी झाल्या होत्या. चहा, नाश्तासुद्धा झाला

होता. आक्काचे नवरात्रीचे कडक उपवास होते. तिनं नाश्ता केला नाही. तिचं वय सत्तरीच्या दरम्यान होतं. आम्ही आमचं-आमचं सामान सोबत घेऊन सिटीबसने चिंचवड गावात आलो. आम्हाला चिंचवड पोलीस स्टेशनमध्ये तक्रार लिहून देण्यासाठी जायचं होतं. मला किंवा स्मितालादेखील पोलीस स्टेशन माहीत नव्हतं. पायी चालत जाण्यापेक्षा मी तिथं जाण्यासाठी थेट रिक्षा केली. त्या रिक्षेवाल्याला मी 'पोलीस स्टेशनमध्ये रिक्षा ने' असं म्हटल्यावर तो आश्चर्यचकित होऊन माझ्याकडे पाहू लागला. मग रिक्षा चालू करीत 'येवढ्या सकाळी सकाळी पोलीस स्टेशन?' असं तो मला म्हणाला. मी त्याच्या प्रश्नाला उत्तर देण्याच्या भानगडीत पडलो नाही. त्या रिक्षेवाल्याबरोबर आणखी बोलावं अशी माझीदेखील त्या वेळी इच्छा नव्हती.

मी विचार करीत होतो, पोलीस आपल्याला सहकार्य करतील का? आपला त्या ठिकाणी अपमान तर नाही ना करणार? पोलीस शक्यतो तक्रार लिहून घेण्यास नेहमी टाळाटाळ करतात. लिहून घेतली तरी समोरच्या पार्टीला त्याचा उपयोग व्हावा म्हणून त्यात कच्चे दुवेसुद्धा ठेवतात. पोलिसांच्या अनेक लीला मी पाहिल्या होत्या आणि अनुभवल्यादेखील होत्या. परंतु मदतीसाठी त्यांच्या पायाशी जाण्याशिवाय माझ्याकडे अन्य कोणताही पर्याय उपलब्ध नव्हता. वेळ आल्यावर माणसाला गाढवाचेदेखील पाय धरावे लागतात. मराठीत एक तशी सुंदर म्हणसुद्धा आहे. 'अडला नारायण धरी गाढवाचे पाय.' मी त्याला अपवाद कसा ठरणार? माझं पोलिसांबद्दल तितकंसं चांगलं मत नव्हतं.

मला धीर देण्यासाठी आणि माझ्या पाठीशी संकटाच्या वेळी खंबीरपणे उभं राहण्यासाठी आक्का तिचे नवरात्रीचे कडक उपवास असूनदेखील सोबत लेकीला घेऊन धावत आली होती. मी मनातून अस्वस्थ असल्याचं पाहून तिचं काळीज तीळ तीळ तुटत होतं. ती पोटच्या मुलावरदेखील कधी इतकी माया करीत नसे, तेवढी माया मी तिचा धाकटा भाऊ म्हणून ती माझ्यावर करीत होती. मला मदत करण्यासाठी माझी धाकटी बहीण लक्ष्मीसुद्धा तिच्या नवऱ्याला (गणपत) सोबत घेऊन आली होती. बुडत्याला काडीचासुद्धा आधार वाटतो. तसा मला त्यांचा आधार वाटत होता. या स्वार्थी जगात रक्ताची नातीसुद्धा तटातटा तुटताना मी डोळ्यांनी पाहत होतो. मी फक्त माझी रक्ताची नाती टिकवून ठेवण्यात यशस्वी झालो होतो. तो माझ्या आयुष्यातील फार मोठा संचय होता. आयुष्यातील कठीण प्रसंगी मला त्याचाच आधार वाटायचा.

सकाळी नऊ-साडेनऊच्या दरम्यान आम्ही चिंचवड पोलीस स्टेशनमध्ये पोचल्यावर त्या ठिकाणी एकदम शुकशुकाट होता. तिथं काम करणारे पोलीस

निरीक्षक जोशी हे किरकोळ रजेवर होते. त्यांच्या रजेच्या कालावधीत यादव पोलीस निरीक्षकांनी तेथील पदभार स्वीकारला होता.

रजेच्या कालावधीत काम पाहणारे यादव पोलीस निरीक्षक पोलीस स्टेशनमध्ये अद्याप आलेले नव्हते. त्यांची वाट आम्हाला पाहावी लागणार होती. त्यांच्या कानावर घालून आम्हाला स्मिताच्या नवऱ्याच्या विरोधात तक्रार लिहून द्यावयाची होती. पिंपरी इथं राहणारे आणि तिथं दक्षता व शांतता समितीचे सदस्य असणारे महाजन माझ्या परिचयाचे होते. त्यांचा पत्ता आणि मोबाईल क्रमांक माझ्याकडे होता. मी त्यांना माझ्या मोबाईलवरून फोन करून मला यात मदत करण्यासाठी विनंती केली. मला मदत करण्यासाठी ते तयार झाले.

दापोली तहसील कार्यालयात मी ट्रेझरी अव्वल कारकून तथा कार्यकारी दंडाधिकारी म्हणून काम करीत होतो. भा. दं. वि. कलम १०७, १०८, १०९ अन्वये अदखलपात्र गुन्हा म्हणून दाखल झालेल्या चॅप्टर केसेस चालविण्यासाठी माझ्याकडे येत असत. महाजन यांच्या माळी नावाच्या मित्राची मुलगी दापोली कृषी विद्यापीठामध्ये शिकत होती ती कृषी विद्यापीठाच्याच मुलींच्या वसतिगृहात राहत असे. एका क्षुल्लक कारणावरून त्या मुलीवर चॅप्टर केस तयार करून ती चालविण्यासाठी पोलीस त्या मुलीला घेऊन माझ्याकडे आले होते. त्या मुलीसोबत तिचे प्राध्यापक असणारे वडील आणि महाजनसुद्धा होते. त्या वेळी मी माझं पद विसरून माणुसकीच्या नात्यानं सर्वतोपरी मदत त्यांना केली होती. त्या मुलीचं भविष्य अंधारमय होऊ नये म्हणून मी त्यांना मदत केली होती. मी निरपेक्ष भावनेनं केलेल्या मदतीमुळे ते अगदी भारावून गेले होते. त्याबद्दल त्यांनी माझे मन:पूर्वक आभार मानले. महाजन त्या वेळी त्यांचं ओळखपत्र देत मला म्हणाले, ''तुम्ही पुण्यात आल्यावर अवश्य माझ्या घरी या. कसली मदत लागली तरी सांगा. पुण्यात माझ्या खूप ओळखी आहेत.''

त्यांनी दिलेलं कार्ड मी जपून ठेवलं होतं. पुढे त्यांच्या मदतीची मला गरज लागेल, असं मला स्वप्नातदेखील वाटलं नव्हतं. महाजन मला या प्रकरणात नक्की मदत करतील, असं मला वाटत होतं. आशा ही थोर असते आणि माणूस आशेवरच जगत असतो, असं म्हटलं तर ते मुळीच चुकीचं होणार नाही.

अर्ध्या-पाऊण तासानं महाजन मला भेटण्यासाठी पोलीस स्टेशनमध्ये येऊन डेरेदाखल झाले. त्यांना मी पुन्हा एकदा सर्वकाही समजावून सांगितलं आणि मला त्यांच्या मदतीची फार गरज आहे म्हणूनसुद्धा सांगितलं. त्यांनी मला लगेच ''पोलीस निरीक्षक आलेत का?'' म्हणून विचारलं. मी त्यांना ''नाही'' असं म्हणालो.

आम्ही सर्व पोलीस निरीक्षक यादव यांची पोलीस स्टेशनमध्ये येण्याची वाट

पाहू लागलो. स्मितानं एका महिला पोलिसाला तिच्या नवऱ्याचा मोबाईल क्रमांक देऊन त्याला पोलीस स्टेशनमध्ये बोलावून घ्यायला सांगितलं. त्या महिला पोलिसानं स्मिताच्या नवऱ्याला ताबडतोब पोलीस स्टेशनमध्ये येण्यासाठी फोनवरून तंबी दिली. थंडी असल्यानं माझ्या सोबत आलेल्या माझ्या बहिणी, भाची आणि लक्ष्मीचा नवरा पोलीस स्टेशनसमोर ऊन खात बसले होते.

स्मिताचा नवरा अजून पोलीस स्टेशनमध्ये आला नव्हता. महिला पोलिसानं त्याला दोन-तीन वेळा फोन लावला होता. एकदा तो मी हिंजवडीमध्ये आहे म्हणायचा, तर दुसऱ्यांदा मी धायरीमध्ये आहे असं तिला बेधडक खोटं सांगायचा. त्यामुळे ती बाई चिडली आणि त्याला पुन्हा फोन करून रागानं मोठ्या आवाजात म्हणाली,

"आता तू पंधरा मिनिटांच्या आत जर पोलीस स्टेशनमध्ये हजर झाला नाहीस, तर तुला आम्ही पकडून आणण्यासाठी लगेच गाडी पाठवतो."

त्या महिला पोलिसाने दिलेली मात्रा बरोबर लागू पडली आणि तो लगेच त्याच्या मोटारसायकलवरून पोलीस स्टेशनमध्ये येऊन दाखल झाला. त्या ठिकाणी आम्हा सर्वांना पाहून तो मनातून एकदम दचकून गेला. तो पोलीस स्टेशनमध्ये एकटाच आला होता. त्याच्या सोबत कुणीही आलेलं नव्हतं. स्मिताचा नवरा तिच्याकडे एखाद्या मारकुट्या बैलाप्रमाणे पाहत होता. आम्ही सर्व स्मिताच्या सोबत असल्यानं ती त्याच्याकडे पाहूनसुद्धा मुळीच घाबरली नाही.

महाजन यांनी तेथे 'महिला मंडळ अध्यक्ष' म्हणून काम करणाऱ्या बाईंना फोन करून बोलावून घेतलं होतं. त्या बाईंनी स्मिताला आणि तिच्या नवऱ्याला बोलावून घेऊन चर्चा करायला सुरुवात केली. त्यांच्या त्या चर्चेमध्ये त्यांनी आम्हा कुणालाही सामावून घेतलं नाही. स्मिताच्या नवऱ्यानं आधीपासूनच त्या चर्चेत नकारात्मक भूमिका घेतली होती. तो कुणाचं ऐकून घेण्याच्या मन:स्थितीत मुळीच नव्हता. त्याला त्याच्या घरात चांगलं पढवून मगच इकडे पाठविलं होतं. त्या बाईंनी अक्षरश: त्याच्या समोर हात टेकले. नंतर त्या बाई मला म्हणाल्या, की आपण तुमच्या जावयाला बोलावून घेऊन संध्याकाळी पुन्हा बैठक घेऊ म्हणून. मी त्यांना फक्त 'हो' एवढं म्हणालो. आता मला फक्त पोलिसांचाच आधार वाटत होता. मला त्यांच्या मदतीची फार गरज होती.

साडेअकराच्या दरम्यान पोलीस निरीक्षक यादव त्यांच्या कार्यालयात हजर झाले. थोड्या वेळानं मी महाजन यांना "चला आपण साहेबांना भेटू" असं म्हणालो. माझं बोलणं ऐकून ते मला जरा वरच्या आवाजात म्हणाले,

"तुम्हाला घाई कसली लागलीय? थांबा जरा. या ठिकाणी अशी घाई करून जमत नाही."

त्यांचं बोलणं मी अगदी निमूटपणे ऐकून घेतलं. ते त्या ठिकाणी मला मदत करण्यासाठी आले होते. माणूस अडचणीत सापडला की, त्याचा ताठा गळून पडतो आणि तो एखाद्या पाळीव मांजराप्रमाणे गरीब होतो. माझंसुद्धा तसंच झालं होतं. महाजन दापोलीला तहसील कार्यालयात माझ्याकडे आले होते, तेव्हा ते माझ्याशी "साहेबऽऽ साहेब" करीत अगदी मऊ आवाजात बोलत होते आणि आता ज्या वेळी मी अडचणीत सापडलो होतो, त्या वेळी ते माझ्याशी अगदी ताठर भाषेत बोलत होते.

थोड्या वेळानं महाजन, मी आणि स्मिता पोलीस निरीक्षक यादव यांना भेटण्यासाठी त्यांच्या दालनात गेलो. स्मितानं डोळ्यांत पाणी आणून तिची कर्म-कहाणी त्या पोलीस निरीक्षकांना ऐकवली आणि त्यांना तिच्या नवऱ्याविरुद्धची तक्रार लिहून घेण्यासाठी विनंती केली. पतीविरोधात मारहाण आणि मानसिक छळ केल्याचा गुन्हा दाखल करायचाय असंही तिनं त्यांना सांगितलं. स्मिताची कर्मकहाणी ऐकून त्या पोलीस निरीक्षकाला पाझर फुटेल, असं मला आधी वाटत होतं. त्यांनी लगेच स्मिताच्या नवऱ्याला आत बोलावून घेतलं. त्यानं स्मिताचे सर्व आरोप धुडकावून लावले. अर्धापाऊण तास दोघांचं म्हणणं ऐकून पोलीस निरीक्षक यादव आमची बोळवण करीत म्हणाले,

"तुम्ही आता असं करा. पुणे येथे महिला साहाय्य कक्षाचं कार्यालय आहे. तुमचा हा वाद मिटविण्यासाठी तुम्ही त्या ठिकाणी अर्ज करा. तुम्हाला त्याचा पत्ता द्यायला मी पोलिसांना सांगतो."

"आम्ही एवढ्या लांबून तुमच्याकडे मदतीसाठी आलो होतो. माझ्या मुलीची तक्रार तुम्ही लिहून घ्या." मी त्यांना विनंती करीत म्हणालो.

"तुम्हाला त्याची काळजी नको. आम्ही तुमच्या मुलीचा आणि तुमच्या जावयांचा जाब-जबाब घेऊन आमच्या दप्तरात ठेवतो. त्याची नक्कलसुद्धा तुम्हाला मिळेल." पोलीस निरीक्षक आमच्या तोंडाला पानं पुसत म्हणाले.

"माझ्या मुलीच्या नवऱ्यानं दुसरं लग्न केलंय असं आमच्या कानावर आलंय." -मी.

पोलीस निरीक्षकांनी माझं बोलणं ऐकून लगेच तिच्या नवऱ्याला आमच्यासमोर विचारलं, तेव्हा जावयानं चक्क 'नाही' म्हणत कानावर दोन्ही हात ठेवले. आमच्याकडे त्यांना दाखविण्यासाठी तसा लेखी पुरावा नव्हता.

"यानं जर दुसरं लग्न केलं असेल, तर तुम्ही त्याच्या विरोधात कोर्टात दावा दाखल करू शकता." -पोलीस निरीक्षक.

थोड्या वेळानं पोलीस निरीक्षक "माझं एक अर्जंट काम आहे" म्हणत त्यांच्या गाडीत बसून निघून गेले. तोंडाचा 'आ' वासून मी त्यांच्या गाडीकडे पाहत होतो. एव्हाना दुपारचे दोन वाजून गेले होते. तहान लागली होती, भूक लागली होती. शंभर मीटर्सच्या अंतरावर एक हॉटेल होतं. परंतु येथील काम अर्धवट सोडून हॉटेलात जाणार कसा? मी आक्काला म्हणालो, "आक्का, अजून स्मिताचा जबाब घेण्याचं काम शिल्लक आहे. मी आणि स्मिता या ठिकाणी थांबतो. तुम्ही हॉटेलात जाऊन या."

"माझा निरंकार उपास हाय. मी काय बी खाणार न्हाय. त्यास्नी जायचं असंल तर जावदे. मी तुझ्याजवळच थांबत्ये." आक्का निक्षून म्हणाली.

आम्हाला सोडून कुणीही हॉटेलमध्ये जाईनात. माझा नाइलाज झाला तेव्हा मी तो नाद सोडून दिला. पोलिसांनी मला एका कोऱ्या कागदावर "महिला साहाय्य कक्ष" चा पत्ता लिहून दिला आणि स्मिताचा जबाब लिहून घेण्यासाठी आम्हाला त्यांनी थांबायला सांगितलं.

आम्ही सकाळी दहाच्या आतच चिंचवड पोलीस स्टेशनची पायरी चढली होती. सायंकाळचे पाच वाजले तरी आमची त्या पोलिसांच्या तावडीतून सुटका झाली नव्हती. स्मिताचा नवरा धुसफूस करीतच लाकडी बाकावर बसला होता. त्याच्याकडे पाहण्याचीदेखील माझी इच्छा होत नव्हती. माझी भाची बेबी आमाला कोकणात लांब जायाचंय, तुमी आमाला लवकर मोकळं करा म्हणून पोलिसांना विनंती करीत होती.

थोड्या वेळानं पोलिसांनी नवरा-बायकोचे जबाब घेण्याचं काम सुरू केलं. माझ्या बरोबर आलेले सर्वजण अगदी कंटाळून गेले होते, त्यांचे चेहरे सुकले होते. एकदाचं जाब-जबाब घेण्याचं काम संपलं. आम्ही लगेचच पोलीस स्टेशनमधून बाहेर पडलो.

एवढ्या लांबून येऊनसुद्धा काहीही उपयोग झाला नव्हता. आमच्या पदरात निराशा पडली होती. गृहमंत्री मा. आर. आर. पाटील यांनी एक फतवा काढून राज्यातील सर्व पोलीस स्टेशनात पाठविला होता. त्या फतव्यात स्पष्टपणे असं म्हटलं होतं की, "एखादी असाह्य महिला पोलीस स्टेशनमध्ये तक्रार द्यायला आली, तर तिची तक्रार लगेच लिहून घेऊन त्याप्रमाणे कारवाई करण्यात यावी. पोलीस स्टेशनमध्ये आलेल्या महिलेला अर्धा तासापेक्षा अधिक वेळ थांबवण्यात येऊ नये.'

त्या फतव्याला पोलिसांनी वाटाण्याच्या अक्षता लावल्या होत्या. पोलिसांची मानसिकता सकारात्मक नसेल, तर शासनानं असे फतवे काढूनसुद्धा त्याचा काहीही उपयोग होत नाही, हे मला चिंचवड पोलीस स्टेशनमध्ये 'याची डोळा, याची देही' पाहायला मिळालं, हे माझं दुर्भाग्यच म्हणायला हवं.

❖❖❖

२१

चिंचवड पोलिसांनी लिहून दिलेल्या पत्त्यावर मी पुणे येथील 'महिला साहाय्य कक्षा'कडे मुलीच्या सासरच्या लोकांनी शारीरिक आणि मानसिक छळ केल्याबाबत तक्रारअर्ज रजिस्टर पोस्टानं पाठविला. माझा तक्रार अर्ज त्या कार्यालयात पोचल्यावर काही दिवसांनी त्यांच्याकडून मला माझ्या मोबाईल क्रमांकावर फोन आला. मला त्याचं थोडं आश्चर्य वाटलं. माझ्या अर्जाची त्यांनी लवकर दाद घेतल्याबद्दल मला त्याचं समाधानसुद्धा झालं होतं. पलीकडून मला एका महिलेचा आवाज ऐकू आला.

"हॅलो, मी 'महिला साहाय्य कक्ष', पुणे येथून एस. पी. आय. खातू बोलत्येय."

"बोला मॅडम."

"तुम्ही तुमच्या मुलीला शारीरिक आणि मानसिक त्रास दिल्याबद्दल तिच्या सासरच्या माणसांच्या विरोधात अर्ज लिहून आमच्याकडे पाठविला होतात ना?"

"होय."

"आम्ही त्या प्रकरणाची चौकशी करणार आहोत."

"त्यासाठीच मी तुमच्याकडे लेखी अर्ज सादर केला आहे."

"तुम्ही कोकणात राहताय ना?"

"होय."

"मी तुम्हाला काय सांगत्येय ते आता नीट ऐकून घ्या."

"सांगा मॅडम." -मी.

"तुम्ही तुमच्या मुलीला घेऊन येत्या बुधवारी ठीक दहा वाजता आमच्या कार्यालयात हजर राहा."

"माझ्या जावयालासुद्धा त्या दिवशी बोलावून घ्या मॅडम."

"तुमच्या जावयाचा मोबाइल क्रमांक तुम्ही तुमच्या अर्जात नमूद केलाय. आम्ही त्याला त्या दिवशी फोन करून बोलावून घेणार आहोत."

"मॅडम, तो माझ्या मुलीला नांदवण्यास अजिबात तयार होत नाही. इतके दिवस माझ्या मुलीनं त्यांचा छळ सहन केलाय. अति छळ झाला म्हणून मी तुमच्याकडे अर्ज लिहून पाठविलाय. आपल्याकडून माझ्या मुलीला न्याय मिळेल, अशी मला आता आशा वाटते." मी अजिजी करीत म्हणालो.

"तुमच्या मुलीला नक्की न्याय मिळेल. तुम्ही त्याची खात्री बाळगा. तुमच्या मुलीला न्याय मिळवून देण्यासाठी आम्ही सर्वतोपरी प्रयत्न करणार आहोत.

"मॅडम, येतो आम्ही बुधवारी."

"या." खातू मॅडमनं फोन खाली ठेवला.

आता आपल्या मुलीला पोलिसांकडून नक्की न्याय मिळेल, असं मला माझ्या मनात वाटू लागलं. 'महिला साहाय्य कक्ष' इथं अर्ज केल्याबद्दल मला समाधानसुद्धा वाटू लागलं. 'लकडीशिवाय मकडी वळत नाही.' आता झक मारून स्मिताचा नवरा तिला नांदवण्यास तयार होईल, तिचा तो आता पहिल्याप्रमाणे छळ करूच शकणार नाही. पोलिसांच्या रूपानं मला आता पुन्हा आशेचा किरण दिसू लागला. स्मिताचं लग्न झाल्यापासून तिच्या नवऱ्याची दादागिरी सुरू होती. असंस्कृतपणाचा त्यानं कळसच गाठला होता.

एसपीआय खातू मॅडमचा फोन आल्यावर मी लगेच स्मिताला "आपल्याला पुण्याला जायचंय" म्हणून सांगितलं. पोलिसांनी आपल्या अर्जाची लगेच दाद घेतली म्हणून तिलाही त्याचं समाधान वाटलं होतं. स्मिता बुधवारी पुण्याला जायची तयारी करू लागली. बेबी तिचा भाजीचा व्यवसाय असल्यानं तिच्या गावी कणकवलीला निघून गेली होती. आक्का अजून कणकवलीला परत गेली नव्हती. ती आमच्या सोबत पुन्हा पुण्याला येणार होती, लक्ष्मी तिच्या नवऱ्याला घेऊन आमच्या सोबत यायला तयार झाली.

मंगळवारी रात्री साडेनऊ वाजता सुटणाऱ्या खेड ते पुणे या एसटीत आम्ही सर्वजण बसलो. एसटी ताम्हीणी घाटामार्गे जाणार होती. आधी आरक्षण केल्यामुळे आम्हाला गाडीत बसायला मिळाली. वातावरणात चांगलीच थंडी होती. आक्का अंगावर शाल घेऊन बसली होती. गाडी चालू झाल्यावर माझे डोळे आपोआप मिटू लागले. गाडीचा दणका बसल्यावर पुन्हा डोळे खाडकन उघडायचे. महाड बसस्थानक सोडल्यावर गाडी फक्त एकाच ठिकाणी चहासाठी थांबली होती. पुढे गाडी कुठंही न थांबता गडद अंधाराला चिरत डांबरी सडकेवरून वेगानं धावू लागली.

पहाट फुटायच्या आधी आम्ही पुण्याच्या स्वारगेट बसस्थानकात पोहोचलो. स्थानकात सगळीकडेच प्रवाशांनी पथारी पसरली होती. कुणी पेपर खाली टाकून आडवे झाले होते, तर कुणी सतरंजी अंथरून त्यावर थंडीतच आडवे झाले होती. एका बाजूला हातभर जीभ काढून कुत्र्यांची झुंड बसली होती. ती कुत्री खुनशी नजरेनं इकडेतिकडे पाहत मध्येच एकमेकांवर भुंकत होती. फलाटावर गाड्या येत होत्या, जात होत्या. त्या झोपलेल्या प्रवाशांना कुत्र्यांच्या भुंकण्याचा आवाज ऐकू येत नव्हता, की गाड्यांच्या इंजिनांचा आवाज ऐकू येत नव्हता. त्यांना निद्रादेवी पावल्यानं ते डाराडूर झोपले होते. एका बाजूला भिकारी थंडीनं कुडकुडत अस्ताव्यस्त झोपले होते. बसस्थानकातील माईक बेसूर आवाजात कोकलत होता. त्यातील एक शब्दसुद्धा कुणाला कळत नव्हता.

उजाडायला अजून भरपूर वेळ होता. प्रवासात गाडीत गचके बसून अंगाचा नुसता भुगा झाला होता. डोळ्यांत झोप होती. दिसेल त्या मोकळ्या जागेवर आम्ही अंग टाकलं. गचके बसून माझं अंग गळू झाल्याप्रमाणे ठणकत होतं. अंग टाकल्यावर माझे डोळे लगेच मिटले. उजडायच्या आधी स्थानकात दूर जाणाऱ्या प्रवाशांची गर्दी वाढू लागली. त्यामुळे त्या ठिकाणी गोंधळ वाढू लागला. कंट्रोलर माईकवरून बेसूर आवाजात झोपलेल्या प्रवाशांना दमदाटीच्या भाषेत उठायला सांगत होता. झोपलेल्या प्रवाशांच्या कानांत त्याचे ते शब्द मुळीच शिरतसुद्धा नव्हते.

झोपलेले प्रवाशी उठत नाहीत असं लक्षात आल्यावर एक-दोन तरुण पोलीस हातात दंडुका घेऊन निर्दयीप्रमाणे झोपलेल्या प्रवाशांच्या ढुंगणावर तडाखे मारू लागले. महिलासुद्धा त्यातून सुटल्या नव्हत्या. भिकाऱ्यांच्या ढुंगणावर तडाखे बसल्यावर ते लगेच कळवळत उठले आणि घाणेरड्या भाषेत त्या तरुण पोलिसांना शिव्या घालू लागले. त्या पोलिसांना रोज शिव्या खाण्याची सवय असल्यामुळेच त्यांनी तिकडे लक्ष दिलं नाही. ते आपली कामगिरी अगदी चोख बजावीत होते. ढुंगणावर जोराचा फटका खाण्याच्या आधीच मी उठून बसलो आणि बाकीच्यांनासुद्धा उठवलं. आम्ही सर्वजण उठून बसलो.

अंग जड झालं होतं. अर्धवट झोपेने डोळेसुद्धा तारवटले होते. बसस्थानकात शौचालयाची सोय होती. त्याचा माणशी दोन रुपये असा दर होता. शौचालयात जाऊन आल्यावर आम्ही नळावर स्वच्छ तोंड धुतलं. स्मितानं येताना तोंड धुवायला, हात धुवायला लक्स साबण आणला होता. तिनं साबण लावून स्वच्छ तोंड धुतलं. जवळच चहाचं कॅंटीन होतं. आम्ही सर्वांनी गरमगरम चहा घेतला. त्या चहाला चव नव्हती की रव नव्हती. नुसतीच ढळकवणी. आम्ही चहा प्यायल्याचं फक्त समाधान मानलं.

चहा घेऊन झाल्यावर थोड्या वेळानं लक्ष्मी मला हळू आवाजात म्हणाली, "काल मला सुलीचा माझ्या मोबाईलवर फोन आला होता."

"काय म्हणत होती सुली? " मी लक्ष्मीला विचारलं.

"आपन समदी आज पुण्याला येणार हाव, हे मी तिला सांगितलंय. तवा ती आपल्याला नऊ वाजेपावोत सारसबागेत भेटायला येणार हाय. तिला आपल्याला भेटायचंय."

सुली (सुलोचना) माझ्या पाठची सख्खी बहीण. तिचा नवरा कोकणात आणि पुण्यात ठेकेदारीचा व्यवसाय त्याच्या भावांच्या मदतीनं करायचा. गावी जशी त्याचं दोनमजली सिमेंट-काँक्रीटची प्रशस्त बिल्डिंग होती, तशी पुण्यातसुद्धा त्याचा चार-पाच मजली काचेचा बंगला होता. तो स्वत: निरक्षर असूनदेखील त्यानं त्याच्या भावांच्या मदतीनं ठेकेदारीच्या व्यवसायात एवढी प्रगती केली होती.

सुलीच्या लग्नापासूनच त्यांची आणि आमची वाकडीक होती. सुली तिच्या लग्नात पंधरा-सोळा वर्षांची होती. मी तेव्हा वयाची अठरा वर्षंसुद्धा पूर्ण केली नव्हती. अण्णा त्या वेळी वेगळा राहायचा. माझ्या आई-वडिलांचं वय झालं होतं. रस्त्यावर मजुरी करून मी तिच्या लग्नासाठी दापोलीच्या पोस्टात हजार-दीड हजाराची रक्कम माझ्या नावे ठेवली होती. देशावर एसएससीची परीक्षा दिल्यावर मी लगेच कडक उन्हात रस्त्यावर कुटुंबाचा चरितार्थ चालविण्यासाठी ढोरमेहनत करू लागलो होतो.

माझा मेहुणा सुलीबरोबर लग्न करायला अजिबात तयार नव्हता. त्याला माझी बहीण पसंत नव्हती. सुलीच्या लग्नाचा जेव्हा साखरपुडा झाला, तेव्हा मी देशावर शिक्षण घेत होतो. सुलीचं लग्न तिचा साखरपुडा होऊनसुद्धा कमीत कमी दोन वर्षं तरी रखडलं होतं. मेहुणा तिला नकोच म्हणत होता. समाजातील वयोवृद्ध लोकांनी आणि त्याच्या आईवडिलांनी त्याची समजूत काढली, तेव्हा तो माझ्या बहिणीबरोबर लग्न करण्यासाठी कसाबसा तयार झाला. सुलीचं पहिलं बाळंतपण झालं आणि मेहुण्याचं एकदम नशीबच फळफळलं. त्यानं पुन्हा कधी मागे वळून पाहिलंच नाही. जिद्द, चिकाटी आणि अपार मेहनतीच्या जोरावर त्यानं अक्षरश: शून्यातून विश्व निर्माण केलं. परंतु त्याला उभ्या आयुष्यात माझ्या बहिणीचं आंतरिक दुःख कधीही समजून घेता आलं नाही, तिच्या काळजातील माहेरासाठी ठणकणाऱ्या वेदना त्याला कधी दिसल्याच नाही आणि ऐकू आल्या नाहीत.

सुलीचं लग्न झाल्यावर तिचा तिच्या सासरी छळ होऊ लागला. माझ्या बहिणीचा सासरी छळ होऊ लागल्यावर मी तिला न्याय मिळवून देण्यासाठी दोन-तीन वेळा तिच्या सासरच्या माणसांच्या विरोधात पोलीस स्टेशनमध्ये तक्रार लिहून

दिली. त्या वेळी मला किंवा माझ्या बहिणीला न्याय मिळाला नाही. उलटपक्षी, पोलीस स्टेशनमध्ये माझी फजिती झाली होती. पोलीस स्टेशनमध्ये जाऊन मी मोठा मूर्खपणा केला होता. त्यामुळे सुलीच्या सासरची माणसं माझ्यावर आणखीच खार खाऊ लागली. माझं नुसतं नाव जरी त्यांच्या कानावर पडलं, तरी त्यांना माझा राग येत असे.

सुली आम्हाला भेटण्यासाठी, आमच्याशी सुख-दुखाचं बोलण्यासाठी नेहमी मनातल्या मनात तळमळत असे. रात्री झोपमोड झाल्यावर ती झुरत बसायची. आम्हाला भेटायला, आमच्याशी बोलायला त्यांनी तिला बंधन घातलं होतं. तिला तशी सक्त ताकीदसुद्धा देण्यात आली होती. माणसाच्या शरीरावर एक वेळ बंधन घालता येतं, परंतु मनावर बंधन घालता येत नाही. सुलीकडे असणाऱ्या मोबाईलमुळे आता तिच्याबरोबर बोलणं शक्य झालं होतं. घरात कुणी नसल्यावर सुली बाथरूममध्ये जाऊन मोबाईल लावायची आणि कुणाला ऐकू जाऊ नये म्हणून हळू आवाजात बोलायची. सुलीकडे मोबाईल आहे याचा छडा तिच्या घरात अद्याप कुणालाच लागला नव्हता.

सुलीची तोंडभेट होऊन आज जवळजवळ एका तपाहून अधिक काळ लोटला होता. तिचा पहिल्यासारखा आता छळ होत नाही. तिच्या हाताखाली चांगल्या शिकलेल्या सुना आल्या आहेत. ती आता तिच्या गोकुळात सुखी आहे, असं ऐकून आम्हाला खूप बरं वाटत असे. आम्हाला भेटण्यासाठी तिच्या मनात हुरहुर मात्र होती.

सुली आम्हाला सारसबागेत भेटायला येणार म्हणून आम्ही सर्वजण हरखून गेलो होतो. परंतु तिच्या घरात कुणाला समजलं तर त्याचा तिला त्रास होणार म्हणून तिची काळजीसुद्धा वाटत होती. सुलीचा स्वभाव एखाद्या गोगलगायी- सारखाच होता. साधा आणि भोळा. तिला सहसा राग येत नसे. तिला राग आलाच तर मग कुणाची खैर नाही.

सुली छोटी असताना आगगाडीत चुकली होती. नवीन कामाच्या ठिकाणी आमचं बिऱ्हाड आगगाडीतून जात होतं. आम्ही सर्वजण त्या वेळी लहान होतो. आमचं उतरायचं स्टेशन आलं तसं माझ्या आईवडिलांनी आम्हा लहान मुलांना पटकन उतरवून घेतलं. सुलीकडे कुणाचच लक्ष नव्हतं. नंतर अण्णाच्या ते पटकन ध्यानात आलं. त्यानं चपळाई करून स्टेशन मास्तराच्या ते कानावर घातलं. त्या स्टेशन मास्तरनं पुढील स्टेशनला गाडी पोचायच्या आत 'एक छोटी मुलगी चुकली आहे आणि ती अमुक अमुक डब्यात आहे' म्हणून सांगितलं. नंतर दोन तासांनी एक माणूस सुलीला खांद्यावर घेऊन आमच्या जवळ आला आणि त्यानं सुलीला आई,

वडिलांच्या ताब्यात दिलं. तेव्हा माझ्या आई-वडिलांचा जीव भांड्यात पडला. आई तर रडूनभेकून 'माझी सुली, माझी सुली' करीत स्टेशनवर गोंधळ घालीत होती. सुलीला पाहून तिचा जीव शांत झाला. डोळे गाळीत तिनं सुलीला आवेगानं छातीशी घट्ट आवळून धरलं.

लक्ष्मीचं बोलणं ऐकून मी तिला अगदी आनंदानं म्हणालो,

"लक्ष्मी, आपण सर्व सुलीला भेटू. तिला पाहून पुष्कळ दिवस झालेत. तिलासुद्धा आपल्या भेटीचा आनंद होईल."

सुली भेटणार म्हणून आक्कालासुद्धा त्याचा आनंद झाला होता. सुलीच्या लग्नाच्या आधी ती काही दिवस कणकवलीला आक्काकडे राहत होती. आक्कानं तिला तिच्या घरात पोटच्या मुलीप्रमाणे सांभाळलं होतं. थोड्याच दिवसांत आई कणकवलीला गेली आणि सुलीला आमच्याकडे घेऊन आली.

स्वारगेट बसस्थानकापासून सारसबाग हाकेच्या अंतरावर होती. त्यामुळे आम्हाला रिक्षा करण्याची गरज भासली नाही. डांबरी सडकेवरून आम्ही थेट सारसबागेच्या दिशेने पायी चालायला सुरुवात केली. डांबरी सडकेवरून वाहनं वेगानं येत होती, जात होती. त्या वाहनांच्या धुरानं जीव गुदमरत होता. दाही दिशांना सूर्याचं कोवळं लुसलुशीत, सोनसळी ऊन पसरलं होतं. त्याच्या किरणांनी जीव हरखून जात होता. सकाळची बोचरी थंडी अंगाला झोंबत असल्यामुळे सूर्याचं कोवळं ऊन हवंहवंसं वाटत होतं. डांबरी सडकेवरून वेगवेगळ्या चेहऱ्यांची, स्वभावांची माणसं येत होती, तशी जात होती. ती माणसं त्यांच्याच तंद्रीत होती.

पायी चालत धावणाऱ्या वाहनांच्यापासून स्वत:चा जीव वाचवत आम्ही थोड्याच वेळात सारसबागेच्या प्रवेशद्वाराजवळ येऊन एकदाचे थांबलो. त्या सारसबागेतील नयनमनोहर दृश्य पाहून माझे डोळे सुखावले. जणू मी भारताचं नंदनवन समजल्या जाणाऱ्या काश्मीरमध्येच आलो आहे. त्या सारसबागेतील विस्तीर्ण हिरवागार परिसर डोळ्यांनी पाहून मला तर त्याची एकदम भुरळ पडली, जीव फार हरखून गेला. वेगवेगळ्या जातींची उंच वाढलेली झाडं, माती टाकून ठिकठिकाणी तयार केलेली हिरवळ, पाण्यानं तुडुंब भरलेले ऐतिहासिक तलाव, त्यात मस्तीत पोहणारी बदके, मासे पाहून आणखी जीव हरखून गेला. पश्चिमेला पेशवेकालीन मंदिर होतं. त्या मंदिरात होणारा घंटानाद दूरपर्यंत ऐकू जात होता. त्या बागेत सकाळी मॉर्निंग वॉकसाठी पुणेकर महिला, पुरुष आलेले होते. मोकळ्या जागेत काही मुलं क्रिकेटसुद्धा खेळत होती. त्यांच्या गलका कानांना ऐकू येत होता. त्या बागेत सर्वत्र स्वच्छ आणि ताजी हवा अणुरेणूंत भरून गेली होती. सुली भेटायला येणार म्हणून आम्हाला त्या

पेशवेकालीन मंदिरात जाऊन देवाचं दर्शन घेता येत नव्हतं. सुलीची वाट पाहत आम्ही सर्वजण त्या प्रवेशद्वाराजवळ थांबलो.

आम्ही सर्वजण अधीर होऊन सुलीची वाट पाहत होतो. आमच्या मनात तिच्या भेटीची ओढ असल्याने जिवाला हुरहुरसुद्धा लागली होती. आमच्या भेटीत उत्कटता होती, डोळ्यांत जिव्हाळा, माया अगदी तुडुंब भरली होती. सुली आम्हाला एका तपानंतर भेटणार होती.

सकाळी नऊच्या दरम्यान सुली तिच्या नवऱ्याला 'दवाखान्यात जाते' अशी थाप मारून तिच्या घरात काम करणाऱ्या एका अठरा-एकोणीस वर्षाच्या मुलाला सोबत घेऊन रिक्षात बसून आली. सुली पुण्यात दहा-बारा वर्षं जरी राहत होती, तरी तिला पुणे शहराची काहीही माहिती नव्हती. म्हणून ती एकटी कुठं जात नसे. सुलीला रिक्षातून उतरताना पाहून आक्का तिला धावतच भेटायला गेली. "माझी सुलीऽऽ माझी सुली" करीत तिनं तिला मिठीत घेतलं. आमचे सर्वांचे डोळे सुलीला पाहून पाणावले होते. खूप दिवसांनी सुली भेटल्यानं आम्हा सर्वांना त्याचा आनंद झाला होता. जणू सुली तिच्या सासरी सक्तमजुरीचीच शिक्षा भोगत असताना आम्हा भावंडांची भेट घेण्यासाठी आली होती. सक्त मजुरीची शिक्षा भोगत असताना कैद्यांना पॅरोलवर तरी सोडण्यात येतं; परंतु सुलीच्या नशिबी मात्र तेसुद्धा नव्हतं. हिंदी कवी मैथिलीशरण गुप्त यांची एक कविता आहे :

अबला जीवन हाय तुम्हारी यही कहानी ।
आँचल में है दूध और आँखोमें पानी ।

माझी बहीण सुलीचंदेखील नेमकं असंच जीवन होतं. गळणारे डोळे पदरानं पुसत सुलीनं आम्हा सर्वांची आस्थेनं चौकशी केली. तिच्या दोन्ही डोळ्यांतून पुन्हा आनंदाश्रू वाहू लागले होते. आम्हाला भेटून तिला खूप आनंद झाला होता. सारसबागेतील एका सिमेंटच्या बाकड्यावर बसून सुली आम्हा सर्वांशी अगदी भरभरून बोलत होती. सोडाबाटलीतील फेस जसा फसफसून बाहेर पडतो तसे तिच्या मुखातून शब्द बाहेर पडत होते. आमच्याशी किती बोलू नि किती नको, असं तिला झालं होतं. तिला आता पहिल्याप्रमाणे बिलकूल जाच सहन करावा लागत नव्हता. तिच्या घरी भरपूर नोकरचाकर होते. तिच्या अंगावरील भरपूर दागिने पाहून मी सुलीला काळजीनं म्हणालो,

"सुले, अंगावर एवढे दागिने घालून घराच्या बाहेर कधी पडू नकोस. वेळप्रसंग कधी येईल ते सांगता येणार नाही."

"माझा न्हवरासुदीक तुझ्यासारका मला सांगत अस्तू. त्यो म्हणतू की, अंगावर

दागिने असलं कि पुण्यात चोर किडनी हाप करतात म्हून.''

सुलीचं बोलणं ऐकून मला तिचं थोडं हसू आलं. सुली लहानपणी जशी होती, अगदी ती तशीच होती. शहरात राहूनसुद्धा तिच्या बोलण्यात अजिबात सुधारणा झाली नव्हती. मी तिची चूक दुरुस्त करीत म्हणालो,

''सुले, किडनी हाफ म्हणू नकोस. 'किडनॅप' असं म्हण. किडनॅप म्हणजे पळवून नेणे असा त्याचा अर्थ होतो.''

''राम, तुला मी सांगत्ये आमची धा कोटींची दागिने सरकारनं ताब्यात घेतलीत. एक कोटी द्या मग आमी तुमचे दागिने देतू, असं साहेबलोक म्हंत्याती.''

''मग?''

''माझ्या न्हवऱ्यानं पुन्ना मला नवीन दागिने केलंत.'' सुली.

''ते ऱ्हावू दे सुले. तू आता कशी हाईस, तेवडंच आमास्नी आता सांग.''

''मी आता ब्येस हाय. मला आता कुणाचाच तरास न्हाय. माझ्या न्हवरा आता माझी काळजी घेतू, त्याची मी काळजी घेत्ये. घरात नोकर असलं तरी त्याला माझ्याच हातचं जेवण लागतं.''

''तुझी मुलं कशी हाईत ते सांग.'' -आक्का.

''माझी मुलंसुदीक ब्येस हाईत. ती माझी लई काळजी घेत्यात. माझ्या दोन सुनादिकून चांगल्या हाईत. पुण्यात मला कुठं जायाचं असलं, तर तेच माझ्या संगट येतात. आज मी त्यांना मुद्याम माझ्या संगट आणलं न्हाय.''

''आता तू आम्हाला कधी भेटशील? माझं डोळं उगडं असेपावोत पुन्ना येकदा तरी मला भेटशील?'' आक्कानं तिला तोंड वेंगाडून विचारलं.

''आता आपली कंधी भेट व्हईल ते मलादिकून सांगता येणार न्हाय. ते देवाला ठाव.'' सुलीच्या काळजात असह्य कळ उठली होती.

सुलीनं आमच्यासाठी येताना चपात्या आणि भाजी करून आणली होती. त्यासाठी ती आज पहाटेच उठली होती. एका प्लॅस्टिकच्या पिशवीत तिनं चपात्या आणि भाजी आणली होती. 'समद्यांनी खावा' म्हणत सुलीनं ती प्लॅस्टिकची पिशवी लक्ष्मीच्या हातात दिली. आणखी थोडा वेळ सुली आमच्याशी बोलत बसली आणि मग ती बसलेल्या जागेवरून परत तिच्या घरी जाण्यासाठी अनिच्छेने उठून उभी राहिली.

सुलीचा पाय निघता निघत नव्हता. जणू तिच्या दोन्ही पायांत मणामणाच्या बेड्या अडकलेल्या होत्या. आज तिला आम्ही सर्व भेटल्यामुळे पोटभर आनंद झाला होता. तिच्या चेहऱ्यावर मला ते दिसत होतं. आज तिला एवढ्या दिवसांत रात्रीची

सुखाची झोप मिळणार होती. गावी आई लपत-छपत तिला भेटण्यासाठी तिच्या बंगल्यात जायची. मरेपर्यंत आईचा तो नेम कधी चुकला नव्हता. आतड्याच्या जिवाला पाहून आई सुलीच्या सासरी तिचा झालेला अपमानसुद्धा विसरून जायची.

आम्हा सर्वांचा निरोप घेऊन सुली एका रिक्षात बसून निघून गेली. पाणावलेल्या डोळ्यांनी आम्ही त्या जाणाऱ्या रिक्षाकडे पाहत होतो. मला त्या वेळी भावा-बहिणीचं अतूट नातं सांगणारं दिवाळीच्या भाऊबिजेवर आधारित एक भावगीत आठवलं -

'सोनियाच्या ताटी
उजळल्या ज्योती
ओवाळिते भाऊराया रे
वेड्या बहिणीची रे वेडी ही माया.'

दिवाळीच्या सणात भाऊबिजेला सुलीकडून ओवाळून घेण्याचं भाग्य माझ्या नशिबी नव्हतं. म्हणून मी माझ्या मनात नेहमी दिवाळीच्या भाऊबिजेला दु:खी असे. सुलीनं आणलेल्या चपात्या आणि भाजी आम्ही त्या ठिकाणी सिमेंटच्या बाकड्यावर बसून खाल्ली आणि पाणी प्यायलो. आमच्या सर्वांची छान न्याहारी झाली होती.

❖❖❖

२२

सुली तिच्या घरी निघून गेल्यावर आम्ही सासरबाग इथून थेट रिक्षा करून वासवानी चौकात आलो. वासवानी चौकात उतरून आम्ही रिक्षा तिचं मीटरप्रमाणे झालेलं भाडं देऊन सोडून दिली आणि आम्ही साधू वासवानी चौकातून पायी चालत पुणे जिल्हा पोलीस आयुक्त यांच्या कार्यालयाजवळ आलो.

पोलीस आयुक्तांच्या कार्यालयाजवळ मोकळ्या जागेत बरीच सरकारी आणि खाजगी वाहनं उभी होती. पोलीस आयुक्तालयाचं कार्यालय असल्यानं सर्वत्र गूढ, गहन आणि गंभीर वातावरण पसरलं होतं. एखाद्या मसणवट्यातील शांतता त्या ठिकाणी जणू नांदत होती. त्या ठिकाणी पाऊल ठेवणाऱ्यांना त्याची भीतीच वाटत होती.

आम्ही सर्वजण थोडं पुढे चालत गेल्यावर वाळीत टाकल्याप्रमाणे 'महिला साहाय्य कक्ष' ची इमारत अंग चोरून उभी असल्याप्रमाणे दिसली. त्या कार्यालयाची इमारत अगदी साधी आणि बैठी होती. इमारतीच्या सभोवार उंच झाडं होती. वाऱ्यानं झाडांची सुकलेली पानं त्या इमारतीच्या छपरावर पडत होती. समोर भलंमोठं गाभुळलेल्या चिंचांचं हिरवंगार झाड वाऱ्यानं डोलत उभं होतं. त्या झाडाच्या फांद्यावर बसून पाखरं चिवचिव करीत होती. त्या पाखरांचा चिवचिवाट कानाला ऐकू येत होता. वीस-पंचवीस पावलांच्या अंतरावर गुन्हे अन्वेषण शाखा आणि दरोडा प्रतिबंध शाखेचं छोटं आणि साधं कार्यालय होतं.

आम्ही सर्वजण अगदी वेळेत येऊन पोचलो होतो. आमच्या नंतरच त्या ठिकाणी माणसं हळूहळू येऊ लागली. त्या ठिकाणी येणाऱ्यांची तसेच जाणाऱ्यांची तोंडं पाहत आम्ही थोडा वेळ तिथे ठेवलेल्या सिमेंटच्या बाकावर मख्खपणे बसून राहिलो. कार्यालयात अजून कामकाजाला सुरुवातदेखील झाली नव्हती. असाहाय्य

तक्रारदार महिला सोबत नातेवाइकांना घेऊन न्याय मागण्यासाठी येत होत्या. भविष्याच्या काळजीनं त्या महिलांचा चेहरा अगदी काळवंडून गेला होता. कापराप्रमाणे त्यांचं मन आतल्या आत जळत होतं. आपल्याला या ठिकाणी न्याय मिळेल, असं त्यांना वाटत होतं. तेवढीच एकमेव आशा त्यांच्या मनात घर करून राहिली होती. आशा-निराशेच्या खोल गर्तेत काहीजणी सापडलेल्या होत्या. आमची गतसुद्धा त्यांच्यापेक्षा वेगळी नव्हती. पोलीस आपल्याला न्याय मिळवून देतील, अशी आशा माझ्यासुद्धा मनात घर करून राहिली होती.

महिला पोलीस निरीक्षक म्हणून त्या कार्यालयात खातू मॅडम काम करीत होत्या. त्यांच्या टेबलाजवळ हळूहळू तक्रारदार महिलांची गर्दी व्हायला सुरुवात झाली. त्या महिलांच्या गर्दीत स्मितासुद्धा सामील झाली होती. तिला आत पाठवून आम्ही सर्वजण बाहेर थांबलो होतो. दोन पुरुष लिपिक खातू मॅडमना त्यांच्या कामात मदत करीत होते. खातू मॅडमच्या दालनाला लागूनच आणखी दोन दालनं होती. ती महिला पोलीस निरीक्षक यांच्यासाठी तयार केली होती. त्याला पारदर्शक काचा लावल्यामुळे आतलं सुरू असलेलं कामकाज डोळ्यांनी थेट बघता येत असे, ऐकता येत असे.

पारदर्शक काचा लावलेल्या दालनात महिला पोलीस निरीक्षक आपसात वाद करीत भांडणाऱ्या नवरा-बायकोला समुपदेशन करून त्यांचा वाद मिटविण्यासाठी शासनाच्या वतीने प्रयत्न करीत होत्या. नवरा-बायकोच्या भांडणात ते एकमेकांवर आरोप-प्रत्यारोप करीत असल्यामुळे त्या दालनात अगदी गोंधळाची परिस्थिती निर्माण झाली होती. जोडीदारावर असलेला राग, त्याची कारणं त्या ठिकाणी महिला निर्भयपणे व्यक्त करीत होत्या.

स्मिताचा नवरा अद्याप त्या ठिकाणी हजर झाला नव्हता. त्याला खातू मॅडमनं हजर होण्यासाठी फोन करून सांगितलं होतं. तो येणार की नाही, असं मला माझ्या मनात वाटत होतं. त्याने आम्हाला टांग दिली तर आमचा पैसा आणि श्रम सर्वच पाण्यात जाणार होते. म्हणून आम्ही त्याच्या वाटेकडे डोळे लावून बसलो होतो.

स्मिता आत जाऊन पुन:पुन्हा नवऱ्याला येण्यासाठी खातू मॅडमना फोन करायला सांगत होती. येथील काम आटोपून आम्हाला पुन्हा गावी जायचं होतं. पुण्यात मुक्काम करणं आम्हाला परवडणारं नव्हतं. त्याच्या खर्चाची तरतूद आम्ही येताना केली नव्हती. स्मितानं सांगितल्यावर खातू मॅडमनं तिच्या नवऱ्याला पुन्हा एकदा कडक भाषेत फोन केला. तो त्यांना फक्त 'येतो' असं म्हणाला. त्याची वाट पाहण्याशिवाय आम्हाला गत्यंतर नव्हतं.

आक्का आणि मी सिमेंटच्या बाकावर बसलो होतो. ती मला म्हणाली,

"राम, सुपारी खात्यूस. कातरून मी ती माझ्या चंचीत ठेवलीय."

"दे मग थोडी." -मी.

आक्काकडून सुपारी घेऊन ती मी माझ्या तोंडात टाकली. सुपारीची गोड चव माझ्या तोंडात रेंगाळू लागली. एरवी मला सुपारी खाण्याचं व्यसन नाही. परंतु आक्काच्या चंचीतील सुपारी मी खातो. मला तंबाखूमिश्रित सुपारी चालत नाही. त्याचं मला वावडं असल्यानं आक्का माझ्यासाठी कातरलेली सुपारी तिच्या चंचीमध्ये वेगळ्या कप्प्यात ठेवायची; आणि ती माझ्या घरी आल्यावर दिवसातून दोन किंवा तीन वेळा 'राम, सुपारी खातूस का?' म्हणून विचारायची.

लक्ष्मी आणि गणपत समोरच्या सिमेंटच्या बाकावर बोलत बसले होती. गणपतनं तोंडात तंबाखूचा तोबरा भरला होता. त्यानं त्याच्या पायाखालची जमीन तोंडातील तंबाखूच्या पिचकाऱ्या मारून ओली केली होती. गणपतला एकाच ठिकाणी बसून बसून पार कंटाळा आला, तर तो आत कार्यालयात जाऊन थोडं डोकावून यायचा. त्याला एकाच ठिकाणी बसण्याची अजिबात सवय नव्हती. तसा तो चळवळ्या माणूस. त्याच्या घरी असल्यावर काम असो किंवा नसो, गावात उगाच भटकत राहण्याची त्याला पहिल्यापासून सवयच होती. या ठिकाणी त्याचा अगदीच नाइलाज झाला होता. पुण्याची त्याला माहिती नव्हती. गणपत एकाच ठिकाणी बसून कंटाळलेला होत. थोड्या वेळानं आक्का मला भूक लागली असेल म्हणून म्हणाली,

"राम, तू आणि गणपा कँटीनमंदी जावून वाईच खाऊन या. आपल्याकडं सुलीनं दिलेल्या चपात्या आन् भाजी हाय."

मलासुद्धा भूक लागलीच होती. आक्कानं मला सांगितल्यावर मी तिला आग्रह करीत म्हणालो,

"आक्का, तूसुद्धा आमच्या बरोबर चल. आपण थोडं थोडं खाऊन येऊ."

"राम, आधी तुमी दोघं जाऊन या. मंग आमी जातू. आता दोपर झालीय. त्यो भाड्या ताईचा न्हवरा अजून आला न्हाय. कधी येकदा त्याची तिरडी उचलत्ये कुणास दखल." आक्का निराश होऊन म्हणाली.

मी गणपतला सोबत घेऊन जवळच्या कँटीनमध्ये पोटात थोडी भर टाकायला गेलो. कँटीनमध्ये तशी गर्दी नव्हती. घाईघाईनं आम्ही दोघांनी जेवण उरकलं आणि लगेच परत आलो. मी आक्काला म्हणालो,

"आक्का, आम्ही दोघं आता इथं थांबतो. तुम्ही तिघीजणी कँटीनमध्ये जा. नि लगेच जेवण उरकून या. अजून चपात्या आणि भाजी शिल्लक आहे."

स्मिता कँटीनमध्ये जाऊन जेवण करून यायला अनमान करू लागली. ती जेवण करायला कँटीनमध्ये गेल्यावर त्याच वेळी तिचा नवरा आला, तर तिची शोधाशोध होणार म्हणून ती जेवायला जायला काऽऽकू करीत होती. कावळा बसायला आणि फांदी तुटायला एकच वेळ येऊ नये म्हणून ती जाण्यासाठी मागे-पुढे पाहत होती. मी तिला 'जेवायला जा' म्हणून दोन-तीन वेळा सांगितल्यावर ती आक्कासोबत जेवायला जायला एकदाची राजी झाली.

मी आणि गणपत सिमेंटच्या बाकावर बोलत बसलो. जेवण झाल्यावर गणपतनं तळहातावर तंबाखू मळून ती तोंडात टाकली होती. जमिनीवर पिचकाऱ्या मारीतच तो माझ्याबरोबर बोलत होता. कालच्यापासून तो आमच्या सोबत असल्यामुळे त्याच्या घशात दारूचा थेंबदेखील उतरला नव्हता. त्यामुळे तो मनातून थोडा बेचैन होता. पुणे आयुक्तालयाच्या परिसरात बघावं तिकडे त्याला खाकी वर्दीतील पोलीस दिसत होते. जंगलात वाघाला पाहून इतर प्राण्यांची जशी दशा होते, तशी त्याची या ठिकाणी गत झाली होती. दारूचं नावसुद्धा काढायला तो घाबरत होता. नाहीतर गणपत आम्हाला सगळ्यांना चुना लावून त्या परिसराच्या बाहेर पडला असता आणि तिकडूनच थोडी झोकून आला असता. लक्ष्मीला त्याच्या सर्व खोड्या चांगल्या ठाऊक होत्या.

आमच्या समोरच्या सिमेंटच्या बाकावर एका ब्राह्मण कुटुंबातील तरुण जोडपं आपसात चर्चा करीत बसलं होतं. त्यांच्या चेहऱ्यावर चिंता, काळजी मला नावालादेखील दिसत नव्हती. मला त्याचं थोडं आश्चर्य वाटलं. नंतर मला त्या दोघांबद्दलची माहिती एका तिऱ्हाइताकडून कळली. त्यांची तक्रार थोडी जगावेगळीच होती.

त्यांचं आडनाव देशपांडे असं होतं. त्यांचं एकत्र कुटुंब होतं. त्यांच्या कुटुंबात मुलगा, त्याची बायको, आई-वडील, भाऊ इत्यादी सर्व ते एकाच कुटुंबात पुण्यात राहत होते. आपले आई-वडील आणि भाऊ आपल्या बायकोचा मानसिक छळ करतात म्हणून मुलानं त्याच्या बायकोला तिच्या नावे 'महिला साहाय्य कक्ष' या ठिकाणी तक्रारअर्ज करायला सांगितला होता. नवरा-बायकोचं एकमत झालं होतं. म्हणून ते दोघे नवरा-बायको त्या ठिकाणी बिनधास्तपणे गप्पा मारीत बसले होते. त्या दोघांच्या चेहऱ्यावर नावालादेखील चिंता, भय दिसत नव्हतं.

चिंचेच्या झाडाखाली एक नवथर लग्न झालेली मुलगी अश्रू ढाळीत उभी होती. तिच्या दोन्ही हातांत हिरव्या बांगड्या आणि गळ्यात मंगळसूत्र दिसत होतं, तिच्या अंगावर पंजाबी ड्रेस होता. गळ्यातील ओढणीनं ती गळणारे अश्रू पुसत होती. तिच्यासोबत कुणीही आलेलं दिसत नव्हतं. ती त्या ठिकाणी एकटीच आली होती.

तिचं लग्न झाल्यावर जणू तिच्या संसाराला कुणाची तरी वाईट नजर लागली होती. मी मनात म्हणालो, प्रत्येक घरात दु:ख भरलं आहे. ज्या घरात दु:ख आणि काळजी नाही, असं घर शोधूनही सापडणार नाही. आयुष्यभर दु:ख माणसाची सावलीप्रमाणे सोबत करीत असतं. त्याला चकवा देण्याचं सामर्थ्य कुणाही माणसाच्या अंगात नाही.

स्मिता, आक्का आणि लक्ष्मी कँटीनमध्ये जेवायला गेल्या होत्या. अवघ्या पंधरावीस मिनिटांतच त्या घाईगडबडीत जेवून परत आल्या. आता त्यांच्या चेहऱ्यावर थोडा टवटवीतपणा आला होता. आधी त्या तिघींचे चेहरे पार सुकून गेले होते. स्मिता जेवण करून आल्यावर मी तिला नाराजीनं म्हणालो,

"तुझा नवरा अजून आलेला नाही. आणखी एकदा तू खातू मॅडमना त्याला फोन करायला जाऊन सांग."

"मॅडमनं सकाळपासून त्याला दोन-तीन वेळा फोन लावलाय. आता मी त्यांना त्याला फोन लावायला सांगायला गेले, तर त्या माझ्यावरच भडकतील. बायकांचा गोंधळ ऐकून त्या वैतागून गेल्या आहेत."

"त्या तुला ओरडल्या तरी चालतील, तू आता फक्त त्यांना एकदाच सांगून ये. हे आटोपून आपल्याला लवकर निघायला हवं. नाहीतर आपल्यालाच उशीर होणार आहे. सायंकाळी मोजक्या गाड्या कोकणात जातात."

"बघत्ये मॅडमना सांगून."

स्मिता लगेच आत निघून गेली. आतमध्ये बायकांचा नुसता गोंधळ सुरू होता, कोणाचा पायपोस कुणाला नव्हता. काही बायका त्या ठिकाणी रडतसुद्धा होत्या. त्या गोंधळातच स्मिता खातू मॅडमच्या टेबलाजवळ जाऊन "मॅडमऽऽ मॅडमऽऽ" करू लागली. बायकांच्या गोंधळामुळे आधीच खातू मॅडम चिडली होती. स्मिताचा आवाज कानावर पडताच त्या तिला एकदम उसळून म्हणाल्या,

"ए बाई, सकाळपासून या गोंधळामुळे माझं डोकं ठणकू लागलंय. तू आणखी माझं डोकं खाऊ नकोस, गप्प बैस."

मॅडमचं बोलणं ऐकूण स्मिताला त्यांचा राग आला. ती त्यांना म्हणाली,

"मॅडम, मी तुमचं काय डोकं खाल्लंय ते मला जरा सांगा बघू. दुपार होऊन गेली तरी माझा नवरा तुम्ही त्याला फोन करूनसुद्धा अजून आला नाही. त्याला तुम्ही आणखी एकदा फोन लावून बघा, हे मी आता तुम्हाला सांगायला आले होते. तर तुम्ही माझ्यावरच भडकताय. आम्हाला कोकणात परत जायाला पाहिजे. आम्हाला जायाला गाडी मिळायला पाहिजे."

स्मिताचं बोलणं ऐकून खातू मॅडम मनात थोडं वरमल्या. त्या खालच्या

आवाजात तिला म्हणाल्या,

"ठीकाय. परत एकदा त्याला फोन लावत्ये."

पुढ्यात फोन ओढून घेऊन खातू मॅडम स्मिताच्या नवऱ्याला फोन लावू लागल्या. स्मिता त्यांच्यासमोर त्यांच्या शरीराच्या हालचाली निरखत उभी होती. तिला तिच्या नवऱ्याचा राग आला होता. खातू मॅडमनं एक-दोन वेळा प्रयत्न केल्यावर एकदाचा त्याचा फोन लागला. स्मिताच्या नवऱ्याचं आणि खातू मॅडमचं टेलिफोनवर संभाषण झालं. नंतर मॅडम रिसीव्हर खाली ठेवून स्मिताला म्हणाल्या,

"तुझा नवरा आज येणार नाही."

"का?"

"आज त्याचं कसलंतरी निकडीचं काम आहे असं त्यानं आता मला टेलिफोनवर सांगितलं."

सकाळपासून "येतोऽऽ येतो" म्हणत स्मिताच्या नवऱ्यानं आम्हाला चक्क हुलकावणी दिली होती. आम्हाला त्रास व्हावा एवढाच त्यात त्याचा दुष्ट हेतू होता.

"मॅडम, मग आम्ही पुन्हा कधी यायचं?" -स्मिता.

"पुढच्या बुधवारी या. मी तुझ्या नवऱ्याला फोन करून तसं सांगत्ये."

"पुढच्या बुधवारीसुद्धा तो आला नाही तर?"

"तो नक्की येईल. मी त्याला चांगलं खडसावूनच पुढच्या बुधवारी हजर व्हायला सांगणार आहे."

"येतो आम्ही पुढच्या बुधवारी."

"या."

स्मिता मनात खट्टू होऊन बाहेर पडली. आमच्या जवळ येऊन ती आम्हाला गंभीर आवाजात म्हणाली,

"तो आज येत नाही. आपण जाऊ परत आता."

स्मिताचं बोलणं ऐकून आक्का स्मिताच्या नवऱ्याला शिव्याशाप देत रागानं म्हणाली,

"त्या भाड्याचं कधी चांगलं व्हनार न्हाय. त्याचं वाटुळळ वाटुळळ व्हईल. कालच्या पास्नं किती तरास झालाय, हे आमच्या जिवाला ठाव."

एव्हाना सायंकाळ झाली होती. आम्ही सर्वजण निघायची घाई करू लागलो. स्वारगेटवरून आम्हाला कोकणात खेडला जाणारी एसटी मिळणार होती. सिटीबसनं आम्ही स्वारगेटला आलो. तिथं आम्हाला खेडला जाणारी एसटी मिळाली.

पोलीस निरीक्षक खातू मॅडम यांनी सांगितल्याप्रमाणे आम्ही पुन्हा बुधवारी ठीक

दहा वाजता 'महिला साहाय्य कक्ष'च्या कार्यालयात हजर झालो. स्मिताच्या नवऱ्याचा अजून त्या ठिकाणी पत्ता नव्हता. आजसुद्धा तो काहीतरी निमित्त काढून दांडी मारतो की काय, अशी माझ्या मनात थोडी शंका निर्माण झाली होती. आम्हाला त्रास देण्यात त्याला मजा वाटत होती. आम्हाला येण्या-जाण्यासाठी खूप त्रास होतोय, शिवाय आर्थिक भुर्दंडसुद्धा सोसावा लागतोय, हे त्याला ठाऊक होतं. मला मदत करण्यासाठी माझ्या सोबत माझा मेहुणा गणपत आणि माझ्या बहिणी येत होत्या. त्यांना झालेल्या त्रासाबद्दल ते तोंडातून कधी 'ब्र' देखील काढीत नसत.

'महिला सहाय्य कक्ष' च्या कार्यालयात महिलांचा गोंधळ सुरू झाला होता. त्या कार्यालयाला एखाद्या जत्रेचं स्वरूप आलं होतं. एव्हाना अकरा वाजून गेले असले तरी स्मिताच्या नवऱ्याचा त्या ठिकाणी आजसुद्धा पत्ता नव्हता. त्यामुळे आमच्या काळजीत आणखी भर पडत होती. त्याच्या वाटेकडे डोळे लावून बसण्याशिवाय गत्यंतर नव्हतं. आम्हाला पुन्हा इकडे न्याय मागण्यासाठी यायला लागू नये, असं आम्हाला अगदी मनापासून वाटत होतं.

पावणेबाराच्या सुमाराला स्मिताचा नवरा भरभर पावलं टाकीत इकडे येताना आम्हाला दिसला. त्याच्या सोबत एक सडपातळ अंगकाठीची, वयाची तिशी ओलांडलेली, सावळ्या वर्णाची एक बाई होती. ती पेशानं वकील होती. स्मिता तिला चांगलं ओळखत होती. ती महिलावकील आमच्याच समाजाची होती. ती पिंपरी गावात राहत होती. तिचा तो पोटापाण्याचा व्यवसाय असल्यानं तिचा आम्हाला राग येण्याचं काही कारण नव्हतं.

झपझप पावलं टाकीत ती दोघं आमच्या अंगावरून पुढे निघून गेली. स्मिताच्या नवऱ्यानं आमच्याकडे ढुंकूनसुद्धा पाहिलं नाही.

नवऱ्याला डोळ्यासमोरून जाताना पाहून स्मिताला त्याचा मनस्वी राग आला होता. थोड्या वेळानं स्मिता बसल्या जागेवरून झटकन उठली आणि आत जाऊन 'नवरा आलाय' म्हणून खातू मॅडमना तिनं सांगितलं. तिचं बोलणं ऐकून मॅडम तिला म्हणाली, "थोड्या वेळानं मी त्याला आत बोलावत्ये." खातू मॅडमचं बोलणं ऐकून स्मिता पुढे काहीही बोलली नाही.

थोड्याच वेळात स्मिताला आणि तिच्या नवऱ्याला त्यांना समुपदेशन करून दोघांमध्ये समेट घडविण्यासाठी आत बोलविण्यात आलं. आम्ही स्मिताबरोबर आलो होतो. परंतु त्यांच्या सोबत आत जाण्याची आम्हा कुणाला परवानगी नव्हती. पारदर्शक काचेमधून मला आतील कामकाज दिसत होतं, कानांना ऐकू येत होतं.

स्मिता आतमध्ये तिच्या नवऱ्याबरोबर गेल्यावर त्या महिला पोलीस निरीक्षक

मॅडमनी आधी त्यांची सौम्य भाषेत नावं विचारली. शिळोप्याच्या गप्पा माराव्यात तसं त्या मॅडम त्यांच्याशी हसत हसत बोलत होत्या. त्याचा परिणाम असा झाला की, स्मिताच्या नवऱ्याच्या मनात असलेली भीती झटकन निघून गेली. या महिला पोलीस आपलं काही वाकडं करू शकत नाहीत, असा विचार करून तो त्याच्या मूळ स्वभावावर लगेच आला.

स्मिताचा नवरा त्याच्या घरात ती कशी वागते हे त्या मॅडमना आवाज मोठा करून सांगू लागला. आपला नवरा मॅडमना सर्वकाही खोटं-नाटं सांगत आहे, हे एव्हाना स्मिताच्या लक्षात आलं होतं. मॅडमनं तिला तिचं म्हणणं विचारल्यावर स्मिता डोळ्यांत पाणी आणून सासरी नवरा आणि सासू तिचा कसा छळ करतात, हे त्यांना खालच्या आवाजात सांगू लागली. आईचं ऐकून नवरा उपाशी ठेवून कसा मारहाण करीत असतो, हेसुद्धा तिनं त्या मॅडमना कळवळून सांगितलं. बराच वेळ ते दोघं नवरा-बायको एकमेकांवर आरोप-प्रत्यारोप करीत होते. मॅडम त्या दोघांचं बोलणं अगदी शांतपणे ऐकत होत्या.

स्मिताचं आणि तिच्या नवऱ्याची गाऱ्हाणी ऐकून घेऊन नंतर त्या मॅडम दोघांना अगदी शांतपणे समुपदेशन करू लागल्या. त्यांच्या तोंडातून बाहेर पडलेल्या आवाजामध्ये अजिबात चढ-उतार नव्हता. एखादा साधू-संत त्याच्या भक्तांना गोड आवाजात प्रवचन करतो तसं मॅडमनी त्यांना समुपदेशन केलं. दुर्दैवाची बाब अशी की, ज्या झाडाच्या मुळ्या रोगग्रस्त आहेत त्या झाडाच्या शेंड्यावर औषधांची फवारणी करून काहीही उपयोग होत नसतो. ते झाड जमिनीचा आधार तुटल्यानंतर केव्हा ना केव्हातरी खाली कोसळणारच असतं. मॅडमचं समुपदेशनसुद्धा नेमकं याच प्रकारचं होतं.

स्मिताच्या नवऱ्यानं आधीचा विचार बदलला नाही. एवढा वेळ त्या मॅडमनी त्याला समुपदेशन करूनसुद्धा त्याचं अजिबात मतपरिवर्तन झालं नव्हतं. त्या ठिकाणी कामगिरी बजावणाऱ्या महिला पोलीस अधिकाऱ्यांना कुणावर कायदेशीर कारवाई करण्याचा तसा अधिकार नव्हता. त्यामुळे स्मिताचा नवरा त्या ठिकाणी आणखी बिनधास्त झाला होता. सकाळी त्याला त्याच्या आईनं चांगलं पढवून पाठविल्यामुळे त्यानं त्या महिला पोलीस अधिकारी यांना 'मी हिला नांदवणार नाही,' असं चक्क सांगून टाकलं.

त्याचं बोलणं ऐकून त्या मॅडम हताश झाल्या. कातळावर पाणी पडून त्याचा काही उपयोग होत नाही, हे एव्हाना त्यांच्यासुद्धा लक्षात आलं होतं. एवढा वेळ घसा फोडून मॅडमचा वेळ व्यर्थ गेला होता. मॅडम त्या दोघांना हताशपणे म्हणाल्या,

"तुम्ही दोघांनी तसा खातू मॅडमकडे जाऊन तुमचा लेखी जबाब द्या."

स्मिता नवऱ्याबरोबर दालनातून बाहेर पडली आणि ते दोघं खातू मॅडमच्या टेबलाजवळ गेले. खातू मॅडमनं स्मिताच्या नवऱ्याला विचारलं,

"तुमच्या दोघांची तडजोड झाली का?"

"नाही."

"मग?"

"त्या मॅडमनं तुमच्याकडे आम्हाला आमचा जबाब देण्यासाठी पाठवलंय."

"मी कारकुनाला सांगत्ये तुमचा जबाब घ्यायला. तुम्ही त्या कारकुनाकडे जा." खातू मॅडम त्यांच्या जवळ डाव्या बाजूला बसलेल्या कारकुनाकडे बोट दाखवीत म्हणाल्या.

चाळिशी उलटून गेलेल्या त्या जाड्या कारकूनानं त्या दोघांचे जबाब घेऊन ते जबाबाचे कागद पुन्हा खातू मॅडमच्या स्वाधीन केले. नवरा-बायकोचा जबाब वाचून खातू मॅडमनं स्मिताला चार ओळींचं सरकारी पत्र सही करून दिलं. ते चार ओळींचं पत्र घेऊन स्मिता बाहेर आली. तिने ते पत्र वाचायला माझ्या हातात दिलं. त्या पत्रात असं लिहिलं होतं की, हा वाद सोडविण्यासाठी आम्ही तालुक्याच्या दिवाणी कोर्टात जाऊन अपील दाखल करावं, असा आम्हाला 'महिला साहाय्य कक्ष' यांच्याकडून सल्ला मिळाला होता.

मी आणि स्मिता जेव्हा चिंचवड पोलीस स्टेशनमध्ये तक्रार घेऊन गेलो होतो, तेव्हा यादव नावाच्या पोलीस निरीक्षकाने 'महिला साहाय्य कक्ष'चा पत्ता देऊन आमची बोळवण केली होती. आमची तक्रार त्यांनी अजिबात लिहून घेतली नाही. एवढी यातायात करूनसुद्धा काहीही उपयोग झाला नव्हता. पैशाचा नाहक भुर्दंड झाला होता. शासनाच्या आदेशाला पोलीस कशा वाटाण्याच्या अक्षता लावतात ते मला 'याची देही याची डोळा' पाहायला मिळालं. नंतर माझ्या मनात प्रश्न पडला. हे पोलीस सामान्य जनतेच्या मदतीला आहेत की गोरगरीब जनतेवर खोट्या आश्वासनांची खैरात करणाऱ्या लबाड पुढाऱ्यांच्या मदतीला आहेत? पुढाऱ्यांच्या ताटाखालचं मांजर होणाऱ्या या पोलिसांकडून सामान्य जनतेनं मदतीची अपेक्षा करणंसुद्धा चूक आहे, असं मला वाटू लागलं.

आम्ही सर्वजण त्या 'महिला साहाय्य कक्ष' मधून नाराज होऊन बाहेर पडलो. स्मिताच्या नवऱ्याच्या विरोधात वकिलामार्फत कोर्टात दावा दाखल करण्याशिवाय माझ्याकडे अन्य पर्याय नव्हता.

❖❖❖

२३

अण्णा (हनुमंत) माझ्या आईवडिलांचा खूप लाडका होता. आईवडील अण्णाचे भारी लाड करीत असत. आता त्याचंसुद्धा वय झालं होतं. माझ्यापेक्षा तो वयानं बारा-तेरा वर्षांनी मोठा होता. तो आमच्या घराण्यात शाळेत जाणारा पहिला मुलगा होता. पालगडला मराठी शाळेत त्यानं शिक्षण घेतलं होतं. तो सातवीच्या वर्गात गेल्यानंतर त्यानं शाळेला कायमचा रामराम ठोकला आणि तो माझ्या वडिलांच्या सोबत दगडाच्या खाणीत उन्हातान्हात काळा दगड सुतकीनं फोडण्याचं काम करू लागला.

अण्णाला एकूण पाच मुलगे होते. त्या सगळ्यांची आता लग्नं झाली होती. मुलांची बापावर अजिबात माया नव्हती. अण्णाची बायको तोंडाचा कॅन्सर होऊन वीस वर्षांपूर्वी अण्णाला सोडून देवाघरी निघून गेली होती. अण्णांच्या मुलांची लग्नं झाली तशी ती त्यांच्या बायको-मुलांमध्ये रमली. अण्णा चिपळूणला रमेशकडे राहायचा. बंगल्यांना प्लॅस्टर करण्याची कामं रमेश घ्यायचा. त्यात त्याला दोन पैसे मिळत. मजुरीनं गवंडी लावून तो कामं करायचा. अण्णाचं वय झालं तरी तो रमेशला मदत करण्यासाठी त्याच्या कामावर जात असे. रमेशनं सायंकाळी त्याला दारू प्यायला पैसे दिल्यावर अण्णाला त्याचा खूप आनंद व्हायचा. त्याच आशेनं अण्णा रमेशला मदत करण्यासाठी त्याच्या कामावर जात असे.

सतीश (अण्णाचा सर्वांत मोठा मुलगा), संजय, दिलीप, भरत ही अण्णाची मुलं त्याच्याकडे कधीही ढुंकूनसुद्धा बघत नसत. त्याची ते कधी विचारपूससुद्धा करीत नसत. अण्णाला त्या मुलांचा खूप राग यायचा. अण्णा माझ्यासमोर कधी-कधी उद्वेगानं म्हणायचा. "या मुलांना जन्म देऊन मला त्यांचा काय बी उपेग झाला न्हाय." वहिनी हयात असताना अण्णाचं आणि तिचं भांडणं होतं. परंतु जगण्यासाठी

त्यांना एकमेकांचा आधार वाटायचा. त्या दोघा नवरा-बायकोची भांडणं म्हणजे पेल्यातील वादळ असायचं. ते दोघे जरी आपसात भांडले, तरी मनात किंतू बाळगत नसत. त्यांचं भांडण झाल्यानंतर काही वेळानं लगेच दिलजमाईसुद्धा व्हायची. त्या दोघा नवरा-बायकोमध्ये कधी भांडण होईल आणि ते कधी मिटेल, हे एखाद्या निष्णात ज्योतिषालादेखील सांगता यायचं नाही. ती दोघं एकमेकांवर जिवापाड माया करीत, तसं एकमेकांचा रागरागसुद्धा करीत असत. मी मराठी शाळेत चौथीत शिकत असताना अण्णाचं लग्न झालं होतं. अण्णा तरुणपणी देखणा आणि गोरापान होता. वहिनीचा वर्ण सावळा होता. लग्नाआधीपासून त्यांचं एकमेकांवर प्रेम होतं. त्यांचं लग्न झालं तसं वहिनी अण्णाबरोबर भांडू लागली. आईचं आणि तिचं कधी पटायचं नाही. माझी आई थोरल्या सुनेला नेहमी हळकुंडाच्या पदरात शेणकूट पडलं, असं म्हणायची. त्याचा वहिनीला राग यायचा. नंतर ती तो राग अण्णावर काढायची. अण्णाला पुढे दारूचं व्यसन लागलं आणि त्यानं त्याच्या तब्येतीची नासाडी करून घेतली.

माझ्या आईचा सतीश हा सर्वांत लाडका नातू होता. तो त्याच्या लहानपणापासून माझ्याकडेच राहत होता. त्याला मी दहावीपर्यंत शिक्षण दिलं. पुढे तो शाळा-मास्तरची नोकरी करू लागला. बँकेचं कर्ज काढून मी त्याचं लग्न केलं. परंतु त्याला थकलेल्या अण्णाकडे बघायला वेळ मिळायचा नाही. त्यामुळे मला कधी- कधी सतीशचा रागदेखील येत असे. मास्तरची नोकरी करून त्याला दर महिन्याला चांगला पगारदेखील मिळायचा. वय झालेल्या बापाला घरी नेऊन खाऊ-पिऊ घालावं, त्याला नवीन कपडे घ्यावेत, असं त्याला कधी वाटायचं नाही. तो आणि त्याची बायको, मुलं एवढंच त्याचं मर्यादित जग होतं.

सतीश जन्म दिलेल्या बापाचा रागराग करीत होता. तो अण्णाला 'तू आमच्यासाठी काय केलंस?' असं विचारीत असे. सतीश वय झालेल्या अण्णावर हात उगारायलादेखील कमी करायचा नाही. सतीश हल्ली हल्ली देवाच्या भजनी लागला होता. गळ्यात तुळशीची माळ घालून तो आध्यात्मिक, धार्मिक पुस्तकांचं वाचन करीत होता. सकाळी अंघोळ झाली की, तो देवापुढे पूजेसाठी बसायचा. एके दिवशी तो पूजा करीत असताना त्याच्या दिवंगत आईचा फोटो एका कोनाड्यात लावलेला पाहून मी त्याला म्हणालो,

"सतीश, आई-वडील हेसुद्धा देवाच्याच ठिकाणी असतात. तू जसं देवाची पूजा करतोस तसं तुझ्या आईचीसुद्धा पूजा कर. तिनं तुला जन्म दिलाय."

"काका, देवाची पूजा झाल्यावर मी माझ्या आईलासुद्धा नमस्कार करतो."

सतीश म्हणाला.

एके दिवशी सतीश मला भेटण्यासाठी चिपळूणवरून कोकण रेल्वेने आला. घरी आल्याबरोबर तो मला हसत हसत म्हणाला,

"काका, मी रेल्वेचं तिकीटच काढलं नाही."

"का?" मी त्याला आश्चर्यानं विचारलं.

"मला वेळच मिळाला नाही."

त्याचं बोलणं ऐकून मी त्याच्यावर थोडा नाराज झालो आणि त्याला थोड्या गुश्शातच म्हणालो,

"सतीश, तू असा पुन्हा कधी रेल्वेतून विनातिकीट आलास, तर एके दिवशी मीच तुला तिकीट तपासणी करणाऱ्याला पकडून देईन. कळलं?"

माझं बोलणं ऐकून तो थोडा चपापला. पुढे काहीही तो बोलला नाही. सतीशनं मोठा मुलगा या नात्यानं अण्णाची काळजी घेतली असती, तर त्याच्यावर माझा आणखी लोभ वाढला असता. मला भेटण्यासाठी अण्णा महिन्यातून एक-दोनदा तरी चिपळूणहून घरी यायचा. आमच्या दोघांच्या बोलण्यामध्ये त्याच्या मुलांचाच विषय असायचा. अण्णा त्याच्या मुलांची गाऱ्हाणी माझ्या कानावर घालायचा. एकदा मला तो थोड्या गुश्शातच म्हणाला,

"रामू, तू एकदा माझ्या घरी ये, आन् माझ्या मुलांना जरा चांगला हाग्यादम दे. तुमी कुनी माझ्या मुलांना इचारीत न्हाय म्हून त्यांचा माझ्यावर आनकी जोर वाढतू. रेणुका (रमेशची बायको) सुदीक माझी नीट काळजी घेत न्हाय. तिला शंभर हाका मारल्यावर ती 'ओ' देत्ये."

मी अण्णाचं बोलणं ऐकून त्याला हसत हसत म्हणालो,

"अण्णा, मी एक दिवस चिपळूणला येऊन तुझ्या सुनेला विचारेनसुद्धा. परंतु त्यामुळे तिला तुझा आणखी राग येईल."

"मी तुला त्यांच्याशी भांडायला सांगत न्हाय. ईचारायला सांगत्युय."

"ठीकाय."

अण्णा डांबरी सडकेवरून माझ्या घरी येताना दिसला की, माझा छोटा नातू आयुष अण्णाला पाहून उड्या मारीतच "अण्णा आलेऽऽ अण्णा आले" म्हणायला लगेच सुरुवात करायचा. अण्णा माझ्याकडे महिन्यातून दोनदा तरी यायचा म्हणून आयुष अण्णाला आता चांगला ओळखत होता. घरी आल्यानंतर अण्णा "आयुषऽऽ आयुष" म्हणत त्याचे भारी लाड करायचा.

अण्णा पायरीवर पायातील चपला सोडून घरात आल्यावर सविता त्याच्यासमोर

पाण्याचा भरलेला तांब्या धरून ती आपुलकीनं त्याला "अण्णा, बरे आहात ना?" असं विचारायची. नंतर ती त्याला आग्रह करून लगेच जेवायला वाढायची. अण्णाच्या पोटात भूक नसली, तरी तो सविता आग्रह करीत असल्यामुळे पानावर बसून थोडं जेवायचा.

जेवण झाल्यावर मी मुखशुद्धीसाठी त्याच्या तळहातावर बडीशेपचे चिमूटभर दाणे ठेवायचो. तोंडात बडीशेपचे दाणे चघळीत अण्णा माझ्याशी बोलायचा. दोन-तीन तास माझ्या घरी थांबल्यावर अण्णा त्याच्या घरी जाण्यासाठी उठायचा. मी त्याच्या हातात शंभराची कोरी करकरीत नोट ठेवल्यावर अण्णाचे डोळे आनंदानं चमकायचे. मी त्याला पैसे दिल्यावर 'अण्णा, दारू पिऊ नकोस,' असं बजावून सांगायला विसरायचो नाही. माझ्या समाधानासाठी तो माझ्या समोर फक्त 'न्हाय' असं म्हणायचा. माझं बोलणं ऐकूनसुद्धा तसं वागेल तो अण्णा कसला? खिशात पैसे आल्यावर अण्णाची पावलं आपोआप दारूच्या अड्ड्याकडे वळत असत. माझ्या घरी दारू प्यायला मनाई असल्यामुळे अण्णा कधी मुक्कामाला राहत नव्हता.

अण्णा भविष्याची कधीही चिंता करीत नसे. दारूच्या प्याल्यात तो त्याचं भविष्य पाहायचा. आपल्याला रोज कशी दारू प्यायला मिळेल, याचीच त्याला काळजी वाटत असे. त्याचं शिक्षण सातवीपर्यंत झालं होतं. परंतु उभ्या आयुष्यात त्यानं घेतलेल्या शिक्षणाचा कधीही उपयोग करून घेतला नाही. त्याचं आयुष्य एकदम बदलून टाकणाऱ्या अनेक चांगल्या संधी त्याच्याकडे आपोआप चालून आल्या होत्या. परंतु त्या आलेल्या चांगल्या संधींचा अण्णाला उपयोग करून घेता आला नव्हता. 'नशीब देतं अन् कर्म नेतं,' असंच नेहमी त्याच्या बाबतीत घडत होतं.

अण्णाची पाचही मुलं बापाचा रागराग करीत. त्याच्या पाच मुलांपैकी स्वभावाने रमेश थोडा चांगला होता. त्याची दोन मुलं रत्नागिरी इथं इंजिनिअरिंग कॉलेजमध्ये शिकत होती. एक मुलगी हायस्कूलमध्ये शिकत होती. रमेशची तिन्ही मुलं गुणी होती. अण्णा त्या मुलांना अड्ड्यावर जाऊन दारू आणायला सांगायचा. दारूच्या अड्ड्यावर जायला त्या मुलांना लाज वाटायची. त्यामुळे ती मुलं दारू आणायला जात नसत. मग अण्णाला त्या मुलांचासुद्धा राग यायचा. "ती मुलं माझं काम ऐकत न्हाईत," असं तो मला माझ्या घरी येऊन सांगायचा.

अण्णानं केलेल्या तक्रारीत काहीही दम नसायचा. त्यामुळे मी ते फारसं कधी मनावर घेत नसे. रमेशची बायको स्वभावानं चांगली होती. अण्णाला तशी ती जपायची. अण्णा दारू पिवून घरात गोंधळ घालायचा. त्याला कधीकधी जेवायचंदेखील भान नसायचं. रेणुका त्याचं जेवणाचं ताट करून रात्री त्याच्या उशाजवळ ठेवायची. पाण्याचा भरलेला तांब्या ठेवायची. अर्ध्या रात्री अण्णाची दारू उतरल्यावर त्याला

जाग यायची. त्या वेळी अण्णाला पोटातील भुकेची जाणीव व्हायची. रेणुकानं ताट भरून उशाशी ठेवलंय, हे त्याला ठाऊक असे. मग तो अंधारातच जेवणाचं ताट त्याच्या पुढ्यात ओढून घेऊन जेवायला सुरुवात करायचा. त्याचं पोट भरलं की, तो तृप्तीची ढेकर देऊन पुन्हा त्याच्या अंथरुणावर लगेच आडवा व्हायचा आणि काही वेळातच भरल्या पोटानं घोरू लागायचा.

अण्णाला मुलगी झाली नाही म्हणून तो कायम मनातून दुःखी असायचा. बहिणी हयात असताना बावीस वर्षांपूर्वी घडलेली ही एक घटना आहे. अण्णा आणि त्याची बायको चिपळूणला बाजार करून पुन्हा त्यांच्या घरी पायी चालत येत होते. वाशिष्ठी नदीच्या पुलाजवळ ती दोघे चालत येत असताना त्यांना छोट्या मुलीच्या रडण्याचा आवाज ऐकू आला. तो आवाज ऐकून त्यांना थोडं आश्चर्यदेखील वाटलं. ती दोघं लगेच त्या आवाजाच्या दिशेनं चालू लागली. त्या पुलाजवळ एका फडक्यात गुंडाळून नवीन जन्माला आलेल्या मुलीला कोणीतरी ठेवलं होतं. ते मूल अनैतिक संबंधातून जन्माला आलं असल्यामुळे बदनामीला घाबरून त्या मुलीच्या आईनं तिला त्या ठिकाणी आणून ठेवलं होतं. त्या नवीन जन्माला आलेल्या मुलीचा टाहो ऐकून त्या दोघांना तिची फार दया आली. त्यांचं मन द्रवलं होतं. आई येल्लुबाईचा प्रसाद म्हणून वहिनीनं ते रडणारं मूल उचलून तिच्या पदरात घेतलं. वहिनीनं त्या मुलीला तिच्या अंगावरचं दूध पाजून जगवलं. तिचं झोकात बारसं घालून त्यांनी तिचं नाव 'मीना' असं ठेवलं. मीना दोन वर्षांची असताना वहिनी तिला सोडून देवाघरी गेली. अण्णानं पोटच्या मुलीची माया देऊन तिला लहानाची मोठी केली. तिला त्यानं आठवीपर्यंत शिक्षणसुद्धा दिलं.

काळ मोठा विचित्र असतो. क्षणात तो कुणाचाही घास घेत असतो. त्याला माणसाचं सुख कधी पाहवत नाही. खुशीत मांडे खाणाऱ्या माणसाचं सुख हिरावून घेण्यासाठी तो अगदी टपून बसलेला असतो. काळाच्या तडाख्यात अण्णासुद्धा सापडला. अण्णाची जिच्यावर पोटच्या मुलीप्रमाणे जिवापाड माया होती, त्या मीनाला क्षयरोगाची बाधा झाली. अण्णाला जेव्हा हे चिपळूणच्या सरकारी दवाखान्यातील डॉक्टरकडून समजलं, तेव्हा तो पार खचून गेला. ती जगावी म्हणून अण्णा एकटाच फक्त तिच्या उपचारासाठी मनापासून धडपड करीत होता.

मीनाला क्षयरोग झाल्यामुळे तिला जगण्याचाच कंटाळा आला होता. तिचं लग्नाचं वय झालं असलं तरी घरात कोणी तिच्या लग्नाचा विचार करीत नसत. त्यामुळे मीना डॉक्टरांनी दिलेल्या गोळ्या-औषधं वेळच्या वेळी घ्यायची नाही. एक तर ती त्या गोळ्या अण्णाची नजर चुकवून फेकून द्यायची किंवा कॉटखाली लपवून

तरी ठेवायची. अण्णाने तिला "मीना, गोळ्या खाल्या का?" असं विचारल्यावर ती अण्णाला 'व्हय' म्हणून चक्क खोटं सांगून टाकायची. अण्णा तिच्या बोलण्यावर विश्वास ठेवायचा.

मीना औषध-गोळ्या घेत नसल्यामुळे तिच्या शरीरात क्षयरोगानं उचल खाल्ली. हळूहळू तिच्या शरीरात क्षयरोग बळावू लागला. तसं अण्णा पुन्हा चिंतित झाला. त्यानं लगेच मीनाला चिपळूणला सरकारी दवाखान्यात नेलं. तेथील डॉक्टरानं अण्णाला गंभीर आवाजात सांगितलं,

"क्षयरोग बळावला आहे. तुम्ही तुमच्या मुलीला रत्नागिरीला सिव्हिल हॉस्पिटलला घेऊन जा."

अण्णाच्या खिशात दारू प्यायलादेखील पैसे नव्हते. मीनाला रत्नागिरीला घेऊन जाणे हे खर्चाचं काम होतं. एसटीच्या भाड्यासाठी, त्या ठिकाणी मीनासोबत राहण्यासाठी अण्णाला पैसे हवे होते. त्यानं रमेशकडे खर्चाला पैसे मागितले. रमेशनं त्याला फक्त पाचशे रुपये देऊन त्याची बोळवण केली. अण्णाची जशी मीनावर पोटच्या मुलीप्रमाणे माया होती, तशी अण्णांच्या इतर मुलांची तिच्यावर अजिबात माया नव्हती. मीना क्षयरोगानं इतकी आजारी पडली होती, तरी अण्णाशिवाय तिची कोणी दखलसुद्धा घेत नव्हते.

रमेशनं दिलेले पाचशे रुपये घेऊन अण्णानं मीनाला सोबत घेऊन रत्नागिरी येथील सिव्हिल हॉस्पिटल गाठलं. त्या हॉस्पिटलमध्ये जेमतेम दहा दिवस राहिल्यानंतर अण्णाच्या जवळचे पैसे संपले. त्याच्या खर्चाचे वांदे झाले. मीनाला हॉस्पिटल- मधून परत घेऊन येण्याशिवाय त्याच्याकडे अन्य पर्याय नव्हता.

अण्णा मीनाला परत घेऊन आल्यावर तिच्यापासून घरातील इतर माणसांना-सुद्धा क्षयरोग होईल म्हणून रमेश 'माझ्याकडे मीनाला नको' म्हणाला. त्याचं ऐकून सतीशसुद्धा अण्णाला तेच म्हणाला. रमेश आणि सतीशची घरं जवळजवळ होती. 'आता काय करायचं?' म्हणून अण्णाला त्या मुलांचं बोलणं ऐकून मोठा प्रश्न पडला. शारीरिक असह्य वेदना सहन करीत मीना अहासाय्यपणे गरीब डोळ्यांनी अण्णाकडे पाहत होती. जणू अण्णाचं नशीब त्याची सत्त्वपरीक्षा घेत होतं.

अण्णा खचला असला तरी त्यानं मोठ्या धैर्यानं स्वत:ला सावरलं. त्यानं मीनाला आणि त्याला राहण्यासाठी मुलांच्या घरापासून शंभर पावलांच्या अंतरावर मेढी रोवून एक छोटी झोपडी तयार केली. ती दोघं त्या झोपडीत राहू लागली. रात्री त्या झोपडीत त्यांच्या सोबत काळाकुट्ट भयकारी अंधार तेवढा असायचा. रात्री ओढ्यात खेकडी खाण्यासाठी कोल्ही येत, तेव्हा ते विचित्र, भयकारी आवाजात

"हुक्याऽऽ हूऽऽ" असं ओरडत. तो आवाज कानावर पडताच मीना मनात दचकायची.

अण्णा दारू पिवून तिच्याच जवळ झोपलेला असे. दारूच्या नशेत त्याला कसली शुद्ध नसायची. सायंकाळी अण्णा मीनाला त्या झोपडीत एकटीला ठेवून गावात दारू प्यायला जायचा. अंधार पडला तरी तो लवकर त्या झोपडीकडे परतायचा नाही. तेव्हा मीनाला झोपडीत भरलेल्या काळोखाची खूप भीती वाटायची. अंधार पडल्यावर बऱ्याच उशिरानं अण्णा रस्त्यानं भेलकांडत "मीनाऽऽ मीनाऽऽ" करीत त्या झोपडीत शिरायचा. एकदा मीना अण्णाना चांगलं खडसावीत म्हणाली,

"अण्णा, उद्यापास्नं दारू पिऊन लवकर येत जा. मला इथं येकटीला लई भीती वाटत्ये."

"मीना, हिथं कसली आली तुला भीती?" अण्णा तिची भीती दूर करीत म्हणायचा.

क्षयरोगाने आजारी पडलेल्या मीनाला हॉटेलातील चमचमीत बिर्याणी खाण्याची इच्छा झाली होती. मीनाला पाहायला गेलेल्या लक्ष्मीकडून मला ते समजलं होतं. मी तिच्यासाठी हॉटेलातील बिर्याणी घेऊन तिला भेटायला झोपडीत गेलो. परंतु मीनाची तब्येत फार खालावली असल्यामुळे मी नेलेली बिर्याणी ती खाऊ शकली नाही. एके दिवशी मीना अण्णाला सोडून कायमचीच देवाघरी निघून गेली. अण्णा मीनासाठी धाय मोकलून रडला. मीना जाऊन आता तीन वर्षं पूर्ण झाली आहेत. आतासुद्धा अण्णाला मीनाची आठवण झाली की, त्याच्या डोळ्यांच्या कडा लगेच ओल्या होतात. मीनानं अण्णाच्या काळजातच घर केलं आहे. त्यामुळे तो तिला कधीही विसरू शकत नाही.

अण्णाला मूळव्याधीचा त्रास होत होता. तो त्रास त्याला अधिक होऊ लागल्यावर रमेश ऑपरेशन करून मूळव्याध काढण्यासाठी त्याला सरकारी दवाखान्यात घेऊन गेला. सरकारी डॉक्टरनं अण्णाला दवाखान्यात भरती व्हायला सांगितलं. अण्णाला एकट्याला सरकारी दवाखान्यात भरती करून रमेश आल्या पावली परत मागे वळला. सायंकाळी अण्णाच्या घशात दारूचा थेंब गेला नाही म्हणून तो अस्वस्थ झाला. अण्णाला मूळव्याधीच्या ऑपरेशनपेक्षा प्यायला दारू कशी मिळेल, याची काळजी वाटू लागली होती. त्याला त्या सरकारी दवाखान्यात अगदी कोंडून ठेवल्यासारखं वाटू लागलं होतं. येनकेनप्रकारेण आपण येथून पळून जायाचंच असं अण्णानं ठरवूनच टाकलं आणि संधी मिळताच सगळ्यांची नजर चुकवून हॉस्पिटलमधून तो बाहेर सटकला. अण्णा पसार झाल्याचं कळताच "पेशंट पळालाऽऽ पेशंट पळाला" म्हणून एका नर्सने लगेचच आरडाओरड करायला सुरुवात केली.

त्या नर्सचे शब्द कानावर पडताच सरकारी डॉक्टर घाबरले. त्यांच्या पायाखालची

जमीन सरकली. अण्णाला त्यांनी मूळव्याधीचं ऑपरेशन करण्यासाठी सरकारी दवाखान्यात भरती करून घेतलं होतं. त्यांच्या रजिस्टरला अण्णाची पेशंट म्हणून नोंद झाली होती. सरकारी चौकशीचा ससेमिरा मागे लागेल म्हणून डॉक्टर घाबरले होते. नर्सच्या लक्षात ते लगेच आल्यामुळे अण्णा फार लांब जाऊ शकला नव्हता. वॉर्डबॉयनी धावाधाव करून लगेच अण्णाला धरून दवाखान्यात आणलं. अण्णा पुन्हा नजर चुकवून पळून जाऊ नये म्हणून त्यांनी त्याला लोखंडी कॉटला रश्शीनं घट्ट बांधून ठेवलं.

अण्णाला रश्शीनं कॉटला घट्ट बांधल्यावर तेथील डॉक्टरनं लगेच पोलिसांना आणि रमेशला 'पेशंट दवाखान्यातून पळून जाण्याचा प्रयत्न करतोय' म्हणून फोन केला. पोलीस आणि रमेश डॉक्टरांचा फोन आल्यावर एकाच वेळी दवाखान्यात हजर झाले. आलेला पोलीस अण्णाचा जबाब घेऊन लगेच निघून गेला. रमेश चरफडतच त्याच्या सोबतीला त्या रात्री राहिला.

अण्णाचं मूळव्याधीचं ऑपरेशन झाल्यावर रमेशनं त्याला रिक्षा करून घरी आणलं. घरी आणल्यावर अण्णाचा जीव भांड्यात पडला. मी माझी मोटार- सायकल घेऊन चिपळूणला अण्णाला बघायला गेलो. अण्णा जमिनीवर चटई अंथरून त्यावर आडवा पडला होता. मला पाहून तो लगेच जमिनीवर हात टेकून उठून बसला. मी अण्णाला ताजी फळं एका प्लॅस्टिकच्या पिशवीतून घेऊन गेलो होतो. ती पिशवी मी अण्णाच्या ताब्यात दिली. ती फळांची पिशवी पाहून अण्णाला त्याच्या बिलकूल आनंद वाटला नाही. मी त्याला एका बाटलीत गावठी दारू नेली असती, तर त्याचे डोळे आनंदानं चमकले असते.

रेणुकेने मला लगेच प्यायला पाणी आणून दिलं आणि ती माझ्यासाठी चुलीवर चहा ठेवण्यासाठी आत निघून गेली. पाण्याचा घोट घेऊन मी अण्णाच्या तब्येतीची चौकशी करीत त्याला विचारलं,

"अण्णा, कशी आहे आता तुझी तब्येत?"

"आता वाईच बरी हाय." अण्णा क्षीण आवाजात मला म्हणाला.

"अण्णा, सरकारी दवाखान्यात तू गोंधळ घातलास म्हणे! खरं आहे का ते?"

"तुला कुणी हे सांगितलं?"

"मला एकाकडून ते समजलंय."

माझं बोलणं ऐकून अण्णा थोडा वेळ विचार करीत शांत बसला. मी त्याच्या चेहऱ्यावरील भाव निरखीत होतो. त्याच्या चेहऱ्यावर उमटलेल्या छटा क्षणाक्षणाला बदलत होत्या आणि त्याचा चेहरा थोडा गंभीरसुद्धा झाला होता. रमेश माझ्याजवळच

पत्र्याच्या खुर्चीत बसला होता. रागानं त्याच्याकडे बोट दाखवीत अण्णा मला म्हणाला,

"ह्यो ह्यो, भाड्या रम्या मला तिथं येकट्याला सोडून घरी निंगून आला. माझ्या संगट तितं कुणी बी न्हवतं. तवा माझा त्या ठिकानी जीव आक्शी लई याडबाडून गेला. म्हून मी तितनं पळून जात व्हतू. ह्याला अक्कल नगं? ह्यो मला बाळगायचा म्हून बाळगत्योय."

अण्णाचं बोलणं ऐकून मला रमेशचा राग आला. अण्णाबरोबर त्या ठिकाणी कुणीतरी थांबलं असतं, तर हे प्रकरण बिलकूल घडलंदेखील नसतं. अण्णाचा शब्दन् शब्द खरा होता. मी रमेशला थोड्या गुश्शातच म्हणालो,

"रमेश, तुला अण्णाजवळ दवाखान्यात थांबायचं नव्हतं, तर तू ते फोनवरून माझ्या कानावर तरी घालायला हवं होतंस. मी अण्णाजवळ रात्री थांबलो असतो. तू मला न सांगताच अण्णाला एकट्याला सरकारी दवाखान्यात कसं काय सोडून आलास? अण्णाला कुणी नाही का? मला नाही तुझं हे वागणं आवडलं."

रमेश माझा राग कमी करण्यासाठी मला समजावून सांगत म्हणाला,

"काका, माझी यात काय बी चुकी न्हाय. अण्णा मला म्हणाला की, मी हिथं ऱ्हाईन येकटा. तू घरी जा म्हून. तवा मी घरी आलू. अण्णाला तितं दारू प्यायला मिळत न्हवती म्हून त्यो पळून जात व्हता."

"अण्णानं तुम्हाला जन्म दिलाय. त्याच्या म्हातारपणी तुम्हाला त्याची काळजी घ्यायला नको का?"

"काका, आमी समदी अण्णाची काळजी घेत अस्तू. अण्णा दारू पिवून रात्रभर घरात नुस्ता गोंधुळ घालीत अस्तू. आमाला घाणेरड्या श्या देतू. अण्णांच्या या गोंधळामुळं माझ्या पोरांचादिकून राती आभ्यास व्हत न्हाय."

इतक्यात रेणुका गरम चहाची कपबशी घेऊन माझ्याजवळ आली. तिच्या हातातून चहाची कपबशी घेऊन मी तिला थोडं गुश्शातच म्हणालो,

"रेणुका, अण्णाला जरा जप. तो आता म्हातारा झालाय. त्यानं तुला हाक मारली की, तू त्याला लगेच 'ओ' देत जा. उद्या तुम्ही दोघं नवरा-बायकोसुद्धा म्हातारे होणार आहात. एवढं मात्र तुम्ही लक्षात ठेवा म्हणजे झालं."

रेणुकेनं माझं बोलणं अगदी निमूटपणे ऐकून घेतलं. तिनं मला अजिबात उलट शब्द केला नाही. नंतर मी थोडा वेळ रमेशबरोबर इकडचंतिकडचं बोलत बसलो. 'अण्णाची काळजी घ्या' म्हणून मी त्या दोघा नवरा-बायकोला पुन्हा एकदा बजावलं. अण्णाचा निरोप घेऊन मी माझ्या घरी जाण्यासाठी बाहेर पडलो.

❖❖❖

२४

हौसा माझ्यापेक्षा वयानं फक्त दोन-तीन वर्षांनी मोठी होती. राधानगरी डॅमचं काम सुरू होतं तेव्हा तिचा जन्म त्या ठिकाणी झाला होता. हौसाचं आता वय झालं असलं, तरी तिची पहिल्यापासून असलेली भांडणाची सवय अजून गेली नव्हती. तिच्या भांडणाच्या सवयीमुळेच तिचं संपूर्ण घर आता उद्ध्वस्त झालं होतं. म्हातारपणी तिला आता दुसऱ्याच्या तोंडाकडे पाहावं लागत होतं. हौसाचं आणि तिच्या सुनेचं (वासंती) घरात अजिबात पटत नव्हतं. म्हणून तिचा धाकटा मुलगा बाळू विवाहित मुमताजला घेऊन पसार झाला होता. मुमताजला तिच्या नवऱ्यापासून दोन छोट्या मुली झाल्या होत्या. त्या छोट्या मुलींचादेखील मुमताजनं बाळूबरोबर पळून जाताना अजिबात विचार केला नव्हता. तिला तिचा लग्नाचा नवरा पसंत नव्हता. दोन मुली होईपर्यंत ती नवऱ्याबरोबर नाइलाजानं संसार करीत होती. ती जेव्हा माहेरी यायची, तेव्हा बाळू तिच्यावर मटका-जुगारात मिळालेले पैसे उधळायचा. त्यामुळे तिला बाळूची भुरळ पडली होती. मानलेला भाऊ म्हणून बाळू कधीकधी तिच्या सासरीसुद्धा जाऊन यायचा. बाळू अशी दगाबाजी करेल, असं मुमताजच्या नवऱ्याला स्वप्नातदेखील कधी वाटलं नव्हतं.

वासंती स्वभावानं तशी साधीभोळी होती. छक्केपंजे करायला तिला कधी जमायचं नाही. बाळू मुमताजला घेऊन पळून जायच्या थोडे दिवस आधी तिला तिच्या नवऱ्याचा थोडा संशय आला होता. एकदा वासंतीनं तिच्या नवऱ्याला त्याबद्दल विचारलंदेखील. तिचं बोलणं ऐकून बाळूला त्याच्या बायकोचा भयंकर राग आला. त्यानं लगेच तिला लाथा-बुक्क्या घालून तुडवायला सुरुवात केली. ती मारहाण सहन न झाल्यामुळे वासंती मोठ्या आवाजात किंचाळू लागली. हौसा लेकाचीच बाजू घेऊन

सुनेबरोबर भांडू लागली. वासंतीचा मुलगा आर्यन घरात भांडण सुरू झाल्यावर लगेच भोकाड पसरायचा. वासंतीची खोड मोडण्यासाठी हौसानं बाळूला मुमताजबरोबर पळून जाण्यासाठी पैसे आणि दागिने देऊन मदत केली, असं मला लक्ष्मीकडून नंतर कळलं.

बाळू पळून गेल्यामुळे आता त्या घरात इन-मीन फक्त तीन माणसं राहत होती. मटका-जुगाराच्या व्यवसायात बक्कळ पैसा कमावून बाळूनं हौसाच्या नावे असलेल्या जमिनीवर छान घर बांधलं होतं. घराला जांभ्या दगडाच्या भिंती होत्या आणि छपरावर त्यानं सिमेंटचे पत्रे घातले होते. खिडक्यांना काचेची तावदानं लावली होती. बाळू सासू-सुनेच्या भांडणाला कंटाळून पळून गेला, तरी त्या दोघींमध्ये अद्याप विस्तव जात नव्हता. एकाच घरात सासू तिच्यासाठी वेगळा स्वयंपाक करीत असे आणि तिची सून वासंती आणि तिच्या मुलाचा स्वयंपाक वेगळ्या चुलीवर तयार करीत असे. त्या दोघी एकमेकींची सावलीदेखील कधी अंगावर पडून देत नसत. बाळू होता तेव्हा गॅसच्या शेगडीवर वासंती जेवण करायची. आता खर्चाचे वांदे झाले होते. त्यामुळे त्या दोघी रानातील लाकडं गोळा करून आणून चुलीवर स्वयंपाक बनवून खात होत्या.

वासंती तिच्या सासूप्रमाणेच कामाला आळशी होती. दोघी घरात एकमेकींशी मनसोक्त भांडत. परंतु दोन पैसे मिळविण्यासाठी कुठं त्या कामाला जात नसत. एकदा माझा पुतण्या रमेश वासंतीला हसत हसत म्हणाला,

"वासंती, घरात नुसतं बसून तुला कंटाळा येत न्हाय का? कुठंतरी मजुरीला जा, तुला खर्चाला पैसे मिळतील. तुझा मुलगा आर्यन शाळेत जात्योय, त्याच्या शिक्षणाच्या खर्चाला तुला पैसे व्हतील."

रमेशचं बोलणं वासंतीला अजिबात आवडलं नाही. तिला कुणी 'कामाला जा' म्हणून सांगितलं तर तिला त्याचा लगेच राग यायचा. वासंती नाराजीनं त्याला म्हणाली. "भाऊ, मी कुठं वं कामाला जाऊ? लोकं सारकी त्वाँडाकडं बगीत असतात. मी तरणी बाई. आजकाल कुणाचा वं भरूसा हाय?"

वासंतीचं बोलणं ऐकूण रमेश सर्द झाला. ती असं काहीतरी बोलेल असं त्याला आधी मुळीच वाटलं नव्हतं. वासंतीला चांगलं सांगून काहीच फायदा नाही, म्हणून रमेश गप्प बसला आणि तो थोड्या वेळानं तिच्या घराच्या बाहेर पडून निघून गेला.

रमेश निघून गेल्यावर वासंती तिच्या सासूबरोबर जोरजोरात भांडू लागली.

"तू तुझ्या मान्सांना सांगून ठिव. मला असं कुनी कामाला जायला सांगितलं की त्याचा राग येतू. मी काय कुनाच्या घरी ताटली घेऊन 'भाकर वाढा' म्हून जात न्हाय."

"एऽऽ रांडं, कश्याला गं वटवट कराया लागलीस? तुला अन् तुझ्या साळंत शिकणाऱ्या लेकाला खायाला लागत न्हाय?"

"ते मी माझं बगीन. असं सांगणारं म्वाप असतात. अडीअडचणीत मदत करणारं कोन नसतात."

"त्यानं काय तुला वंगाळ सांगितल्यालं न्हाय. तुझ्या नाकाला येवड्या मिर्च्या कश्याला झोंबाया होवं, कुनी बी चांगल्यासाठनं सांगत अस्तं. तुझ्या या असल्या गुणानं माझ्या सोन्यासारखा पोरगा पसार झालाय."

"तू त्याला पळवलीस नि माझ्यावर नाव घेतीस व्हय? त्याला मी सोडनार न्हाय. कधी ना कधी तरी त्यो माझ्या तावडीत घावल."

"जा मंग, तुज्या भावाला संगं घेऊन पुलीस स्टेशनला."

"गेले बी अस्ते मी. पर माझ्या लेकाकडं बगून मला म्होरं पाऊल टाकता येत न्हाय. माझं काळीज कसं जळतंय, हे मलाच ठाव हाय. माझंच नशीब फुटकं तर ते तुला सांगून काय उपेग? येवडं करूनसुदीक तुला तुझा ल्योक चांगला. सून तुला कशी खवंल?"

सासू आणि सुनेचं भांडण लवकर विझत नसे. वासंती आता नवऱ्याचा राग हौसावर काढीत होती. कधीकधी तिच्या लेकालासुद्धा क्षुल्लक कारणावरून 'भाड्या, मेल्या' म्हणत ती बडवायची.

हौसानं एकदा माझ्या घरी आल्यावर सांगितलं होतं, की बाळ्या (वासंतीचा नवरा) मटका-जुगारात मिळालेला पैसा रात्री घरी घेऊन आल्यावर वासंती त्यातील काही नोटा हळूच काढून लपवून ठेवायची. वासंतीनं रात्री बाळ्याचे पैसे चोरले, तरी ते त्याच्या लक्षात कधी येत नसे. तो त्या नोटा पुन्हा मोजत नसे. आता वासंती त्या पैशावरच जगत होती. म्हणून ती सहसा काम करण्यासाठी घरातून बाहेर पाऊल टाकायची नाही. वासंतीकडे शिल्लक असलेला पैसा संपल्यावरच ती ताळ्यावर येणार होती. तोपर्यंत ती घरात बसून तिच्या सासूबरोबर भांडण करीत दिवस काढणार होती.

साप आणि मुंगूस याप्रमाणे सासू-सून घरात वागत होत्या. घरातील कमावता पुरुष पळून गेला होता. तरी त्या दोघी त्याचा कधी विचारसुद्धा करीत नसत. एकमेकीला फैलावर घेण्याची संधी कधी एकदा मिळते, याचीच त्या दोघी वाट पाहत असत. त्या दोघींचं घरात भांडण लागलं की, छोटा आर्यन घाबरून जायचा. भीतीनं त्याच्या डोळ्यांत लगेच पाणी यायचं. त्याच्या बालमनावर त्यांच्या भांडणाचा वाईट परिणाम होत होता. तरी त्या दोघी त्याचा अजिबात विचार करीत नसत.

आर्यन सासूकडे गेलेला वासंतीला मुळीच आवडायचं नाही. हौसानं दिलेली भाकरी आर्यन खाऊ लागला, तर वासंती त्याच्याकडे डोळे वटारून बघायची. मग आर्यन हौसाकडे जाऊन 'आजी मला नको तुझी भाकरी' म्हणत तो परत देई. तेव्हा हौसाच्या अंगाचा नुसता भडका व्हायचा. सुनेकडे ती खाऊ की गिळू या नजरेने पाह्यची.

एके दिवशी सासूची कागाळी करण्यासाठी वासंतीनं माझ्या मोबाईलवर मला फोन केला.

"बाबा, तुमी तुमच्या भनीला वाईच समजवा ना?"

"काय झालं वासंती?"

"ती माझ्याशी घरात भांडत्येय. ती म्हणते की, तू तुझ्या भावाकडं निघून जा म्हून. मंग मी आता काय करू? हे तुम्ही मला सांगा."

"तू माझ्या बहिणीचं बोलणं अजिबात मनावर घेऊ नकोस. तू आर्यनची काळजी घे. येत्या दिवाळीत मी त्याला नवीन कपडे घेणार आहे. तो मोठा झाल्यावर तुझ्या म्हातारपणी तुला तो सांभाळेल, कसली काळजी करू नकोस. चांगली रहा."

"बाबा, माझा डावा पाय दुखत्योय. मला नीट खाली बसता येत नाही. नाहीतर मी कुठंतरी कामाला गेले असत्ये. तेवढीच मला माझ्या सासूच्या कटकटीपासून मुक्ती तरी मिळाली अस्ती."

"वासंती, तुला एकटीला घरात कंटाळा आला असेल, तर आर्यनला सोबत घेऊन दोन दिवस आमच्याकडे ये राहायला. तुझी सासूसुद्धा त्या ठिकाणी तिला कंटाळा आला, तर आमच्याकडे येते राहायला. तू काही आम्हाला परकी नाहीस."

माझं बोलणं ऐकून वासंतीला खूप बरं वाटायचं. हौसा तिच्याबरोबर भांडू लागली की, वासंती धमकी देत तिला मोठ्या आवाजात म्हणायची, "आता तू गप्प बसली न्हाईस ना, तर वेरळला जाऊन हे समदं मी तुमच्या भावाच्या कानावर घालत्ये आन् त्यांनाच इचारत्ये की, मी या घरात कशी ऱ्हावू म्हून."

वासंतीनं दिलेली मात्रा अगदी बरोबर लागू पडायची. हौसाची जीभ लगेच टाळूला चिकटायची. ती पुढे तिला एक शब्ददेखील बोलायची नाही. त्या दोघींच्या भांडणावर तात्पुरता पडदा पडायचा. वासंती कुणबी समाजाची होती म्हणून हौसा तिचा नेहमी राग राग करायची. तिला तिच्या हाताखाली वडाराच्या पोटी जन्माला आलेली सून म्हणून हवी होती. एकदा हौसानं दोघींच्या भांडणात तिला सरळ विचारलं होतं की "तुला काय कुठं कुणबी न्हवरा घावला न्हाय व्हय? माझ्या लेकाला कश्याला करून घेतलंस?"

पोटच्या मुलीनं एका वडाराच्या मुलाबरोबर लग्न केलेलं वासंतीच्या वडिलांना

मुळीच आवडलं नव्हतं. लेकीनं आपली अब्रू घालविली म्हणून ते हल्ली त्यांच्या समाजात मिसळत नव्हते. तो धक्का ते अजिबात सहन करू शकले नाहीत. त्या धक्क्यानंच वासंतीचे वडील हे जग कायमचे सोडून निघून गेले. त्यामुळे वासंती तिच्या भावाच्या मनातूनसुद्धा उतरली होती. भावाच्या बायकोलासुद्धा वासंती खवत नव्हती. वासंती तिच्या भावाच्या घरी गेल्यावर तिच्या बहिणीच्या कपाळावर लगेच आठ्या पडायच्या.

वासंतीचे वडील हयात असताना त्यांच्या नावे एका बँकेमध्ये पैशाची ठेव होती. त्यांच्या मृत्यूनंतर वासंतीच्या भावानं तिला त्यातील निम्मी रक्कम दिली होती. भावानं दिलेल्या पैशाबद्दल वासंती घरात कधी अवाक्षरसुद्धा काढीत नसे. हौसाला ते कर्णोपकर्णी समजल्यावर तिनं ती गोष्ट माझ्या कानावर लगेच घातली. हौसाच्या तोंडात काहीही राहत नसे. तिला ती सवयच होती. घरात कर्ता पुरुष नसताना हौसाच्या घरात तीन माणसं जगतात तरी कशी? याचं लोकांना कोडं पडलं होतं.

लक्ष्मी हळव्या मनाची होती. तिला वासंतीची दया येत असे. वासंतीचा छळ करते म्हणून तिला हौसाचा कधीकधी राग यायचा. हौसाच्या घरापासून लक्ष्मीचं घर तसं पाहिलं, तर जवळ होतं. हौसाचं स्वत:चं घर होतं आणि लक्ष्मीला शासनाच्या वतीनं घरकुल बांधून देण्यात आलं होतं. मन मोकळं करण्यासाठी वासंती लक्ष्मीकडे कधीकधी येत असे.

हौसा घरात नसेल तेव्हाच वासंती लक्ष्मीच्या घरी तिला भेटण्यासाठी यायची. वासंतीनं लक्ष्मीच्या घरी गेलेलं हौसाला मुळीच आवडायचं नाही. लक्ष्मी आपल्या विरोधात वासंतीला काहीबाही सांगेल, अशी तिला लक्ष्मीबद्दल मनात शंका यायची. वासंती तिच्या गैरहजेरीत लक्ष्मीच्या घरी गेल्याचं कळताच हौसाला लक्ष्मीचा आणि वासंतीचादेखील राग यायचा. वासंती लक्ष्मीच्या घरी अवचित कधी गेली, तर लक्ष्मी 'ये वासंती' म्हणत तिचं अगदी हसतहसत स्वागत करायची. तिच्यासाठी भरपूर दूध टाकून चहा करायची. जेवण शिल्लक असेल तेव्हा तिला ती आग्रह करून जेवायला वाढायची.

नवरा पळून गेल्यापासून वासंती मनानं खचली आहे, हे लक्ष्मीच्यादेखील लक्षात आलं होतं. ती वासंतीला धीर देत म्हणायचीसुद्धा, ''वासंती, घाबरू नकुस. बाळ्या कधीतरी तुझ्याच पायाशी यील बग. तिच्या छोट्या पोरीस्नी आन् नोकरी करनाऱ्या न्हवऱ्याला सोडून पळून गेलेल्या त्या बाईचा काय भरूसा हाय?'' लक्ष्मीचं बोलणं ऐकून वासंतीला थोडा धीर येत असे. वासंतीला तिचा आधार वाटायचा.

हौसाला लक्ष्मीचा आधीपासूनच संशय होता. आपली धाकटी बहीण आपल्या सुनेचे कान फुंकते म्हून ती आपल्याबरोबर भांडत असते, असा हौसानं लक्ष्मीबद्दल गैरसमज करून घेतला. त्यामुळे दोघा बहिणींमध्ये दुरावा निर्माण झाला. कधीकधी दोघा बहिणींमध्ये भांडणंसुद्धा होत. लक्ष्मीची मुलं तिची बाजू घेऊन हौसाबरोबर भांडत. माझ्या घरी आल्यावर त्या एकमेकींबद्दल मला सांगत असत. तेव्हा मी दोघींनादेखील स्पष्ट शब्दांत सुनवायचो,

"मला दोन्ही बहिणी सारख्याच आहेत. मी कुणाचीच बाजू घेऊन बोलणार नाही. तुम्ही आपसात भांडू नका म्हणून मी कैक वेळा तुम्हाला सांगूनसुद्धा त्याचा काही उपयोग होत नाही. तुमच्या नेहमीच्या भांडणामुळे मलासुद्धा वैताग आलाय."

मी रागानं बोलल्यावर त्या दोघी तेवढ्यापुरतं गप्प बसत.

एकदा वासंती माझ्या मोबाईलवर फोन लावून मला रडत रडत म्हणाली,

"बाबा, माझी सासू मला शिव्या द्यायला लागलीय."

"का?"

"ती मला म्हनते की, तू कुणब्याची हैस. माझ्या घरात तू नकू म्हून."

"वासंती, तिला किती शिव्या द्यायच्या आहेत तेवढ्या खुशाल देऊ देत. तू मात्र तुझ्या घरातून बाहेर पडायचं नाही. ते घर तुझ्या मुलाचं आहे. त्या घरावर त्याचाच अधिकार आहे. तुझी सासू तुला तुझ्या जन्माला पुरणार नाही."

"माझा नवरा पळून जायाच्या आधी माझ्या सासूच्या नावानं घर करण्यासाठी तो गराम पंचायत हाफिसात गेला व्हता. म्हून माझी सासू मला बोलून दावत्येय."

"वासंती, तू आता एक काम कर."

"काय?"

"तू तुझ्या सासूला माझ्याकडे पाठव. मी तिला समजावून सांगतो आणि आर्यनलासुद्धा तिच्यासोबत पाठव."

"बाबा, मी माझ्या सासूला तुमचा निरोप सांगायला गेले, की तू माझ्या भावाकडं माझी चाडी केलीय म्हणून तिला आनकी माझा संशोय यील. ती पुन्ना माझ्याशी भांडान करील."

"त्या ठिकाणी तुझ्या ओळखीची कुणी असतील, तर त्यांना सांगायला सांग."

"सांगत्ये."

"घर अजिबात सोडू नकोस."

"नाही सोडणार घर." वासंती निर्धारानं म्हणाली.

सासू आणि सुनेनं घरात चांगलं राहावं, आपसात भांडणं करू नयेत म्हणून

मला अगदी मनापासून वाटायचं. त्यांच्या भांडणांचा आर्यनच्या कोवळ्या, उमलत्या मनावर परिणाम होत होता. आपला बाप आपल्या आईला सोडून एका बाईला घेऊन पळून गेलाय, हे आता त्याला कळलं होतं. कोवळ्या वयात आर्यनच्या मनात बापाबद्दल द्वेष, तिरस्कार निर्माण झाला होता.

आर्यनला माझ्या घरी यायला फार आवडायचं. आमच्याकडे बागेत पेरूची एक-दोन झाडं आहेत. त्या पेरूच्या झाडांवर चढून कच्चे, पिकलेले पेरू काढायला आर्यनला अगदी मनापासून आवडायचं. त्या पेरूच्या झाडावर चढून तो माकडासारखं उड्यादेखील मारायचा, झाडाच्या फांद्यांना धरून हलवायचा. त्या वेळी त्याला जो आनंद व्हायचा, तो मला शब्दांत सांगता येत नाही. माझा नातू आता चार वर्षांचा झाला होता. तो आर्यन घरात आला की त्याच्याबरोबर गोंधळ घालायचा. दोघं अंगणात क्रिकेट खेळत 'सिक्सऽऽ फोरऽऽ' म्हणत बेंबीच्या देठापासून ओरडत. आर्यन घरी आल्यावर मला त्याची खूप दया यायची. त्याच्याबरोबर मी मायेने बोलत असे. तो त्याच्या कोवळ्या वयात वडिलांच्या प्रेमापासून वंचित झाला होता. घरात आई आणि आजी यांच्या नेहमीच्या भांडणात त्याचा मधल्यामध्ये बळी जात होता. असं प्रेमानं कुणी त्याच्याशी बोललं, तर त्याचा चेहरा आनंदानं लगेच उजळायचा. राग, द्वेष आणि सूड यांच्या आहारी गेलेली माणसं त्यांच्या जीवनात कधीही आनंदी होत नाहीत. जीवन जगणं ही एक कला आहे. ते सगळ्यांनाच जमतं असं नाही. दुसऱ्याचं भलं चिंतण्यामुळेच आपलं भलं होत असतं, असं नेहमी साधूसंत कानीकपाळी ओरडून सांगत असतात.

काळ जणू वासंतीची सत्त्वपरीक्षा घेत होता. पळून गेलेल्या नवऱ्याचा राग मनात ठेवूनच ती जगत होती. आता तिला त्याच्या नावाचासुद्धा तिटकारा येत होता. बाळूनं तिच्या आयुष्याचं अगदी मातेरं करून टाकलं होतं. तरी ती आता मुलाच्या आशेवर जगत होती. नवरा पळून गेला म्हणून तिच्या मनात आत्महत्या करण्याचा विचार कधीही आला नाही. समाजाकडून तिला फक्त सहानुभूती मिळत होती.

एके दिवशी वासंतीच्या ध्यानीमनी नसताना तिला तिच्या पळून गेलेल्या नवऱ्याचा मोबाईलवर फोन आला. इतक्या दिवसांनी त्याचा फोन आल्यामुळे वासंतीचा आनंद गगनात मावेना. त्याच्यावर असलेला राग ती क्षणात विसरून गेली. नवऱ्याच्या आवाजानं तिचा चेहरा आनंदानं उजळून गेला. आनंदानं तिचं शरीर मोरपिसाप्रमाणे एकदम हलकं हलकं झालं होतं.

"वासंती, तू बरी हाईस का?"

"व्हय."

"आर्यन कसा हाय?"

"त्यो बी बरा हाय."

"मी तुला गणपतीत भेटायला येत्योय."

"खरंच?"

"आयच्यान."

"मी तुमची वाट बगत्ये."

"चालेल." बाळूनं मोबाईल लगेच बंद केला.

नवरा भेटायला येणार म्हणून वासंती हवेत तरंगतच लक्ष्मीच्या घरी गेली. वासंतीचा इतक्या दिवसांनी उजळलेला चेहरा पाहून लक्ष्मीनं तिला लगेच विचारलं,

"वासंती, आज तू इतकी खुशीमंदी कशी हाईस?"

"गणपतीत ते मला भेटायला येणार हाईत."

"कोण बाळ्या?"

"व्हय."

"बरं झालं बग." -लक्ष्मी.

"आई, मला एक चांगली साडी द्या. गणपतीच्या सणात मी त्यांच्या म्होरं नेसते. माझ्याकडं चांगली साडी न्हाय."

"देत्ये." लक्ष्मी बसल्या जागेवरून तिला साडी देण्यासाठी उठली.

लक्ष्मीनं गोदरेज कपाट उघडून वासंतीला एक चांगली साडी काढून दिली. साडी पाहून वासंतीचा जीव आणखी हरखून गेला. वासंतीनं त्या साडीची छान घडी करून आधी तिनं ती तिच्या डोळ्यांला लावली आणि ती लगेच लक्ष्मीचा निरोप घेऊन तिच्या घरी गेली.

गणपतीच्या सणात वासंती लक्ष्मीनं दिलेली साडी नेसून नवऱ्याची वाट पाहत होती. बाळू तिला भेटायला आलाच नाही. त्यानं तिला फसवलं होतं. वासंती मनात एकदम खट्टू झाली आणि तिनं तिच्या अंगावर नेसलेली साडी रागानं ओरबाडून काढली आणि नंतर ती दुःखानं धाय मोकळून रडू लागली, तिच्या आनंदावर पाणी पडलं होतं, तिच्या मनात तिच्या नवऱ्याबद्दल आणखी राग पहिल्याप्रमाणे उफाळून आला. मनातल्या मनात नवऱ्याला शिव्या देत ती त्याच्या नावानं पुन्हा बोटं मोडू लागली.

हौसाला बाळूचा ठावठिकाणा माहीत होता. कोल्हापूरला राहणाऱ्या तिच्या मुलीलासुद्धा बाळूचा ठावठिकाणा माहीत होता. हौसा बाळूचा ठावठिकाणा माहीत असूनसुद्धा ती कुणाला सांगत नव्हती. बाळूला त्याचा नक्की त्रास होईल म्हणून ती

त्याच्या ठावठिकाण्याबद्दल ताकास तूर लागून देत नव्हती. एरवी तिच्या तोंडात कधी तीळ भिजायचा नाही. परंतु पोटच्या मुलासाठी तिनं ते पथ्य पाळलं होतं. आतड्याची माया ही आतड्यालाच कळत असते. आईची माया ही आई झाल्याशिवाय कळत नाही हेच खरं.

बायकोची वाट पाहून तिच्या नवऱ्यानं ती बेपत्ता झाली आहे, असं पोलीस स्टेशनमध्ये जाऊन तक्रार लिहून दिली होती. मुमताजच्या नवऱ्याचा बाळूवर संशय होता. बाळू मानलेली बहीण म्हणून मुमताजच्या सासरीसुद्धा जात असे. नवऱ्यानं पोलिसांना बाळूचं नाव लिहून दिलं होतं. मुमताजच्या नवऱ्यानं तक्रार लिहून दिल्यावर बाळूच्या शोधासाठी पोलिसांची चक्रं फिरू लागली.

भारतीय महिला मरणदारी पोचल्या तरी आपल्या नवऱ्याला कधी संकटाच्या तोंडी देत नाहीत. भारतीय महिलांच्या अंगात जे चांगले-वाईट गुण असतात, ते गुण वासंतीच्या अंगीसुद्धा ठासून भरले होते. पोलीस वासंतीच्या घरी येऊन तिला विचारत,

"तुझा नवरा कोठे गेलाय?"

"माझा नवरा नोकरी करायला गेलाय."

"कोणत्या गावाला गेलाय?"

"ते मला त्यांनी जाताना सांगितलेलं न्हाय."

"त्याचा तुला फोन वगैरे आला होता काय?"

"इकडून गेल्यापास्नं त्यानं मला अजून तरी आजाबाद फोन केलेला न्हाय."

"तू खोटं सांगत्येस."

"मी माझ्या येकुलत्या येक मुलाची आन घेऊन तुमास्नी सांगत्येय."

"त्याचा फोन आला की, तू आम्हाला ताबडतोब कळवायचं काम कर."

"व्हय."

हौसाच्या मोठ्या मुलाचा तिच्यावर राग होता. तो तिचा नेहमी द्वेष, तिरस्कार करी. आईला त्रास व्हावा म्हणून तो चौकशीला आलेल्या पोलिसांना सांगायचा,

"त्या म्हातारीकडं त्याची चौकशी करा. तिला समदं म्हाईत हाय. आमाला कुनाला त्याचा फोन येत न्हाय. तिलाच बाळूचं फोन येतात बगा."

हौसाच्या मोठ्या लेकाचं बोलणं ऐकून पोलीस तिला दमदाटी करीत त्रास देत. 'तुला आता आम्ही खडी फोडायलाच पाठवतो.' असं तिला ते मोठ्या आवाजात म्हणत असत. हौसा त्या पोलिसांच्या दमदाटीला अजिबात भीक घालायची नाही. तिनं त्यांच्या बारशाच्या जणू घुगऱ्या खाल्ल्या होत्या. पोलिसांचं बोलणं ऐकून

हौसाच्या डोळ्यांत रक्त उतरायचं. हौसा त्या पोलिसांना मोठ्या आवाजात म्हणायची,

"माझा ल्योक मला कामाला जात्योय म्हून सांगून गेलाय. तो कंच्या गावाला गेलाय हे मलासुदीक काय ठाव न्हाय. तुमी कश्याला मला नेमी नेमी तेच तेच इचारायला येताव? तुमाला मला तुरुंगात टाकायचं असलं, तर खुशाल टाका. माझा धाकटा ल्योक मला सोडून गेल्यापास्नं मला कुणाचाच आधार न्हाय. तुरुंगात मला दोन वक्ताचं जेवायला तरी मिळंल."

हौसाचं बोलणं ऐकूण तिच्याकडे चौकशीला आलेल्या पोलिसांची अगदी भंबेरी उडायची. 'भीक नको पण कुत्रं आवर', अशी त्यांची त्या वेळी अक्षरश: गत होत असे. तिला त्यांनी अटक करून नेलं असतं, तरी तिची त्यांच्याबरोबर जाण्याची तयारी होती. पोलीस चौकशीसाठी येत अन् हात चोळीत परत जात. हौसा पोलिसांना कधी ताकास तूर लागून देत नसे. एकामागून एक सतत कोसळणाऱ्या संकटांनी हौसा आणखी धीट झाली होती, मनानं खंबीर झाली होती. कितीही संकटं आली तरी ती हार मानणारी नव्हती.

हौसाचा मोठा जावई तिच्या घराजवळ राहत असे. त्याचं नाव हिरामन असं होतं. खेड-दापोली रस्त्यालगत शासनाकडून त्याला घरकुल बांधून मिळालं होतं. हिरामनला त्याच्या सासूचा स्वभाव माहीत असल्यामुळे तो त्याच्या सासूची बाजू घेऊन कधी बोलत नसे. त्याचासुद्धा त्याच्या सासूवर राग होता. हिरामन त्याच्या बायकोबरोबर भांडायला लागला, तर 'माझ्या लेकीला जावयानं मारून टाकलं', असं म्हणत हौसा हिरामनच्या दारासमोर माणसं गोळा करायची, रागानं त्याला घाणेरड्या शिव्या द्यायची.

हिरामनचं गाव उस्मानाबाद जिल्ह्यात होतं. तिकडे दगडकामाची वानवा असे. कामाच्या शोधात हिरामन कोकणात आला होता. इकडे आल्यावर त्यानं हौसाच्या मोठ्या मुलीबरोबर लग्न केलं होतं. त्याच्या बायकोचं नाव 'शालिनी' असं होतं. परंतु सगळी तिला 'बाय' म्हणून साद घालीत. हिरामन दहावीपर्यंत शिकला होता. घरच्या गरिबीमुळे त्याला पुढे शिकता येईना. डी.एड. होऊन शाळेवर शिक्षक म्हणून काम करावं, अशी त्याची इच्छा होती. त्याची मनातील इच्छा फलद्रूप झाली नव्हती. टोकदार दाभणासारखं ते त्याच्या काळजाला टोचत होतं. त्याचा सासरा (हौसाचा पती) हयात होता, तेव्हा तो त्याला दगडकामासाठी सोबत घेऊन जात असे. सासऱ्यानं काजूच्या झाडावर फास लावून आत्महत्या केल्यापासून हिरामन एकटाच खांद्यावर सुतकी आणि पहार टाकून कामाला जात होता.

प्रत्येक वर्षी अस्मितादर्श साहित्य संमेलन विविध ठिकाणी मोठ्या जल्लोषात

पार पडत असतं. ते संमेलन कुठंही असलं, तरी मी त्या संमेलनाला हजेरी लावत असतो. डॉ. गंगाधर पानतावणे सरांनी अस्मितादर्श साहित्य संमेलन उस्मानाबाद जिल्ह्यातील कळंब या ठिकाणी आयोजित केलं होतं. त्या ठिकाणी जाण्यासाठी मी माझी तयारी सुरू केली होती. हिरामनला मी कळंबला कसं जायचं म्हणून विचारल्यावर मला त्यानं त्याची अगदी व्यवस्थित माहिती दिली. नंतर तो मला सावध करीत गंभीर आवाजात म्हणाला,

"अण्णा, तुम्ही स्वत:ची काळजी घ्या बरं का."

"का?" मी त्याला दचकून विचारलं.

"अण्णा, आमच्या भागात फासे पारध्यांची मोठ्या प्रमाणात वस्ती हाय. एकटा माणूस त्यांच्या तावडीत घावला की, ते त्याला लुबाडतात. जवळचं सामानसुदीक हिसकावून घेत्यात. एखाद्या बारीला जिवालासुदीक ते दगाफटका करायला आजाबाद मागंम्होरं बगीत न्हायीत."

"बापरे! एवढी डेंजर परिस्थिती तुमच्याकडे आहे मला हे ठाऊक नव्हतं बघ." -मी.

"तुमाला तशीच येळ आली तर मी माझ्या आईवडिलांस्नी फोन करून सांगून ठेवतो. तुमी बिनधास्तपणे त्यांच्याकडे जायाचं. मी तुमाला त्यांचा पत्ता देतू."

हिरामनचं बोलणं ऐकून माझ्या पोटात भीतीनं खड्डा पडला. मी कळंब येथे होणाऱ्या अस्मितादर्श साहित्य संमेलनाला शेवटी गेलोच नाही.

वेरळ या गावात माझ्या मालकीची एकूण नऊ गुंठे बिनशेती केलेली जागा आहे. या जागेत माझ्या आईच्या हातची एकूण तेरा लागती नारळाची झाडं आहेत. झाडांवर नारळ आल्यावर ते मला झाडांवर चढून काढता येत नाही. नारळाची सर्व झाडं उंच आहेत. नारळ काढण्यासाठी गावात एखादा गडी शोधावा लागतो. त्याला तो सांगेल तेवढी मजुरी द्यावी लागते. शोधूनही गावात गडी मिळाला नाही, तर आम्ही त्या उंच झाडावर नारळ तयार होऊन तो कधी खाली पडेल, याची वाट पाहत राहतो. डोळ्यासमोर पाण्याचं तळं असूनदेखील त्यातील ओंजळभर पाणी प्यायला मिळू नये, तशी आमची गत होत असे.

हिरामन एकदा दिवाळीत त्याच्या दोन मुलांना घेऊन आमच्या घरी आला. त्याची दोन्ही मुलं मराठी शाळेत शिकत होती. सागर आणि सूरज अशी त्याच्या मुलांची नावं होती. सागर त्याच्या शाळेत भाषणं करून बक्षिसं मिळवायचा. दिवाळीचा फराळ करून झाल्यावर हिरामन मला म्हणाला,

"अण्णा, मी तुमाला झाडावर चढून नारळ काढून देऊ का?"

“तुला नारळाच्या झाडावर चढता येतं?”

“व्हय.”

“मग हरकत नाही.” -मी.

माझी परवानगी मिळाल्यावर हिरामननं दोन्ही हातावर थुंकी टाकून घसाघसा चोळलं. मग दोन्ही हातानं नारळाचा बुंधा कवेत घेऊन तो खारकुंडीगत सरसर नारळाच्या झाडावर चढू लागला. मी नारळाच्या उंच झाडावर शेंड्याकडे जाणाऱ्या हिरामनकडे डोळे फाडफाडून पाहू लागलो. माझ्याकडे कोयता मागून घेऊन त्याने तो त्याच्या कंबरेला अगदी व्यवस्थित अडकविला होता. उंच नारळाच्या झाडावर जाताना त्याची मूर्ती लहान लहान होत होती. हिरामन त्या झाडाला माकडाच्या पिलागत अगदी घट्ट चिकटला होता.

एकदाचा हिरामन नारळाच्या शेंड्यावर जाऊन पोचला. परंतु तो शेंड्यावर पोचल्यानंतर त्याला सूर्यकिरणांचा त्रास होऊ लागला. सूर्यकिरणांनी त्याचे डोळे दिपायचे आणि त्याला समोरचं काहीही दिसायचं नाही. त्याला दृष्टिदोष होता. त्यानं तसं मला आधी अजिबात सांगितलेलं नव्हतं. हिरामन नारळाचं झावळ हातात धरून दुसऱ्या हातानं त्यावर अंदाजानं कंबरेला अडकविलेल्या कोयतीचे घाव घालू लागला.

मी त्याचं ते काम पाहून मनात घाबरलो. तो खाली पडला असता, तर नक्कीच जिवंत राहिला नसता, ते झाड फार उंच होतं. मी त्याला मोठ्या आवाजात ‘हिरामन, खाली उतर’ असं म्हणू लागलो. माझा आवाज कानानं ऐकूनसुद्धा तो न ऐकल्याप्रमाणे करू लागला. त्या झाडावरील सर्व नारळ काढूनच हिरामन खाली उतरला. पाणी पिऊन तो दुसऱ्या झाडावर चढण्याच्या बेतात असताना मी त्याला मध्येच अडविलं. मला त्याची जोखीम घ्यायची नव्हती.

❖❖❖

२५

दुपारची वेळ होती. बाहेर अगदी टळटळीत ऊन पडलं होतं. त्या कडक उन्हानं धरणी तव्यावरील भाकरीप्रमाणे भाजत होती, वातावरणात उकाडा होता. उकाड्यामुळे जीव हैराण झाला होता. वाऱ्यानं दडी मारल्यामुळे झाडावरचं पान-देखील हलत नव्हतं.

मी माझ्या बैठकीच्या खोलीत लिहीत बसलो होतो. दरवाजाच्या पायरीवर कुणाचीतरी सावली हलताना मला दिसली. माझं तिकडे लक्ष गेलं. हौसा पायरीवर अगदी मलूल चेहऱ्यानं उभी होती. तिच्या अंगावर जुनेर होतं. तिच्या चेहऱ्यावरची रया पार निघून गेली होती. डोक्यावर टळटळीत ऊन घेऊन ती माझ्याकडे आली होती. तिच्या दोन्ही डोळ्यांत दु:ख आणि संताप होता. हौसाचा मलूल चेहरा पाहून मी मनात ओळखलं, की ती नक्कीच कुणाशीतरी भांडून आलेली आहे म्हणून.

माझा हातातील पेन मी कागदावर ठेवून तिला आत बोलावत मी म्हणालो,

''ये की घरात. बाहेर का म्हणून अशी उभी राहतीस?''

''मी घरात येणार न्हाय.'' ती क्षीण आवाजात म्हणाली.

''का?''

''मी जीव द्यायला निंगालीय.'' ती मला दु:खानं म्हणाली.

''तुला जीव द्यायला झालं तरी काय?'' -मी.

''त्या दस्तुरीवरच्या रांडा मला लई तरास द्यायला लागल्यात. तवा कश्याला जगू? जीव देऊन मी मोकली व्हनार हाय.''

''तू आधी आत तरी ये. मग बाकीचं आपण नंतर पाहू.'' मी तिला पुन्हा आत बोलावीत म्हणालो.

माझं बोलणं ऐकून हौसानं घरात पाऊल टाकलं. माझ्यासमोर दुःखी चेहऱ्यानं रिकाम्या प्लॅस्टिकच्या खुर्चीत ती बसली. तिचा चेहरा एकदम भकास दिसत होता आणि तिचे डोळेसुद्धा भिजलेले होते. तिला माझा भाऊ म्हणून आधार वाटत होता. पाणावलेल्या डोळ्यांनी ती माझ्याकडे आधारासाठी आली होती.

हौसा आत येऊन प्लॅस्टिकच्या खुर्चीत बसल्यावर सवितानं तिला प्यायला एका तांब्यात पाणी आणून दिलं आणि सवितानं आपुलकीनं तिची चौकशी करीत विचारलं,

"मावशी, बरी आहेस ना?"

"कसलं बरं नि कसलं काय. माझ्या मागं साडेसाती लागलीय." हौसा निराशपणे म्हणाली.

"सविता, तू तिला आधी जेवायला वाढ. तिला आता भूक लागली असेल." मी म्हणालो.

"मला जेवायला नकु." -हौसा.

"का?"

"मला आता जगायचंच न्हाय. मग मी कशयाला जेवू? माझ्या जन्माचा मला लई वैताग आलाय."

"सविता, मी आधी तिच्याशी थोडं बोलतो. नंतर तू तिला जेवायला वाढ. आता तिच्या डोक्यात थोडा राग आहे."

माझं बोलणं ऐकून सविता लगेच तिच्या कामाला स्वयंपाकखोलीत निघून गेली. हौसा माझ्यासमोर अगदी उदास होऊन बसली होती. तिचं आणि माझं रक्ताचं नातं असल्यामुळे मला तिचा उदास चेहरा पाहवेना. तिचे दोन्ही डोळे पाणावलेले होते. तिचा स्वभाव तडकभडक असल्यामुळेच तिचं कुणाशीही पटायचं नाही. अनेकजणांबरोबर तिचे खटके उडत असत. तिला कुणापुढे नमतं घ्यायला मुळीच जमायचं नाही.

हौसा माझ्याकडे आधारासाठी आली होती. तिचा भांडकुदळ स्वभाव मला ठाऊक होता. परंतु मला तिला तोडून बोलायला कधी जमायचंच नाही. आता मी तिला फटकारलं असलं, तर तिला त्याचं आणखी दुःख वाटलं असतं आणि ती नैराश्याच्या खोल गर्तेत सापडली असती. तिच्या दुःखी मनाला मला थोडी उभारीसुद्धा द्यायला हवी होती.

हौसाला तिच्या दुःखाचं कारण न विचारता मी तिला म्हणालो,

"हिरामन दिवाळीचा फराळ करायला त्याच्या मुलांना घेऊन इकडे आला

होता.''

''त्यो मला जावई असूननसून सारकाच. त्यो तुला वरनं जरी लई साधा- भोळा वाटत असला, तरी आतून पक्का डाकू हाय त्यो. माझ्या लेकीला त्यो दारू पिऊन गुरासारखा मारझोड करतू. माझी लेक म्हून त्याच्या हाताखाली नांदत्ये. दुसरी एखादी असती, तर ती त्याच्या हाताखाली टिकली नस्ती बग.''

''तू त्यांच्या संसारात जास्त लुडबुड करू नकोस. तू काय तुझ्या लेकीच्या जन्माला पुरणार नाहीस.''

''तुझं म्हण्णं खरं हाय बग. मला त्याचं त्वाँडसुदीक बगायची विच्छा न्हाय. बायचा न्हवरा घरात नसला, तरच मी तिच्या घरला तिला बगायला जात्ये. माझ्या बायची दोनी मुलं लई शाण्णी हाईत. साळंत मास्तरसुदीक त्यांचं लई कवतुक करत्यात. सागर सालंत भाषणं करून तुझ्यासारखं बक्सीसंसुदीक मिळवतू.''

''आता तुझा जावई तुझ्या लेकीशी भांडतो?''

''व्हय. मागच्याच आठवड्यात त्यांची जाम भांडणं झालीत. बायबरूवर भांडान करून हिरामन त्याच्या दोन्ही लेकांना घेऊन जंगलात पसार झाला व्हता. हिरामनच्या मागं दोन-तीन मान्सं त्याला धरायला गेली व्हती. पर त्यो त्यास्नी येकुद्या राक्सीसागत दगडं फेकून मारू लागला. ती लोकं घाबरूनच परत आली. तीतं येक घिसाडीण हाय. हिरामण त्या चिसाडणीच्या नादी लागलाय. कामावरनं आला की, त्यो लगीच तिच्याकडं बसायला जातू. मग बाय त्याच्याशी भांडत्ये.''

''हिरामन त्याच्या मुलांना घेऊन जंगलात पसार झाला होता ना?''

''व्हय.''

''मग त्या मुलांना परत कोण घरी घेऊन आले?''

''वैशालीचा (लक्ष्मीची लेक) न्हवरा चंदर तवा त्याच्या सासुरवाडीला आला व्हता. मी त्याला पोरांना घेवून यायला सांगितलं. त्यो लगीच हिरामनच्या पाठीवर जंगलात जायला राजी झाला. चंदरला डोळ्यांसमुर बगून हिरामननं त्याच्या डोस्क्यात घालायला येक मोट्ठा दगड उचलला. पर चंदर आजाबाद त्याला घाबरला न्हाय. त्यो तसाच हिरामनच्या समुर गेला. त्याची समजी घालून चंदर पोरांना घेऊन परत आला. त्यांच्या पाठीमागनं हिरामनसुदीक आला. हिरामन त्याच्या पोरांना पाटंच यायाम करायला उठवतू. नि त्यास्नी डांबरी सडकंवयनं धावायला सांगतू. म्हंजी त्यो किती शाण्ण्या बोड्याचा असंल, ते तू वळीख.'' -हौसा.

मघाशी हौसानं गंभीर चेहऱ्यानं माझ्या घरात पाऊल टाकलं होतं. आता ती तिच्या मनातील गळूप्रमाणे ठसठसणारं दुःख मला आपणहून मनमोकळेपणानं

सांगत होती. माझ्याशी बोलत असल्यामुळे तिच्या काळजातील दु:खाची धार- सुद्धा थोडी बोथट झाली होती. मघाशी तिच्या चेहऱ्यावर दिसणाऱ्या दु:खाच्या रेषासुद्धा आता हळूहळू बदलत होत्या. तिचं मन हलकं करण्यासाठी मी प्रयत्न करीत होतो. त्यात मला थोडं यशसुद्धा आलं होतं.

घसा खाकरून मी हौसाला म्हणालो,

''मला हिरामननं सांगितलं की, १५ ऑगस्ट रोजी शाळेत केलेल्या भाषणात सागरचा पहिला क्रमांक आला म्हणून.''

''सागर सालंत लई हुशार हाय. समदी मास्तरं त्याचे साळंत लाड करीत असतात. त्याचं पेपरात नावसुदीक छापून आलं व्हतं. पोरांच्याकडून तरी माझ्या गरीब लेकीचं नशीब उगडू दे.''

''बाळ्याचा तुला फोन आला होता?''

''व्हय.''

''काय म्हणत होता तो तुला?''

''त्यो मला म्हनत होता की, माझं हिकडं खाण्याचं लई वांदं झालंय. तू घर इकून मला पैसं आनून दे. त्याला अंगमेहनत करण्याचं काम व्हत न्हाय. त्याच्या प्वॉटाचं आप्रीसन झालंय. ती मुमताज कि फिमताज साहेबीणीगत नुस्तं घरात बसून दिस काडत अस्ते. तिला कसलं काम कराया नगं. खायाला मातुर चांगलंचुंगलं पाह्यजेल.''

''घर विकून तू काय रस्त्यावर राहणार आहेस काय? तुझ्या घरात तुझा लाडका नातू आर्यन आहे, सून आहे. ते घर तुझ्या नातवाचं आहे. उद्या तो मोठा झाल्यावर कुठं राहील? याचा तू आधी विचार कर. बाळ्याचं तू काही ऐकू नकोस.''

''रामू, त्यानं मला फोनवर धमकी दिलीय.''

''त्यानं तुला कसली धमकी दिलीय, ते तू मला सांग पाहू.''

''त्यो मला फोनवर म्हणाला की, तू जर मला घर इकून हिथं मला पैसं आनून दिलं न्हाईस, तर मी तुला तितं येवून ठार करीन. मला पैसा पाह्यजेल, असं त्यो मला म्हनालाय.''

''त्याच्या पोकळ धमकीला तू अजिबात भीक घालू नकोस. त्याला पोलिसांची आणि लोकांची भीती आहे. म्हणून तो गावी येण्याचं चुकूनही धाडस करणार नाही. तो गावी आला की, वासंती त्याला अजिबात सोडणार नाही. त्याचीसुद्धा त्याला भीती आहे. तुला धमकी देऊन तुझ्याकडून पैसा काढण्याचा त्याचा विचार आहे.''

''मग मी आता काय करू ते तरी मला सांग.''

"आता जर तुला त्याचा फोन आला तर तू त्याला अगदी ठणकावून सांग की, मी काही झालं तरी माझं घर मुळीच विकणार नाही म्हणून."

"त्यो पळून जायाच्या आधी त्यानं माझ्या नावावर घर केलं म्हून लई बरं झालं बग. न्हायतर आमच्यावर रस्त्यावरच ऱ्हान्याची त्यानं आता पाळी आणली अस्ती."

"आर्यनला जप. त्याच्या शिक्षणासाठी पैसे कमी पडले तर तू ते माझ्याकडून घेऊन जा. मला दरमहा सरकारी पेन्शन मिळत्ये."

"आर्यनवर माझा लई जीव हाय. त्यो हाय म्हून मी वासंतीला माझ्या घरात थारा दिलाय. न्हायतर मी घराला टाळा ठोकून कुठं बी माझं प्वॉट भरायला गेले अस्ते."

"मागे एकदा तू मला सांगत होतीस की, वासंती मुंबईला तिच्या बहिणीकडे ऱ्हायला जाणार आहे म्हणून."

"ती माझ्याशी तवा तशी बोल्ली व्हती. ममईला हिला कोण थारा देणार हाय? हिला कसलं काम करायला नकु. ती आळशी हाय नि घाणेरडीसुदीक हाय. तिच्या खाटंखाली तिनं नुस्त्या मिश्रीच्या पुड्या ठिवल्यात. तिला घरात झाडू मारायला नकु, अंगाण सारवायला नकु. नुस्ती ती तऱ्हा नि भावना हाय. मला आजाबाद घाण खपत न्हाय बग. सकाळ्ळी अंगुळ करून मी सोता बावीवर जाऊन पान्याची कळशी भरून आनत्ये. मग मी माझ्या चुलीवर माझ्या येकटीचा सयपाक करत्ये."

"वासंतीचं माहेर जवळ आहे ना?"

"व्हय."

"वासंती तिच्या माहेरी जाते?"

"वासंतीला तिच्या माहेरी कुणीसुदीक हिंग लावून इचारत न्हाय. तिचा सोभाव चांगला न्हाय. वासंती तिच्या माहेरी गेलेली तिच्या भावजयीलासुदीक आवडत न्हाय. तिचा भावसुदीक कधी तिच्या घरात येत न्हाय. वडाराच्या घरी यायला त्याला लाज वाटत्येय. आर्यनचा मी लाड करत्ये म्हून ती माझ्यावर आनकी जळत्ये. मी दिलेली भाकरी खायची न्हाय म्हून तिनं आर्यनला ताकीद देवून ठिवलीय. माझ्या नातवाला ती सारकं 'मेल्या, हिजड्या" म्हणत श्या देत अस्ते. ती मोठ्ठी डाकीण हाय. देवानं मला दोनी सुना डाकीण दिल्यात."

मघापासून बोलून बोलून हौसाचा घसा आता सुकला होता. मघाशी तिला सवितानं दिलेला पाण्याचा तांब्या तिच्या जवळ तिनं ठेवला होता. बसलेल्या खुर्चीतून हौसा थोडं खाली वाकली आणि तिनं तो पाण्याचा तांब्या उचलून तोंडाला लावला. तिच्या घश्यातून पाणी पोटात जाताना विचित्र आवाज ऐकू येत होता. पाणी पिऊन तिचा जीव थोडा शांत झाला होता. पदरानं तोंड पुसत ती प्लॅस्टिकच्या खुर्चीला मागे

टेकून थोडी आरामात बसली.

हौसाला पुन्हा बोलतं करण्यासाठी मी तिला विचारलं,

"तुझा थोरला मुलगा आता तुझ्याबरोबर चांगला वागतो?"

"आता त्यो पैल्यागत हातात काठी घेऊन मला मारायला धावून येत न्हाय. त्याचा बापूस जिता व्हता तवा त्यो त्यालासुदीक हातात काठी घेवून मारायला धावत जायचा. त्यो कधी बापाला बाप म्हून म्हनायचा न्हाय. त्याला त्यो त्याच्या नावानं 'मारोतीराव' म्हून हाक मारायचा. आता त्यो गावच्या पंचायतीत सदस्य का फिदस्य म्हून निवडूनसुदीक आलाय. आपल्या समाजाचा त्यो त्या ठिकाणी अध्यक्श झालाय. आता त्याची तालुक्यात मोठ्या लोकांच्या बरुबर ऊठबस असत्ये. बायको-मुलांना त्यो चारचाकी मोठ्या गाडीतून फिरवीत असतो. पर माझ्या थोरल्या लेकाला त्याच्या डोळ्यांसमुर येका भाकरीच्या तुकड्यासाठनं टाचा घासणारी आई दिसत न्हाय. माझ्या डोळ्यांत आलेलं पाणी कंधी बी वाया जानार न्हाय. त्याला जल्माला घालण्यापरास तवा मी वाझुंटा खडा खाल्ला अस्ता, तर लई झॅक झालं असतं बग. माझं असं हाल झालं नसतं. त्यालासुदीक योक मुलगा हाय. माझ्या नवऱ्यानं इकत घेतलेल्या जागेमंदी आता त्यो मोठा बंगला बांधणार हाय म्हनं."

"त्याचा बंगला बांधून झाल्यावर तो तुला त्यात राहायला घेऊन जाईल." मी तिला हसत हसत म्हणालो.

"त्यो कश्याला मला त्या बंगल्यात राहायला घेऊन जाईल? त्यो थेट वयनं आभालातनं पडलाय ना? त्याला आईस नकु, भाव-भनी नकु. त्याची बायको, पोरं तेवडी त्याच्या फुड्यात पायजेल. माझ्या घराचा असा इस्कोट झाला म्हून सुनीचा न्हवरा तिला इचारतू की, तुला तुझं माह्येर हाय का म्हून. माझ्या घरात दोन डाकिणी शिरल्यामुळे माझ्या घराची समदी वाट लागली. एक मराठ्याची हाय नि दुसरी कुणब्याची हाय. माझ्या घरात या डाकिणी शिरल्या नस्त्या, तर मी लई सुखी अस्ते. सटवीचा लीका कंधी न्हाय चुका. आता नुस्तं त्वाँडाची वाफ दवडून सुदीक उपेग न्हाय. आता मी या यापात किती दिस जगणार हाय कुणास दखल."

हौसा अगदी उदासपणे म्हणाली.

"तुझी मोठी सून तुझ्या बरोबर आता चांगली वागते?" -मी.

"त्या जाडीला काय तिच्या अंगावर डबा भरून राकील वतूनशान जाळायचंय? ती माझ्या घरात पळून येवूनशान शिरली व्हती तवा मी चार गिन्यानाच्या गोष्टी तिला सांगत हुती. माझ्या सोबत मी तिला लाकडं आनायला रानात घेवून जायाची. घरात चुलीवर जेवान करायला लाकडं नकु? आता स्सारं त्या वक्ताला गॅसची शेगडी

न्हवती. समदं जेवान आमी चुलीवरच करायचो. माझ्याबरूबर मी तिला जेवान वाडायची. आता तिच्या न्हवऱ्याला तिचा लई पुळका यायला लागलाय. माझ्या आईनं माझ्या बायकुचा पैला लई छळ केलाय असं आता तोच लोकास्नी सांगायला लागलाय. व्हैक म्हनायचं की व्हनार.''

''तुझा थोरला लेक यापुढे तुला बघेल, असं आता वाटत नाही बघ.''

''त्या जाडीला (थोरली सून) माझ्या लेकाचीच फूस हाय, म्हून ती माझी कधी चवकशी करीत न्हाय. तिच्या न्हवऱ्यानं तिला बुटी पार्लरसुदीक काढून दिलंय. माझ्या समरून ती त्या बुटी पार्लरमंदी नट्टापट्टा करून जात अस्ते. जणू ती येकुद्या राजाची महाराणी. मी तिच्या मुस्क्याकडं आग लावायला दिकून कधी बगीत न्हाय बग. दिसभर तिच्या घरात टेप-टीवी चालूच. कुणी बी घरला येतं नि कुणी बी जातं. त्या जाडीनं माझ्या लेकाच्या घराचा नुस्ता धर्मशाळा करून टाकलाय. ती फकस्त मराठी सातवी शिकलेली हाय. आन तिचा तोरा मातूर येकुद्या बॅलीस्टरसारका. माझ्या हाताखाली ती हुती तवा मी तिला ऊठ म्हणलं की, लगीच ती उठायची नि बस म्हणाली की, बसायची. आता त्या जाडीला कुणाचाच धाक उरला न्हाय. वासंतीला ती नेमी फितवत्ये म्हून वासंती माझ्याशी भांडत असत्ये.''

जवळजवळ अर्धा-पाऊण तास मी हौसाबरोबर मनमोकळेपणानं सुख-दुःखाच्या गोष्टी बोलत बसलो होतो. मी तिला समजून घेत असल्यापासून ती माझ्याशी मनमोकळेपणानं बोलत होती. तिला तिच्या मनातील व्यथा, वेदना कुणालाही सांगता येत नसे.

हौसा अर्धा-पाऊण तासापूर्वी माझ्या घरी आली, तेव्हा ती जीव देण्याची वार्ता करीत होती. त्याचं कारण मी तिला अद्याप विचारलेलं नव्हतं. आता मघापेक्षा हौसाची मनःस्थिती थोडी चांगली झाली होती. मी तिला तिच्या आंतरिक दुःखाचं कारण विचारीत म्हणालो,

''तुला दोन मुलगे, सुना, मुली आणि नातवंडं असताना तुला मध्येच आत्महत्या करण्याची का बरं दुर्बुद्धी झाली?''

माझं बोलणं ऐकून हौसाचा चेहरा पुन्हा थोडा गंभीर झालेला दिसू लागला. ती मला गुश्शातच म्हणाली,

''ती लक्शी काय मला त्या दस्तुरीत जगू देत न्हाय. माझ्यामागं ती आक्शी हात धून लागलीय. रगताची भन असून ती हल्ली माझ्याशी येकुद्या वैरिणीगत वागत्ये.''

''लक्ष्मीनं काय केलंय?'' -मी.

''तिच्या मोबाईलवर सुलीचं पुण्यावयनं तिला सारकं फोन येत असतात. लक्षी

माझ्या चाड्या तिच्या मोबाईलवयनं सुलीला करत असत्ये. मग सुली तिच्या मोबाईलवयनं माझ्याशी भांडत्ये. त्यांना सुली फोन करून पुण्याला बलवून घेते नि त्यास्नी ती लाक-दोन लाक रुपये देत्ये. मला ते समदं ठाव झालंय. लक्ष्मीची पोरं लई आगाव हाईत. त्ये माझ्याशी भांडतात. मी त्यास्नी अशी मोकळं सोडणार न्हाय. येकुदीची पडती बाजू झाली म्हून तिला काय बी किंमत न्हाय? माझी पोरं जर माझ्याशी धड अस्ते तर मी त्यास्नी चांगला माझा इंगा दावला अस्ता. दात हाईत पर चणं न्हाईत, अशी आता माझी गत झालीय. कुणाला बोलून तरी त्याच्या काय उपेग? येके दिशी मी त्या लक्ष्मीच्या घश्यातनं खाल्लेलं समदं काडनार हाय, तवाच माझ्या जिवाला वाईच शांती मिळंल. तोवस्सर न्हाय.''

हौसाचं बोलणं ऐकून मी मनातून थोडा अस्वस्थ झालो. लक्ष्मी आणि हौसा या दोन्ही माझ्या सख्ख्या बहिणी होत्या. मला त्या दोघीही सारख्याच होत्या. हल्ली हल्ली त्या दोघींमधील तेढ अधिक वाढत होती. कचकड्याच्या बाहुलीप्रमाणे रक्ताची नाती तुटली होती. त्या दोघी बहिणींमध्ये प्रेम, जिव्हाळा आणि आत्मीयता राहावी म्हणून मी माझ्या परीने प्रयत्नांची अगदी शिकस्त करीत होतो. तरी मला त्यात अद्याप यश आलेलं नव्हतं.

सुली लक्ष्मीला पैशाचा पुरवठा करीत असते, असा हौसाचा त्यांच्यावर संशय होता. लक्ष्मी चहाड्या करीत असते म्हणून सुली आपल्याला पैसे देत नाही, असंही हौसाला वाटायचं. पैशावरून सख्ख्या बहिणी पक्क्या वैरिणीगत वागत होत्या. आधी त्या दोघी माझ्या घरी भाऊबिजेच्या सणाला, रक्षाबंधनाला सोबत येत. आता त्या दोघी सोबत येत नव्हत्या. त्यांनी आता एकमेकींवर पातळ माया केली होती. ती सल माझ्या काळजाला टोकदार सुईप्रमाणे टचाटचा टोचत होती.

सुली हौसाला कधीतरी तिच्या मोबाईलवर खुशाली विचारण्यासाठी चोरून फोन करायची, तेव्हा हौसा लगेच तिच्याशी भांडायला सुरुवात करीत होती.

''सुले, तू त्या लक्षीला लाका-लाकानं पैसं देत्येस नि मला मातुर देत न्हाईत. मी तुझी भन नव्हं? तू मला पैसं दिलं न्हाईस, तर मी तुमच्या दोघींचीसुदीक पार वाट लावीन. तू लक्षीला पैसं देत्येस म्हून मी तुझ्या न्हवऱ्याला आन् सासूला सांगेन. मग तुझी काय दशा व्हईल, ते तू नुस्तं बग.''

हौसाची धमकी ऐकून सुली मनात खूप घाबरायची. सुलीला आता नातवंडं झाली असली, तरी ती तिच्या नवऱ्याला आणि सासूला अजूनही घाबरत होती. हौसा इकडे कुणाला काय सांगत्ये, ते सुलीचा फोन आल्यावर लक्ष्मी तिच्या कानावर घालायची. म्हणून हौसा लक्ष्मीचा रागराग करीत होती.

या सर्व गोष्टी नंतर माझ्यासुद्धा कानावर येत असत. सुरुवातीला मी त्याकडे अजिबात लक्ष देत नसे. यात हौसाची सोळा आणे चुकी आहे हे मला स्पष्टपणे कळत होतं. परंतु स्वत:ची चूक कबूल करेल ती हौसा कसली? आपलंच घोडं ती पुढे दामटवीत असे. बायको-मुलाला गावी सोडून मुमताजला घेऊन बाळू पसार झाला होता. तो मोबाईलवरून पैशासाठी तिला दमदाटी करीत होता. हौसानं घरात असलेले पैसे, दागिने सर्वकाही त्याला नेऊन दिलं होतं. आता ती म्हातारपणी अगदी कफल्लक झाली होती. तरी बाळूचं अजून समाधान झालं नव्हतं. बाळू तिला दमदाटी करू लागल्यावर हौसा इकडे सुलीला तगादा लावायची. 'तुझ्या सासूला आणि नवऱ्याला सांगत्ये' म्हणत सुलीला घाबरावयाची.

या गोष्टीचा मला खूप मनस्ताप सहन करावा लागत होता. तिघी बहिणी एकमेकींबद्दल मला सांगून अगदी भंडावून सोडीत.

मी हौसाला समजावून सांगत म्हणालो,

"हौसा, तू त्या दोघींपेक्षा वयानं आणि अनुभवानं मोठी आहेस. तू त्या दोघी बहिणींना थोडं समजावून घेतलं पाहिजेस. सुली लक्ष्मीला पुण्यात बोलावून घेऊन पैसे देते, या गोष्टीला तुझ्याकडे काही पुरावा आहे का? ते तू मला आता सांग पाहू. साप साप म्हणत भुईला धोपटण्यात काहीही फायदा नाही. सुलीची सासरची माणसं कशी आहेत, हे तुला चांगलं ठाऊक आहे. सुलीच्या लग्नाआधीपासून त्यांची आणि आपली वाकडीक आहे. सुरुवातीला ते सुलीचा छळ करीत तेव्हा त्यांना दोन-तीन वेळा पोलीस स्टेशनची पायरीसुद्धा मी चढायला लावली होती. आता ती माणसं सुलीचा अजिबात छळ करीत नाहीत, सुली अगदी त्या ठिकाणी आता मजेत आहे. तिचा नवरासुद्धा आता तिच्याशी चांगला वागतो. पुण्यात सुली आता काचेच्या बंगल्यात राहाते, याचा तुला बहीण म्हणून अभिमान वाटायला पाहिजे. तू सुलीला आणखी आशीर्वाद देण्यापेक्षा पैशाचं खुळ कसलं डोक्यात घेऊन बसलीस? आम्ही सर्व भावंडं तिचा फोन आल्यावर सांगतो की "सुली, तू आणखी आनंदात रहा, तुझ्याकडून आम्हाला काहीही नको! तिचं हे सुख पाहायला आज आपले आईवडील हवे होते."

माझं बोलणं ऐकून घेऊन थोडा वेळ हौसानं तोंडातून चकार शब्दसुद्धा काढला नाही. ती विचार करीत बसली होती. सुली आता तिच्या सासरी अगदी मजेत जगत होती, तिच्या हाताखाली शिकलेल्या सुना नांदत होत्या, नवरा- बायकोसुद्धा आता एकमेकांना जपत होती. अशा आनंदी वातावरणात हौसा काडी टाकायला पाहत होती.

हौसानं सुलीच्या सासरी भलतंसलतं सांगितलं असतं, तर तिच्या नवऱ्याचं

तिच्याबद्दलचं मत पुन्हा वाईट झालं असतं आणि त्याचा त्रास सुलीला झाला असता. म्हणून मी थोडा अस्वस्थ झालो होतो. एकाच उदरात जन्म घेतलेली सख्खी बहीण जर अशी वैरिणीगत वागू लागली, तर दोष तरी कुणाला म्हणून द्यायचा, असा प्रश्न मला सतावीत होता.

चांगले विचार, चांगलं बोलणं यामुळं आपलं जगणं सुखी आणि समृद्ध होत असतं. हे माझ्या तिन्ही निरक्षर बहिणींना अजिबात कळत नव्हतं. माझी अडचण अशी होती की, मला त्यांच्याशी फटकून वागायला जमत नव्हतं. कणकवलीला असणारी माझी थोरली बहीण (आक्का) निरक्षर असूनदेखील खूप समजूतदारपणे वागायची.

हौसा शून्यात नजर लावून उदासपणे माझ्यासमोर बसली होती. आपल्या फटकळ स्वभावानं तिनं स्वत:चं कुटुंब उद्ध्वस्त केलं होतं. कुटुंबातील कुणालाही एकमेकांबद्दल ओढ उरली नव्हती.

सविता परत हौसाच्या जवळ आली आणि ती तिला आग्रह करीत म्हणाली,

"मावशी, जेवण वाढलंय. जेवायला चला."

हौसाला कडकडून भूक लागली होती. तिनं आता मुळीच आढेवेढे घेतले नाही. ती बसलेल्या खुर्चीतून उठून उभी राहिली आणि ती सविताच्या मागून पावलं टाकू लागली. जाता जाता ती मला म्हणाली, "आता फकस्त मला तुझाच तेवडा आधार हाय. बाकीची मला असूनसुदीक काय बी उपेगाची न्हाईत." तिच्या तोंडातील शब्द माझ्या कानात रुंजी घालू लागले. मी दीर्घ नि:श्वास सोडला.

❖❖❖

२६

स्मिताच्या नवऱ्याच्या विरोधात आम्ही एका महिला वकिलामार्फत खेड दिवाणी कोर्टात पोटगी मिळण्यासाठी दावा दाखल केला. त्याशिवाय आमच्याकडे अन्य कोणताही पर्याय उरलेला नव्हता, स्मिताच्या नवऱ्याची वाट पाहण्यात आता काही अर्थ उरला नव्हता, तो त्याचा हेका सोडायला मुळीच तयार होत नव्हता. त्याला त्याच्या आईची आणि भावांची फूस होती. त्यांचा विचार घेऊनच तो पुढे पाऊल टाकत होता. स्वत:च्या आयुष्याचा तो स्वत: विचार करून निर्णय घेत नव्हता. त्यामुळे त्याचं मतपरिवर्तन होत नव्हतं.

स्मिताचं एम.ए. बी.एड. पर्यंतचं शिक्षण झालं होतं. भविष्यात तिला स्वत:च्या पायावर उभं राहण्यासाठी घेतलेल्या शिक्षणाचा उपयोग होणार होता. मी माझ्या मनात असा विचार करीत होतो की, तिला जर नोकरी मिळाली तर जगण्यासाठी तिला त्याचा नक्की आधार वाटेल. आपली थोडी काळजीसुद्धा मिटेल, असा विचार करून मी तिच्या नोकरीसाठी प्रयत्न करू लागलो.

आधी माझ्या घरी एकच स्थानिक वर्तमानपत्र येत होतं. स्थानिक वर्तमान-पत्रात 'शिक्षक पाहिजे' म्हणून जाहिराती येत असत. एका वर्तमानपत्रात आलेली जाहिरात दुसऱ्या स्थानिक वर्तमानपत्रात बिलकूल येत नसे. त्यामुळे मी रोज आणखी दोन स्थानिक वर्तमानपत्रं घ्यायला सुरुवात केली. सकाळी वर्तमानपत्रं आली की, आधी कुठं शिक्षकभरतीची जाहिरात आहे का, हे अगदी बारकाईनं पाहू लागलो. स्मिताला नोकरी मिळाली की, माझे व तिचेसुद्धा सर्व प्रश्न सुटणार होते. म्हणून मी तिच्या नोकरीसाठी प्रयत्न करू लागलो.

एके दिवशी स्थानिक 'लोकमत' वर्तमानपत्रात एक नोकरीची जाहिरात आलेली

माझ्या वाचनात आली. ती जाहिरात पाहून मला आनंदाच्या उकळ्या फुटू लागल्या. 'महिला व्यावसायिक प्रशिक्षण कार्यशाळा' या मथळ्याखाली ती जाहिरात 'दै. लोकमत' मध्ये प्रसिद्ध झाली होती. जनसंपर्क अधिकारी, प्रशिक्षक, लिपिक, शिपाई इत्यादी अनेक पदांसाठी उमेदवारांकडून अर्ज मागविण्यात आले होते. शैक्षणिक पात्रतेवरून उमेदवारांची निवड होणार होती. केंद्रशासन पुरस्कृत ती योजना महाराष्ट्राच्या प्रत्येक गावात, शहरात कार्यान्वित करावयाची होती, असा त्या जाहिरातीमध्ये स्पष्ट उल्लेख होता. मी ती छापून आलेली जाहिरात स्मिताला लगेच दाखविली. ती जाहिरात पाहून स्मितासुद्धा माझ्याप्रमाणे हरखून गेली. जनसंपर्क अधिकारी या पदासाठी मी तिला अर्ज करायला सुचवलं. तिलासुद्धा त्याच पदासाठी अर्ज करावयाचा होता. जनसंपर्क अधिकारी या पदासाठी मासिक रुपये ३२,६००/- एवढं वेतन होतं. चांगल्या कामाला उशीर व्हायला नको म्हणून स्मितानं लगेचच तिची शैक्षणिक कागदपत्रं जोडून अमरावतीला वर्तमान- पत्रात दिलेल्या पत्त्यावर पोस्टानं अर्ज रवाना केला आणि ती त्यांच्या पत्राची आतुरतेनं वाट पाहू लागली.

अहो आश्चर्यम्! काही दिवसांनंतर स्मिताला तिची जनसंपर्क अधिकारी म्हणून निवड झाल्याचं पत्र पोस्टानं मिळालं. स्मिताला जनसंपर्क अधिकारी म्हणून नोकरी मिळाली म्हणून घरात सर्वांना आनंद झाला. शेजाऱ्यांना पेढे वाटून आम्ही तो आनंद साजरा केला. प्रशिक्षणाचा खर्च म्हणून पत्रात त्यांनी रुपये एक हजाराचा डी.डी. पाठवायला सांगितला होता. स्टेट बँकेतून डी.डी.काढून आम्ही तो त्यांनी दिलेल्या पत्त्यावर लगेच रवाना केला आणि त्यांच्या पुढील आदेशाची मोठ्या आतुरतेनं वाट पाहू लागतो. एक महिना गेला, दोन महिने गेले. चार-पाच महिने गेले तरी त्यांच्याकडून काहीही कळेना. आमच्या काळजीत भर पडली. आपण फसलो गेलो की काय, अशी माझ्या मनात थोडी शंका उत्पन्न झाली.

वर्तमानपत्रात त्यांनी दिलेल्या जाहिरातीमध्ये त्यांचा फोन क्रमांकसुद्धा दिलेला होता. त्या फोन क्रमांकावर फोन केला असता बऱ्याच वेळापर्यंत ते कुणी उचलतदेखील नव्हतं. मी त्यांना पुन:पुन्हा फोन करण्याचा प्रयत्न करीत होतो. एके दिवशी एका महिलेनं तो फोन उचलला. ती मला फोनवर म्हणाली की, "प्रशिक्षणाच्या पुस्तकांची छपाई सुरू आहे. त्यामुळे थोडा वेळ लागत आहे. छपाईचं काम पूर्ण झालं की, आम्ही तुम्हाला पत्रानं कळवू."

त्यांच्या पुढील आदेशाची वाट पाहण्याशिवाय गत्यंतर नव्हतं. एके दिवशी दूरदर्शनवरील बातम्या पाहत असताना मी ताडकन उडालोच. ज्यांनी वर्तमानपत्रात लाखो बेकार तरुणांना खोटी जाहिरात देऊन गंडवलं होतं, त्या तरुण दाम्पत्याला

उमेदवारांच्या तक्रारीवरून अटक करून त्यांच्यावर फसवणुकीचा फौजदारी गुन्हा पोलिसांनी दाखल केला होता.

त्या तरुण दाम्पत्याने सुपीक डोकं वापरून सुशिक्षित उमेदवारांना लाखो, करोडो रुपयांना गंडा घातला होता. 'दुनिया झुकती है, झुकानेवाला चाहिए' याचा अनुभव पुन्हा एकदा आला. बेकार तरुणांना त्यांनी नोकरीचं प्रलोभन दाखवून मूर्ख बनवलं होतं. त्या मूर्खांच्या यादीत आमच्या नावाचासुद्धा समावेश झाला होता. 'तेल गेलं, तूप गेलं' म्हणून मी निराश होऊन कपाळावर हात मारून घेतला. पुन्हा अशा खोडसाळ जाहिरातीवर विश्वास ठेवायचा नाही म्हणून मी कानाला खडा लावला.

स्मिताच्या नोकरीसाठी मी पुन्हा नव्या जोमानं प्रयत्न करू लागलो. एका सरकारी अधिकाऱ्याच्या ओळखीनं मी एके दिवशी रत्नागिरी जिल्हा परिषदेच्या रिक्त माध्यमिक शिक्षकपदाची माहिती घेण्यासाठी शिक्षण विभागात गेलो. मी त्या ठिकाणी जाऊन उपशिक्षणाधिकारी संसारे मॅडम यांना भेटलो आणि त्यांना मी माझं काम सांगितलं. माझं बोलणं ऐकून त्या माझ्यावर जाम भडकल्या. जणू मी त्यांच्याकडे भीक मागण्यासाठीच गेलो होतो. त्या माझी खिल्ली उडवीत म्हणाल्या,

"तुम्हीच का नाही काढत एखादी शिक्षणसंस्था? म्हणजे तुम्हाला या ठिकाणी येण्याचीच गरज भासणार नाही."

त्यांचं बोलणं ऐकून मी सटपटलो आणि लगेच त्यांच्या दालनातून बाहेर पडलो. त्या कार्यालयात मुख्य शिक्षणाधिकारी म्हणून कोतवालसाहेब काम करीत होते. मी त्यांची भेट घेतली. त्यांनी मला फार चांगली वागणूक दिली. त्यांच्या कारकुनाला मला हवी असलेली माहिती द्यायला सांगून ते मला स्नेहार्द्र आवाजात म्हणाले,

"माझा कारकून तुम्हाला रिक्त शिक्षकपदाची माहिती देईल. स्थानिक वर्तमानपत्रात त्याची जाहिरात प्रसिद्ध झाल्यावर त्या शाळेकडे लगेच अर्ज भरून पाठवा."

कोतवालसाहेबांनी केलेल्या सहकार्याबद्दल त्यांचे मन:पूर्वक आभार मानून मी अगदी समाधानानं त्यांच्या दालनातून बाहेर पडलो.

माझ्या वेरळ येथील घरापासून अवघ्या एक-दीड किलोमीटर्स अंतरावर भरणे या गावी कुणबी शिक्षण संस्थेची एक माध्यमिक शाळा आहे. ॲड. डफळे हे त्या माध्यमिक शाळेचे कामकाज पाहत असतात. ते मला ओळखत होते. त्यांच्या माध्यमिक शाळेतील शिक्षकांच्या रिक्त पदाच्या जागा भरण्यासाठी स्थानिक वर्तमानपत्रातून तशी जाहिरात प्रसिद्ध झाली होती. स्मिता इतिहास हा विषय घेऊन बी.एड. झाली होती. त्या विषयाचं पद त्यांच्या शाळेत रिक्त असलेलं त्या जाहिरातीवरून आम्हाला कळलं.

स्मितानं शैक्षणिक कागदपत्रं जोडून कुणबी शिक्षण संस्था, भरणे या माध्यमिक शाळेत रीतसर अर्ज दाखल केला. मुलाखतीच्या दिवशी मीसुद्धा स्मितासोबत गेलो. महाराष्ट्रातील वेगवेगळ्या जिल्ह्यांतील जवळजवळ शंभरपेक्षा अधिक उमेदवार मुलाखत देण्यासाठी त्या ठिकाणी आले होते. स्मिताची मुलाखत अगदी व्यवस्थित पार पडली. मुलाखत देण्यासाठी तिला कसलीही अडचण आली नाही. मुलाखतीचा कार्यक्रम आटोपल्यानंतर संस्थेमार्फत सर्वांना 'नंतर आम्ही पत्राने कळवू,' असं सांगण्यात आलं. मागे एकदा स्मिताने याच शाळेत मुलाखत दिली होती. त्या वेळीसुद्धा संस्थेमार्फत असंच सांगण्यात आलं होतं. नंतर त्यांनी काहीही कळविलं नाही. त्या शाळेत तिची ही मुलाखतीची दुसरी खेप होती.

मागचा अनुभव माझ्या गाठीशी असल्यानं मी ॲड. डफळे यांची भेट घेतली आणि त्यांना मला सहकार्य करण्याची विनंती केली. माझं बोलणं ऐकून घेऊन त्यांनी मला त्यांच्याकडे चार दिवसांनी यायला सांगितलं. गरजवंताला अक्कल नसते, म्हणून मी पुन्हा त्यांना चार दिवसांनंतर भेटायला गेलो. ते मला म्हणाले, की मी तुम्हाला सोमवारी सांगतो. मी पुन्हा त्यांना सोमवारी भेटलो. त्यांच्याकडे मी जवळजवळ एक महिना सतत चकरा मारल्यानंतर ते मला म्हणाले, ''आमच्याकडे ज्या जागा भरावयाच्या होत्या, त्या सर्व जागा आता भरल्या आहेत. आमच्या संस्थेत शिक्षकाची भरावयाची जागा आता रिक्त नाही.'' त्यांचं बोलणं ऐकून मी मनातून खट्टू झालो. एक महिना सतत त्यांच्याकडे चकरा मारूनसुद्धा घोर निराशेशिवाय माझ्या पदरात काहीही पडलं नव्हतं.

स्मिताच्या नोकरीसाठी माझी खटपट तशीच चालू होती. तिला नोकरी लागल्यावर मी मोकळा श्वास घ्यायला रिकामा होणार होतो. चिपळूण तालुक्यात सावर्डा या गावात शेखर निकम यांनी मोठी शिक्षणसंस्था उभी केली असल्याचं मला ठाऊक होतं. त्यांच्या शिक्षणसंस्थेचं जाळं अनेक गावांत पसरलं होतं. मी त्यांची भेट घेण्याचं निश्चित केलं. आशा ही थोर असते. असं म्हणतात की, शोधायचा प्रयत्न केल्यावर ईश्वरसुद्धा भेटतो. 'गरज ही शोधाची जननी आहे', हे मला पुन्हा एकदा कळून चुकलं.

मी सावर्डा गावी जाऊन मोठ्या आशेनं शेखर निकम यांची त्यांच्या कार्यालयात भेट घेतली. मी साहित्यिक आहे, हे त्यांना ठाऊक होतं. ते मला तसं ओळखत होते. २०१० मध्ये ऑगस्ट महिन्यात मला रत्नागिरी येथे मा. सुनिल तटकरे (अर्थ व नियोजन मंत्री) यांच्या हस्ते लोकमान्य टिळक पुरस्कार देऊन माझा त्या ठिकाणी जाहीर सत्कार करण्यात आला होता. त्या कार्यक्रमाला शेखर निकम उपस्थित राहिले होते.

मी शेखर निकम यांना विनंती करीत म्हणालो,

“माझी मुलगी एम.ए., बी.एड. आहे. तिचा विषय इतिहास आहे. आपल्याकडे त्या विषयाची रिक्त जागा असेल, तर तुम्ही मला सांगा. माझ्या मुलीला नंतर तुमच्याकडे अर्ज करायला सांगतो.”

माझं बोलणं त्यांनी अगदी शांतपणे ऐकून घेतलं. नंतर ते मला स्पष्टपणे म्हणाले,

“आमच्या संस्थेत शिक्षकाच्या रिक्त जागा नाहीत. चिपळूणवरून बी.ए., बी.एड. झालेली वीस-पंचवीस मुलं रोज आमच्या संस्थेत अनुभवासाठी येऊन विद्यार्थ्यांना मोफत शिकवून जात असतात.”

त्यांचं बोलणं ऐकून मला पुढे काहीही बोलता येईना. मी त्यांचा निरोप घेऊन बाहेर पडलो.

स्मिताच्या नोकरीसाठी मी धावाधाव करीत होतो, यश मला हुलकावणी देत होतं. भलेबुरे अनुभव मी माझ्या गाठीशी बांधत होतो. कधी ना कधी तरी यात आपल्याला नक्की यश मिळेल, या आशेनं माझ्या मनाला तात्पुरती उभारी मिळत होती.

सर्व सरकारी खात्यांच्या क्षेत्रात सध्या भ्रष्टाचारानं थैमान घातलं आहे. भ्रष्टाचाराच्या तावडीतून कोणतंही सरकारी खातं सुटलेलं नाही. त्यामुळे साधु-संतांची भूमी असलेल्या पवित्र महाराष्ट्राची प्रतिमा पार रसातळाला गेली आहे. सध्या गावांत, तालुक्यांत आणि जिल्ह्यांत सर्वत्र शिक्षणाचं मोठ्या प्रमाणात जाळं पसरलं आहे. स्वत:ला शिक्षणसम्राट, सामाजिक कार्यकर्ते म्हणवून घेणाऱ्या धनिकांनी पैसा कमावून गर्भश्रीमंत होण्यासाठी दुकानं थाटली आहेत. सुशिक्षित बेकार तरुणांची गरज ओळखून त्यांना अक्षरश: ते लुबाडत आहेत. नोकरीच्या आशेनं घर, जमीन विकून भोंदू शिक्षणसम्राटांची घरं ते भरत आहेत. डी.एड., बी.एड. झालेल्या तरुण-तरुणींचा भ्रमनिरास होऊन ते आपलं जीवन संपवून टाकतात. शासनाला याचा ना खेद ना खंत.

शिक्षणखात्यात कसा भ्रष्टाचार चालतो, याचा मला शून्य अनुभव होता. त्या खात्यातील भ्रष्टाचारासंबंधी काही गोष्टी माझ्याही कानावर येत होत्या. ज्याच्याकडे पैसा आहे, ओळख आहे, त्याचीच संस्थेमार्फत शिक्षक म्हणून निवड केली जाते. एखादा बुद्धिमान असेल आणि जर त्याच्याकडे संस्थेला द्यायला पैसा नसेल, तर त्याला शिक्षकाची नोकरी मिळेलच याची कुणाला खात्री देता येत नसे. कोणत्याही शिक्षणसंस्थेत बुद्धिमत्तेला अगदी शून्य किंमत होती. म्हणून सध्या डी.एड.बी.एड. झालेले तरुण-तरुणी नोकरी न लागल्यामुळे भरकटलेले जीवन जगत आहेत.

डी.एड.बी.एड.च्या कोर्सच्या कारखान्यातून हजारो तरुण-तरुणी दरवर्षी बाहेर पडत आहेत.

चिपळूण तालुक्यातील एका माध्यमिक शाळेत शिक्षकांच्या रिक्तपदावर जागा भरावयाची असल्यामुळे स्थानिक वर्तमानपत्रात 'शिक्षक पाहिजे' म्हणून जाहिरात प्रसिद्ध झाली होती. ती जाहिरात माझ्या वाचनात आल्यावर मी लगेच स्मिताला दाखवली आणि तिला त्या शाळेकडे शैक्षणिक कागदपत्रं जोडून ताबडतोब अर्ज करायला सांगितलं. स्मितानं मुदतीच्या आत तिचा अर्ज शैक्षणिक कागदपत्रं जोडून त्यांनी दिलेल्या पत्त्यावर पोस्टानं पाठविला.

मुलाखतीच्या दिवशी मी तिच्या सोबत गेलो. पावसाळ्याचे दिवस होते. आमच्या दोघांकडे छत्र्या असूनदेखील भिजायला होत होतं. मुख्य डांबरी सडकेपासून ते हायस्कूल आतमध्ये दोन-अडीच किमीच्या अंतरावर होतं. आम्ही दोघं डांबरी सडकेला एसटीतून उतरल्यावर पायीच चालत निघालो होतो. पावसाच्या पाण्यानं माझं डोकं थोडं जरी भिजलं, तरी मला सर्दी होते नि अंगात कणकण भरते. कुठंही न थांबता आम्ही दोघं एक-दोन ठिकाणी हायस्कूलचा पत्ता विचारत वेळेच्या आधीच त्या ठिकाणी जाऊन एकदाचे पोचलो.

हळूहळू ज्यांनी नोकरीसाठी त्या शाळेत अर्ज पाठविला होता, त्या उमेदवारांची गर्दी होऊ लागली. "एक अनार और सौ बिमार" असं त्या उमेदवारांच्या गर्दीकडे पाहून मला वाटत होतं. स्मिता तिच्या शैक्षणिक कागदपत्रांच्या मूळ प्रती दाखविण्यासाठी शाळेच्या कार्यालयात गेली. स्मिता तिचं काम करण्यासाठी कार्यालयात गेल्यावर मी शाळेच्या व्हरांड्यात नुसता रेंगाळत होतो.

पायी चालत आल्यामुळे माझ्या घशाला सोस पडला होता. व्हरांड्यात भिंतीलगच पाण्याची स्टीलची टाकी भरून ठेवली होती. मी त्या टाकीजवळ सावकाश पावलं टाकीत गेलो. ओगराळ्यानं एका ग्लासात पाणी ओतून घेऊन मी ते पाणी तोंड वर करून घटाघटा प्यायलो आणि काही काम नसल्यामुळे तिथंच रेंगाळू लागलो. थोड्या वेळानं त्या ठिकाणी शाळेतील एक शिपाई पाणी प्यायला आला. मी त्याच्या शरीराच्या हालचाली निरखीत त्याच्या समोर उभा होतो. त्याने माझी आपुलकीनं चौकशी करीत मला विचारलं,

"मुलाखतीसाठी आलात?"

"होय."

"कुणाला मुलाखतीसाठी घेऊन आलात?"

"माझ्या मुलीला घेऊन आलोय."

“कोठून आलात?”

“खेडवरून आलोय.”

बोलणं थांबवून तो ग्लासात पाणी घेऊन पोटभर प्यायला. रुमालानं तोंड पुसून तो मला थोड्या गंभीर आवाजात म्हणाला,

“या शाळेत समदा पैश्याचा मामला हाय बगा. जो या संस्थेला जास्तीत जास्त पैसं दिल, त्यालाच या ठिकाणी नोकरी भेटते. जो पैसं देणार न्हाय त्याला या ठिकाणी चुकून नोकरी मिळायची न्हाय. माझी शिपायाची जागा भरायची होती, तवा ह्यांनी माझ्याकडून सुदीक पैसं घेतलंत.”

एवढं बोलून तो शिपाई माझ्या समोरून नाहीसा झाला. तो त्याच्या कामगिरीला निघून गेला. त्याचं बोलणं ऐकून मी सर्द झालो. खुद्द त्या हायस्कूलमध्ये काम करणाऱ्या शिपायानं सांगितल्यामुळे मला त्याच्या बोलण्यावर विश्वास ठेवणं भाग होतं. थोड्याच वेळात मला त्याची प्रचितीसुद्धा आली. स्मिता मुलाखत देऊन बाहेर आल्यावर मी तिला विचारलं,

“तुला मुलाखतीत काय काय विचारलं?”

“त्यांनी मला फक्त पैशाचंच विचारलं.”

“पैशाचं त्यांनी तुला काय विचारलं?”

“ते म्हणाले, की समजा आम्ही तुम्हाला आमच्या शाळेत शिक्षकाची नोकरी दिली, तर तुम्ही या संस्थेला किती रुपयांची देणगी द्याल?”

“असं त्यांनी तुला विचारलं?” मी आश्चर्यचकित झालो होतो.

“होय.”

“मग तू त्यांना काय म्हणालीस?”

“मी त्यांना म्हणाले, की आमच्याकडे तुमच्या संस्थेला द्यायला पैसे नाहीत. माझं बोलणं ऐकून ते मला लगेच म्हणाले की तुमची मुलाखत झाली म्हणून.”

मुलाखत देताना जसं त्यांनी स्मिताला पैशाचं विचारलं होतं. तसं मुलाखत द्यायला आलेल्या सर्वांना त्यांनी तोच प्रश्न विचारला होता. जो उमेदवार सर्वांत अधिक पैसे संस्थेत देणार होता त्यालाच त्या ठिकाणी नोकरी मिळणार होती. या शाळेत स्मिताला नोकरी मिळेल याची आशा मी सोडून दिली होती. पदरात घोर निराशा घेऊन आम्ही दोघांनी नंतर परतीची वाट धरली. दुसऱ्या दिवशी पावसात भिजल्यामुळे सर्दी-पडसं होऊन मी आजारी पडलो.

❖❖❖

२७

माझा सख्खा पुतण्या सतीश हा चिपळूण जवळ असणाऱ्या पेढे-परशुराम या गावात राहत होता. त्याच्या घरापासून दोन किलोमीटर्सच्या अंतरावर चिपळूणची बाजारपेठ होती. त्याची सासुरवाडी चिपळूणला ओझरवाडी या ठिकाणी होती. त्याच्या घरापासून हाकेच्या अंतरावर पावसाळ्यात पर्यटकाना आकर्षण ठरलेला 'सवतसडा' हा धबधबा होता. पावसाळ्यात त्या शुभ्र धवल पाण्याच्या धबधब्याखाली अंघोळ करण्यासाठी आणि खरपूस भाजलेल्या मक्याच्या कणसावर ताव मारण्यासाठी पर्यटकांची नेहमी त्या ठिकाणी गर्दी व्हायची. सतीशचं घर मुंबई-गोवा या राष्ट्रीय महामार्गालगत होतं. त्याच्या भावांचीसुद्धा घरं जवळ होती. सतीशची बायको फटकळ आणि कजाग असल्यानं अण्णा त्याच्याकडे राहत नसे. तो रमेशकडे राहत होता. रेणुका स्वभावानं गरीब होती, ती अण्णाला जपत होती. अण्णा दारू पिऊन तिला बडबडायचा. तरी ती तिकडे अजिबात लक्ष देत नसे.

सतीश गेल्या चार-पाच वर्षापासून घरात गणपती आणून त्याची पूजा करीत होता. गणपतीच्या पाया पडण्यासाठी तो मला मोबाईल करून त्याच्या घरी बोलावीत असे. गणेश चतुर्थीच्या दिवशी तो घरी ब्राह्मणाला बोलावून पूजाअर्चा करून गणेशाची विधिवत प्रतिष्ठापना करीत असे.

एके दिवशी मी गणपतीच्या पाया पडण्यासाठी त्याच्या घरी गेल्यावर सतीश मला नाराजीनं म्हणाला,

"काका, मी हे घर विकून पिंपळी गावात नवीन बंगला बांधणार आहे."

त्याचं बोलणं ऐकून मला आश्चर्य वाटलं. या ठिकाणी त्याचे भाऊ, अण्णा इत्यादी संपूर्ण गोतावळा होता. त्यांना सोडून तो दुसऱ्या गावात बंगला बांधून

राहायला निघाला होता.

“का?” मी त्याला विचारलं.

“काका, मला या ठिकाणी माझे भाऊ खूप त्रास देत असतात. मला त्यांनी खूप कंटाळा आणलाय. अण्णासुद्धा त्यांचं ऐकून मला दारू पिवून बडबडत असतो. हे घर विकून मला मिळालेल्या पैशात कर्ज काढून मी त्यात आणखी भर घालून पिंपळी गावात बंगला बांधणार आहे. मी ती जागासुद्धा पाहून आलोय.”

तसं पाहिलं तर सतीशला त्याच्या भावाकडून त्रास होत नव्हता. सतीश त्यांच्याकडून पैशाची अपेक्षा करायचा. सतीशला त्याच्या नोकरीचा महिन्याला पगार मिळायचा. त्याच्या भावांनी त्याला आर्थिक मदत केली नाही की, त्याला त्यांचा राग येत असे. मग त्यांच्यामध्ये भांडणं होतं. पाच भावांत सतीश चांगला शिकलेला आणि सरकारी नोकरी करणारा होता. त्यानं त्याच्या भावांकडून पैशाची अपेक्षा करू नये, असं मलासुद्धा वाटायचं.

सतीशचं बोलणं ऐकून मी त्याला म्हणालो,

“तुला जर या ठिकाणी त्रास होत असेल, तर तू पिंपळी गावात नवीन बंगला बांधायला माझी मुळीच हरकत नाही. पण तू अण्णाकडे थोडं लक्ष देत जा. त्याचं आता वय झालं आहे. तू त्याचा मोठा मुलगा आहेस.”

“काका, मी अण्णाला माझ्याकडे राहायला सांगतो, पण तो माझ्याकडे राहत नाही.”

सतीशची बायको अण्णाला धुसफूस करीत असे म्हणून अण्णा तिच्याकडे राहत नव्हता. अण्णा सतीशकडे दारू प्यायला पैसे मागायचा. सतीश त्याला कधीकधी पाच-दहा रुपये काढून द्यायचा. कधीकधी पैसे असूनसुद्धा तो त्याला ‘नाहीत’ म्हणत पँटीचे खिसे उलटे करून दाखवायचा. तेव्हा अण्णाला त्याचा खूप राग यायचा. तो त्याला शिव्या देत रागाने म्हणायचा,

“चुतमारीच्या मी तुला जन्म दिलाय, आन् तू मला दारू प्यायला पैसं देत न्हाईस?”

सतीशनं पिंपळी गावात बंगला बांधायला सुरुवात केल्यावर त्याची सासुरवाडी त्याला आर्थिक मदत करण्यासाठी धावत आली. सतीशचे दोघे मेहुणे ठेकेदारीचा व्यवसाय करीत. त्यांच्या मालकीची दगडाची खाण होती, दगडवाहतुकीसाठी डंपर होते. त्यांची आर्थिक परिस्थिती तशी चांगली होती.

सतीशची त्याच्या बायकोसोबत नेहमी धुसफूस सुरू असायची. मुलं मोठी झाली तरी दोघा नवरा-बायकोचं आपसात कधी पटत नव्हतं. रोजच्या भांडणाला

कंटाळून मागे एकदा जीवन संपवून टाकण्यासाठी सतीशनं विषारी औषध प्राशन केलं होतं. सरकारी दवाखान्यात त्याच्यावर वेळीच उपचार झाल्यामुळे तो त्यातून वाचला होता.

सतीशच्या पिंपळी गावातील बंगल्याचं काम आता पूर्ण झालं होतं. घराची वास्तुशांतीसुद्धा झाली होती. सतीश एका टेंपोत सामान भरून पिंपळी गावात नवीन बंगल्यात राहायला निघाला असताना अण्णाला भरून आलं. पुत्रप्रेमानं त्याच्या डोळ्यांतून आपोआप अश्रू वाहू लागले. कातरवेळ झाली होती. सतीशनं डोळ्यांतून अश्रू काढणाऱ्या अण्णाला पँटीच्या खिशात हात घालून एक नोट काढून दिली. अण्णाला कातरवेळी ती नोट नीट दिसली नाही. त्याला वाटलं लेकानं जाताना आपल्याला पाचशे रुपयाचीच नोट दिली आहे. त्यामुळे अण्णाला आणखी भडभडून आलं.

सतीश टेंपोतून त्याचं बिऱ्हाड घेऊन निघून गेल्यावर अण्णा अंधारात धडपडतच घरात आला. त्यानं सतीशनं त्याला दिलेली नोट नीट लाइटच्या उजेडात निरखून पाहिली. ती नोट पाचशेची नसून पन्नासाची आहे, याची त्याला खात्री झाल्यावर अण्णाला सतीशचा राग आला. तो सतीशला रागानं शिव्या देत म्हणाला, "भडव्यानं मला फशिवलं. मला वाटलं, जाताना त्यानं मला पाचशेचीच नोट दिलीय." रमेश अण्णाच्या जवळ पत्र्याच्या खुर्चीत बसला होता. त्यानं अण्णाचं बोलणं ऐकलं होतं. तो छद्मीपणे गालातल्या गालात त्याला हसू लागला. त्याचं हसू पाहून अण्णाला त्याचासुद्धा राग आला होता. आपल्याला दारू प्यायला कसे पैसे मिळतील, याचाच अण्णा नेहमी विचार करीत असायचा.

८६ वे अखिल भारतीय साहित्य संमेलन, चिपळूण येथे होणार होतं. मराठी साहित्य क्षेत्रात उल्लेखनीय कार्य केल्याबद्दल माझा समारोपाच्या दिवशी जाहीर सत्कार करण्यात येणार होता. माझ्या सत्काराचा कार्यक्रम अण्णानं डोळे भरून पाहावा, असं मला मनोमन वाटत होतं. माझे आई-वडील हयात नव्हते. नाहीतर त्यांना- सुद्धा त्याचा नक्की आनंद वाटला असता. माझ्या सत्काराच्या कार्यक्रमाला येण्यासाठी मी अण्णाला पुन्हा पुन्हा आठवण करून देत होतो. अण्णा फक्त 'येतु' एवढंच म्हणत होता. शेवटी तो त्या कार्यक्रमाला आलाच नाही.

मी अण्णाला त्याच्या घरी जाऊन म्हणालो,

"अण्णा, मी तुला बजावून सांगूनसुद्धा तू माझ्या सत्कार समारंभाला आला नाहीस."

अण्णा रमेशकडे बोट दाखवीत रागानं मला म्हणाला,

"या भडव्यानं मला जायला रिक्शाला पैसं दिलं न्हाय म्हून मला येता आलं न्हाय."

"रमेश, तू अण्णाला रिक्षाला का नाही पैसे दिलेस?" मी रमेशला विचारलं.

माझं बोलणं ऐकून रमेश मला म्हणाला,

"काका, मी अण्णाला जाण्यासाठी रिक्शाला पैसं दिलं व्हतं. पर अण्णा त्या पैशाची दारू प्यायला. आन् तो घरातच लोळत पडला. त्याला मी तरी काय करू?"

रमेशची यात काहीही चूक नव्हती. माझ्या ते एव्हाना ध्यानात आलं होतं. दारू म्हणजे अण्णाला जीव की प्राण. दारूशिवाय अण्णाला समोर काहीही दिसायचं नाही. रमेशचं बोलणं ऐकून माझी बोलतीच बंद झाली होती.

सतीशची मुलं आता शाळा-कॉलेजमध्ये शिक्षण घेत होती. सतीश त्याच्या नवीन बंगल्यात राहायला गेल्यापासून त्याच्या संसाराला कुणाची तरी वाईट नजर लागली आणि त्याला एक लांच्छनास्पद, घाणेरडी, दुर्बुद्धी सुचली. तो त्याचा नवीन बंगला बांधत असताना त्याच्या त्या कामावर वडार समाजाची एक पस्तिशी ओलांडलेली बाई येत होती. तिचं नाव शारदा असं होतं. शारदा विवाहित होती. तिला दोन मुलं होती. तिचा एक मुलगा दहावीत शिकत होता. तिचा नवरा दगड फोडण्याचं काम करायचा. शारदाचं घर आणि सतीशचा नवीन बंगला अगदी समोरासमोर होतं. बंगल्याचं बांधकाम सुरू असताना सतीश तिच्याकडेच जेवायचा. कधीकधी तो तिच्या घरी वस्तीसुद्धा करायचा. सतीश आणि शारदा कधी एकमेकांच्या प्रेमात पडले हे त्यांचं त्यांनासुद्धा कळलं नाही. आपली लग्नं झाली आहेत, आपल्याला जाणती मुलं आहेत, याचासुद्धा त्या दोघांना विसर पडला होता. संसारात दुःखी असलेली माणसं प्रेमाची भुकेली असतात आणि नकळतपणे त्यांच्या हातून अनैतिक गोष्टी घडतात, याचं ते एक ढळढळीत उदाहरण होतं असं म्हटलं, तरी ते चुकीचं होणार नाही. सतीश आणि शारदा दोघं एकमेकांच्या प्रेमात पडल्यावर त्यांना कसलंच भान उरलं नव्हतं. त्यांना समाजाचीसुद्धा पर्वा नव्हती.

नवीन बंगल्यात राहायला आल्यावर सतीशची बायको सुरेखा हिच्या ते हळूहळू लक्षात येऊ लागलं. एके दिवशी सतीश शारदाला मोटारसायकलवर घेऊन गणपतीपुळे इथं जाऊन आला. कातरवेळ झाली होती. सतीश गणपतीपुळ्याला गेल्यापासूनच सुरेखाच्या अंगाची नुसती लाहीलाही होत होती. तिच्या दोन्ही डोळ्यांत रक्त उतरलं होतं. भविष्याच्या काळजीनं तिच्या पायाखालची जमीन सरकत होती. कधी एकदा आपला नवरा तावडीत सापडतो, असं सुरेखाला सकाळपासून वाटलं होतं. नवऱ्याची खरडपट्टी काढल्याशिवाय तिच्या जिवाला मुळी चैन पडणार नव्हती.

एखादी विवाहित बाई नवऱ्याची मारहाण, छळ, अत्याचार इत्यादी सहन करील; परंतु आपला नवरा दुसऱ्या बाईच्या नादी लागला आहे हे तिला कळल्यावर तिच्या अंगाचा नुसता तिळपापड होतो. ते तिच्या सहनशीलतेच्या पलीकडचं असतं. सुरेखासुद्धा त्याला बिलकूल अपवाद नव्हती.

सतीशनं घरात पाऊल टाकल्याबरोबर त्याच्या घरात भांडणाला सुरुवात झाली. एखाद्या चवताळलेल्या नागिणीगत फूत्कार टाकीतच सुरेखा त्याच्या अंगावर धावत गेली. एखाद्या चोराला जाब विचारावा तसं सुरेखानं मोठ्या आवाजात तिच्या नवऱ्याला विचारलं,

"कुठं गेला व्हतास?"

अचानक झालेल्या हल्ल्यानं सतीश थोडा सटपटलाच. नंतर त्यानं स्वत:ला सावरलं आणि तो त्याच्या लग्नाच्या बायकोला उत्तर देत म्हणाला,

"मी माझ्या कामाला गेलो होतो." सतीश खोटं बोलला.

"त्या रांडेला घेवून फिरत्यूस, तिच्यासंगट शॅण खात्यूस, आन् मला कामाला गेलू होतू म्हून सांगत्यूस? आरं, घरात जानती पोरं हाईत, त्याची वाईच लाज बाळीग. नेसूचं सोडून डोस्क्याला गुंडाळायला लागलाईस. मला काय कळत न्हाय? जनाची न्हाय पर मनाची लाज बालीग."

"तुला माझ्या घरात काय कमी आहे का?"

"तू त्या रांडेला घेवून दिस-उजेडी फिरत्यूस ते मी माझ्या डोळ्यांनी बगीत बसू?"

"उगाच कुणावर संशय घेवू नकोस. माझा राग किती येडझवा आहे हे तुला चांगलं माहीत आहे."

"मग तू काय मला मारनार हैस? मार बगू. आता मी तुझ्याकडं बगत्येच." सुरेखा नवऱ्याच्या छातीला छाती लावून रागाने त्याला म्हणाली.

बायकोचा आगाऊपणा पाहून सतीशला तिचा मनस्वी राग आला. दोन्ही हातानं त्यानं तिला जोरानं मागे ढकलून दिलं. सुरेखा मागच्या भिंतीवर जाऊन जोरानं आदळली. तिचं डोकं भिंतीवर आपटलं. तिच्या डोक्याला खोक पडून त्यातून भळाभळा रक्त येऊ लागलं. डोक्यातून वाहणारं रक्त पाहून सुरेखा आणखी चवताळली. "भाड्या, आता मी तुला सोडनार न्हाय. तुला मी माझा इंगा दावतेय." सुरेखाने तिच्या मोबाईलवरून लगेच तिच्या भावाला घडलेली घटना डोळ्यांतून अश्रू काढत सांगितली.

थोड्याच वेळात सतीशच्या दारात दोन-तीन रिक्षा भरून सुरेखाच्या माहेरची

माणसं आली. त्यांत महिलांचा भरणा अधिक होता. सुरेखानं रडतच त्यांना सांगितलं की, "आधी त्या सटवीच्या झिंज्या पकडून तिला घरातून वढून काढा." शारदाचं घर अगदी समोर होतं. पाच-सहा बायका कैदासिणीगत तिच्या घरात घुसल्या आणि त्यांनी तिच्या झिंज्या धरून तिला तिच्या नवऱ्यासमोर घरातून बाहेर ओढून काढलं. ओझरवाडीतून आलेल्या बायका निर्दयीपणे शारदाला लाथा-बुक्क्या घालून तुडवू लागल्या. सतीशला ते पाहवेना. तो धावतच शारदेच्या मदतीला गेला. चिडलेले बायका-पुरुष सतीशलासुद्धा निर्दयपणे मारझोड करू लागले. रात्रीच्या अंधारात पिंपळी गावात बऱ्याच उशिरापर्यंत तो राडा सुरू होता. शारदाला आणि सतीशला चांगला चोप देऊन आलेली माणसं रिक्षातून परत गेली.

सकाळी मी न्याहारी करीत असताना रमेशचा मला माझ्या मोबाईलवर फोन आला.

"काका, मी रमेश बोलतोय."

"बोल रमेश."

"काका, रात्री येक वंगाळ घटना घडलीय."

"कसली?"

"रात्री पिंपळीत मोठा राडा झाला."

"कशाबद्दल राडा झाला."

"काका, तितं सतीश येका बाईच्या नादी लागलाय. ती बाई आपल्याच समाजाची हाय. काल सतीश तिला घेऊन गणपतीपुळ्याला त्याच्या मोटार- सायकलवरून गेला व्हता. त्यामुळे राती वैनीचं नि त्याचं भांडण झालं. सुरेखा वैनीनं तिच्या माहेरच्या मान्सांना मोबाईलवर फोन करून बोलावून घेतलं. आलेल्या मान्सांनी सतीशला आणि त्या बाईला मारझोड केली."

"खूप मारलंय सतीशला?"

"व्हय."

"रमेशचं बोलणं ऐकून मला सतीशचा मनस्वी राग आला. त्याच्या त्या अश्लाघ्य वर्तनानं माझी मान शरमेनं खाली झुकली होती. त्याची मुलं शाळा-कॉलेजात शिकत होती. निदान त्यानं त्या मुलांचा तरी विचार करायला हवा होता, असं मला वाटू लागलं. त्यानं अक्षम्य गुन्हा केला असल्यानं त्याच्या मदतीला न जाण्याचं मी मनातून ठरवून टाकलं. त्याची त्याला शिक्षा मिळायलाच हवी, असंही मला वाटू लागलं. दुसरी एखादी अडचण त्याला आली असती, तर मी त्याला मदत करण्यासाठी अर्ध्या रात्रीसुद्धा धावत गेलो असतो; कारण माझ्या आईचा त्याच्यावर

भारी लोभ होता.

नवऱ्याला धडा शिकविण्यासाठी सुरेखा अगदी पेटून उठली होती. तिनं तिच्या भावाला, आईला सोबत घेऊन दुसऱ्या दिवशी लगेच चिपळूणचं पोलीस स्टेशन गाठलं आणि तिनं नवऱ्याच्या विरोधात तक्रार लिहून त्याच्यावर गुन्हा दाखल केला. सतीशच्या विरोधात गुन्हा दाखल झाल्यावर पोलिसांनी त्याला लगेच अटक करून तुरुंगात टाकलं.

सतीशला तुरुंगात टाकल्याचं मला कळताच मी रमेशला माझ्या मोबाईलवरून फोन करून त्याच्या जामिनाची व्यवस्था करायला सांगितली. सतीश शिक्षक म्हणून सरकारी नोकरी करीत होता. तो पोलीस कस्टडीत अठ्ठेचाळीस तासांपेक्षा अधिक काळ राहिला असता, तर त्याची नोकरी गेली असती. मी सरकारी नोकरी केली असल्यामुळे मला ते चांगलं ठाऊक होतं.

सतीश त्याच्या भावांना मदत करताना नेहमी स्वार्थी विचार करायचा. परंतु रमेश माझा फोन गेल्यावर त्याच्या भावांना सोबत घेऊन सतीशला मदत करण्यासाठी धावत गेला. सतीशची जामिनावर पोलीस कस्टडीतून सुटका झाल्यावर पुन्हा नवरा-बायकोमध्ये धुसफूस होऊ लागली. त्यांचा एकमेकांवरील विश्वास आता पार उडाला होता.

सुरेखाच्या भावाचं नाव सुरेश असं होतं. हे प्रकरण घडल्यामुळे तो आता पिसाळल्यागत करीत होता. डोक्यात राख घालून त्याने रमेशला मोबाईलवर फोन केला आणि तो त्याला दमदाटी करू लागला -

"आता मी गप्प बसणार न्हाय. समद्या नलावडे खानदानीचीच आता मी वाट लावून टाकणार हाय."

"आधी तू सोताचं बग. मग तू आमची वाट लाव."

रमेश त्याला त्याच्याच भाषेत उत्तर देत म्हणाला.

ठेच लागल्यावर माणूस शहाणा होतो. परंतु दुर्दैवाची बाब म्हणजे एवढं घडलं तरी सतीशच्या वागण्यात थोडासुद्धा बदल झाला नव्हता. कुणाच्या ध्यानीमनी नसताना एके दिवशी बायको, मुलांना वाऱ्यावर सोडून सतीश शारदेला घेऊन परागंदा झाला. सतीश बाईला घेऊन पळून गेला म्हणून समाजात त्याची आणि आमची छीऽथू होऊ लागली.

सतीश शिक्षक म्हणून एका शाळेत नोकरी करीत होता. शाळेतील मुलांना उत्तम संस्कार देऊन भविष्यातील चांगली पिढी घडविण्याची त्याची मोठी जबाबदारी होती. त्याच्या स्वतःच्या मुलांना स्वतःच्या पायावर उभं करण्याची जबाबदारीसुद्धा

त्याचीच होती. या सर्व बाबींचा विचार न करता तो एखाद्या टपोरीगिरी करणाऱ्या माणसाप्रमाणे शारदाला घेऊन पसार झाला होता. त्यामुळे त्याच्यावरील माझ्या रागात आणखी भर पडली. शारदासुद्धा सतीशच्या नादी लागून गरीब नवरा आणि मुलांना टाकून पळून गेली होती. बायको एका मास्तरला घेऊन पळून गेली म्हणून तिचा गरीब नवरा डोक्याला हात लावून बसला. त्याच्या दोन मुलांच्या भविष्याची काळजी त्याला सतावीत होती.

सतीश पळून गेल्यावर सुरेखाच्या माहेरच्या लोकांना आमचा राग आला. ते आमच्यावर नाहक आगपाखड करू लागले. करतो एक नि भोगतो दुसरा, अशी आमची गत त्या वेळी झाली होती. सतीशचा कुणालाच ठावठिकाणा लागत नव्हता. त्याने त्याचा मोबाईल बंद करून ठेवला होता. त्यामुळे मला त्याच्याशी मुळीच संपर्क करता येत नव्हता.

सतीश पळून गेल्याला आता पुरे दहा दिवस झाले होते. त्याचा कुठंही ठावठिकाणा लागत नव्हता. चिपळूणच्या वडार गल्लीत तो आता मोठा चर्चेचा विषय झाला होता. सुरेखाचा भाऊ सुरेश आता जंगलातील हिंस्र वाघाप्रमाणे पुन्हा डरकाळ्या फोडू लागला, "त्याला आता मी जिता ठिवणार न्हाय. त्याला मी जिता जिमिनीत गाडनार हाय. माझ्या भनीच्या संसाराचा त्यानं समदा इस्कोट करून टाकलाय." सतीशची यात मोठी चूक असल्यामुळे आम्ही सर्व तोंडात मिठाची गुळणी धरून बसलो होतो. सुरेशनं त्याच्या बहिणीला बंगला बांधण्यासाठी मोठ्या प्रमाणात आर्थिक मदत केली होती.

सुरेखा सुरेशची लाडकी बहीण होती. तिनं त्याला कोणतीही वस्तू मागितली तरी तो तिला 'नाही' म्हणायचा नाही. सुरेशचा मोठा भाऊ दत्ता दारू पिऊन गेल्या वर्षी वारला होता. तो स्वभावानं सुरेशपेक्षा कोपिष्ट होता. मागे एकदा सतीशचं आणि त्याच्या बायकोचं कडाक्याचं भांडण झालं होतं. सुरेखा रागानं तिच्या माहेरी निघून गेली होती. रमेशला सोबत घेऊन मी त्याच्या घरी मध्यस्थी करण्यासाठी गेलो होतो. तेव्हा दत्तानं मलासुद्धा अद्वातद्वा बोलून त्यानं त्याच्या घरी माझा अपमान केला होता. त्याचा अपमान सहन करून त्याची समजूत काढण्यासाठी मी प्रयत्न केला होता. चिपळूण पोलिसांच्या समोरसुद्धा त्यानं मला माझ्या तंगड्या तोडण्याची धमकी दिली होती.

आता दत्ता हयात असता तर आणखी विचित्र परिस्थिती निर्माण झाली असती. परंतु स्वर्गवासी झालेल्या दत्ताकडे एक चांगला गुणदेखील होता. कुणाच्याही चांगल्या किंवा वाईट प्रसंगाला दत्ता मदत करण्यासाठी धावत जायचा. एरवी तो दिवस-रात्र घरात दारू पीत असायचा. माझी आई दिनांक २९ ऑगस्ट १९९७ रोजी स्वर्गवासी

झाली, तेव्हा दत्ता चिपळूणवरून तिच्या रक्षाविसर्जनासाठी आला होता. सतीशच्या सासूचा स्वभावसुद्धा मायाळू होता. एकुलत्या एक लेकीसाठी ती नेहमी धडपड करीत असायची. सुरेखाकडे तिचं नेहमी जाणं-येणं असायचं.

शारदाला घेऊन पळून गेलेला सतीश अजून सापडत नव्हता. चिपळूणचा वडारसमाज त्याच्यावर खूप चिडला होता. सुरेखा आणि तिचा भाऊ आणखी त्यांना भडकावीत होते.

एके दिवशी मी माझ्या अंगणात गवत उगवू नये म्हणून गवंड्यांकडून सिमेंट, रेती आणि खडी मिसळून कोबा करून घेत होतो. सकाळी अकराची वेळ होती. माझ्या समाजातील दोन वयस्कर माणसं चिपळूणवरून माझ्याकडे आली. मी त्यांना अगदी नावानिशी ओळखत होतो. एकाचं नाव शामराव पवार होतं, तर दुसऱ्याचं नाव बाळू चव्हाण असं होतं. दोघांचे गंभीर चेहरे पाहून मी माझ्या मनात थोडा दचकलो.

चहा घेऊन झाल्यावर बाळू चव्हाण मला म्हणाले,

"रामू, तुझ्याकडं आमी येका खास कामासाठनं आलुय."

"बोला." मी अगदी सावधपणे त्यांना म्हणालो.

बाळू चव्हाण एक दीर्घ नि:श्वास सोडून पुढे थोड्या गंभीर आवाजात मला म्हणाले,

"रामू, त्याचं असं हाय की तुझ्या पुतण्यानं नको ते घाणेरडं काम केलंय. तो एक शाळामास्तर हाय. त्याला समजायला पाहिजे व्हतं. यात तुजी काय बी चुकी न्हाय, ते आमाला बी कळतंय. तू त्याला साळा शिकवलंस, नोक्रीला लावलंस हे आमाला समदं ठाव हाय. आजकाल पुतण्यासाठनं येवडं कोन करीत न्हाय."

"मी माझं कर्तव्य केलंय. पुढे तो असं काही करेल, हे मला स्वप्नातदेखील वाटलं नव्हतं." -मी.

"आता आपुन याक काम करू."

"कोणतं?"

"आपुन आता येकत्र बसून हा वाद येकदाचा मिटवून टाकू. म्हंजी तुला बी म्होरं त्याचा तरास नकु नि आमालासुदीक नकु. कसं?"

"तुझा भाव चिपळूणला हाय; पर त्याला यातलं काय बी बोलायला सुधरनार न्हाय. म्हून आमी तुझ्याकडं आलुय. वाद मिटवायचा की म्होरं असाच चालू ठेवायचा? सुरेखाचा भाऊ सुरेश सतीशवर लई चिडलाय. उंद्या त्यानं तुझ्या पुतण्याला दगाफटका केला, तर त्याला आमी जबाबदार ऱ्हानार न्हाय." शामराव पवार म्हणाला.

त्यांचं बोलणं ऐकून मला सतीशची काळजी वाटू लागली आणि त्याचा रागसुद्धा येऊ लागला. अपराध करणारा पळून गेला होता. तो तिकडे शारदेबरोबर मजा करीत होता. परंतु आम्हा सर्वांना त्याचा नाहक त्रास होत होता. हा वाद मिटावा असं आता मला मनापासून वाटू लागलं होतं.

मी त्यांना माझी संमती दर्शवीत म्हणालो,

''मी येतो बैठकीला. कधी आहे बैठक?''

''रविवारी. अकरा वाजता. बहादूर शेख नाक्याजवळ.'' बाळू चव्हाण मला माहिती देत म्हणाले.

''रमेशलासुदीक तुझ्यासोबत घेऊन ये.'' शामराव पवार मला बजावून सांगत म्हणाले.

''ठीकाय. मी माझ्या सोबत रमेशलासुद्धा आणतो.'' -मी.

''बरं, आता आपल्या बैठकीचं नक्की झालंय. दुसरी येक गोस्ट मला तुला इचारायची हाय.'' -शामराव पवार.

''विचारा.'' -मी.

''सतीश आता कुठं हाय त्ये तुला ठाव हाय का? म्हंजी त्यालासुदीक आपल्या बैठकीत सामील करून घेऊ. त्याच्या समुर काय तो फेसला करून टाकू. मांडीवर लहान मुलानं शी केली तर कोण मांडी कापून टाकत न्हाय.'' शामराव पवार मला अगदी मृदू भाषेत म्हणाले.

त्याचं मृदू भाषेतील बोलणं ऐकून माझ्या मनात संशयाची पाल चुकचुकली. नेमकं त्यांच्या मनात काय चाललंय हे मला कळेना. माझ्या मनात संभ्रम निर्माण झाला होता. गोड बोलून यांनी त्या ठिकाणी बोलावून घेऊन आपल्याला मारहाण केली तर? असा विचार माझा मनात आल्यावर मी एकदम दचकलो.

स्वत:ला सावरून मी त्यांना अगदी सावधपणे म्हणालो,

''सतीश कोठे आहे हे जर मला ठाऊक असतं, तर मी तुम्हाला सांगितलं नसतं का? पळून गेल्यावर त्यानं त्याचा मोबाईल बंद करून ठेवलाय. तुम्हाला त्याचा ठावठिकाणा सापडला, तर मला तुम्ही सांगा.''

''ठीकाय.'' -बाळू चव्हाण.

''रविवारी आमी तुमची वाट बगतो.'' -शामराव पवार.

''येतो मी.'' मी त्यांना आश्वासन देत म्हणालो.

चिपळूणवरून आलेली मंडळी परत निघून गेली. सायंकाळी मी रमेशला फोन करून माझ्यासोबत बहादूर शेख नाक्याजवळ रविवारी बैठकीला यायला सांगितलं.

तो माझं बोलणं ऐकून गंभीर आवाजात मला म्हणाला,

"काका, मी त्या बैठकीला येनार न्हाय."

"का?" मी त्याला आश्चर्यानं विचारलं.

"काका, आपल्याला बैठकीत बोलावून घेऊन त्या लोकांचा आपल्याला मारण्याचा डाव हाय. बैठकीला बायकासुदीक येणार हाईत. माझ्या कानावर ते समदं आलंय. तवा मी त्या बैठकीला येनार न्हाय. आन तुमीसुदीक जावू नका. सतीशचा राग ते आपल्यावर काडनार हाईत." रमेश मला सावध करीत म्हणाला.

रमेशचं बोलणं ऐकून मला एकदम धक्का बसला. माझ्या मनातील शंका खरी ठरली होती. मी त्याला म्हणालो,

"रमेश, मला त्या बायकांचा मार खायचा नाही. म्हणून मीसुद्धा त्या बैठकीला जाणार नाही. सतीशनं चूक करायची आणि आपण त्यांचा मार खायाचा?"

मी रविवारी चिपळूणला बैठकीला गेलो नाही म्हणून चार-पाच दिवसांनी सतीशची बायको सुरेखा तिच्या सख्ख्या मावशीला सोबत घेऊन माझ्या घरी मला भेटायला आली. त्या दोघी घरी आल्यावर सवितानं पाणी, चहा देऊन त्यांचा योग्य तो पाहुणचार केला. सुरेखाच्या स्वभावात असलेला ताठा, राग, गर्व इत्यादी आता गळून पडला होता. मनातून ती आता खचली होती. भविष्याच्या काळजीनं ती तिच्या मनात दुःखी कष्टी झाली होती. तिचे पाय आता सर्वनाश झाल्यावर जमिनीवर लागले होते. तिच्या रागीट स्वभावानं तिच्या संसाराची आता होळी झाली होती.

सुरेखाचा वेदनेनं पिळवटून गेलेला चेहरा पाहून मी माझ्या मनात असा विचार केला, की आता तिला तिच्या चुका दाखवून उपयोगाचं नाही. त्यामुळे तिच्या मनाला आणखी यातना होतील. मी सुरेखाला मृदू भाषेत समजावून सांगत म्हणालो,

"सुरेखा, सतीश असं काही करेल असं मला कधीही वाटलं नव्हतं. तो आमच्या संपूर्ण खानदानामध्ये नालायक निघाला. आपल्या समाजात त्यानं मला कुणाला तोंड दाखवायलासुद्धा शिल्लक ठेवलेलं नाही. त्याला मी त्याच्या लहानपणी सांभाळलं, त्याला शिक्षण दिलं, कर्ज काढून त्याचं मी लग्न केलं. त्याचं मला हे फळ मिळालं."

"मामा, मी आता काय करू? माझी मुलं आता लगनाला आलीत." सुरेखा डोळ्यातून टिपं काढत म्हणाली.

"तू बिलकूल घाबरू नकोस. तुझ्या पाठीशी आम्ही सर्व उभे आहोत. तुला तुझा भाऊ, तुझी आई आहे. तू आता जे पाऊल उचलशील त्याला माझी पूर्ण संमती आहे. तू तुझ्या मुलांच्या लग्नाची काळजी करू नकोस. मुलांच्या लग्नात आम्ही सर्वजण

तुला मदत करायला येऊ. चांगली रहा. काहीही काळजी करू नकोस. सतीश आज ना उद्या नक्की ताळ्यावर येईल. पळून गेलेली माणसं कधी ना कधीतरी नक्की ताळ्यावर येतात. आता त्याला त्याची चूक दिसणार नाही. पुढे त्याला त्याचा नक्की पश्चात्ताप होईल. एवढं तू लक्षात ठेव.''

''त्या भवानीनं माझ्या संसाराचा समदा इस्कोट करून टाकलाय. तिला काळा नाग डसू दे.'' सुरेखा रागानं म्हणाली.

''तुला जेव्हा तुझ्या नवऱ्याचा संशय आला होता, तेव्हा तू चार शहाण्या माणसांच्या कानावर ते घालायला हवं होतं. आता ही वेळ तुझ्यावर आली नसती.'' -मी.

''मामा, मला जवा त्यांचा संशोय आला व्हता, तवा मी त्यास्नी लई येळा समजावून सांगितलं. त्ये माझं आजाबाद काय आयकून घेत न्हवते. तिच्या पाय ते घरात माझ्याशी भांडत.''

''तुझा नवरा शिक्षक आहे. त्याला कळायला हवं होतं. तू तुझ्या मुलांना चांगलं सांभाळ. काही मदत लागली तर फोन करून मला सांग. तू स्वत:ला आता एकटी समजू नकोस. आम्ही सर्व तुझ्या पाठीशी आहोत.''

''मामा, आता मला आन् माझ्या मुलांना तुमचाच आधार हाय.'' सुरेखा पुन्हा डोळ्यांतील अश्रू पदरानं पुसू लागली.

'बुडती हे जन देखवे ना डोळा, म्हणूनी येत असे कळवळा.' मी माझ्या परीनं सुरेखाच्या मनातील दु:ख हलकं करण्याचा प्रयत्न करीत होतो. रमेश चिपळूणला असूनसुद्धा तिला काही मदत करीत नव्हता, म्हणून सुरेखाचा त्याच्यावर राग होता. रेणुकाचं आणि तिचं चांगलं मेतकूट जमायचं. परंतु या प्रकरणावरून रेणुका तिच्याशी बोलतसुद्धा नव्हती.

माझं बोलणं सुरेखाला पटलं होतं. तिला आता जगण्यासाठी आमचा आधार वाटू लागला. सायंकाळी सुरेखा तिच्या मावशीसोबत चिपळूणला परत निघून गेली. घरी गेल्यावर तिनं माझं म्हणणं तिच्या भावाला-सुरेशला- सांगितलं. सुरेखाचं बोलणं ऐकून त्याचा माझ्यावर असलेला राग पाऱ्याप्रमाणे उडून गेला.

सुरेखानं वकिलाची मदत घेऊन नवऱ्याकडून पोटगी मिळण्यासाठी चिपळूणच्या दिवाणी कोर्टात रीतसर दावा दाखल केला. कोर्टाने तिचा अर्ज मंजूर करून तिला आणि तिच्या तीन मुलांना रुपये आठ हजार पोटगी मंजूर केली. ती रक्कम आता सतीशच्या पगारातून दरमहा कापली जात आहे.

❖❖❖

२८

माझी सासू हयात होती, तेव्हा ती रिक्षा करून तिच्या लेकीला, मंगलला भेटण्यासाठी घरी यायची. मंगलला डोळ्यांसमोर पाहून तिचा सुरकुत्यांनी भरलेला चेहरा आनंदानं नुसता फुलून जायचा. "मंगल, बेस उंडाव येम?" (मंगल बरी आहेस ना) असं म्हणत ती तिच्या लेकीला मायेनं मिठी मारायची. माझी आई हयात होती, तेव्हा त्या दोघी घरात मनमोकळेपणानं गप्पा मारीत बसत. पूर्वी दोघींनीसुद्धा उन्हातान्हात खूप कष्ट केले होते. माझ्या सासूचं लग्न ती पाळण्यात असताना झालं होतं. माझ्या आईचंसुद्धा तिच्या लहानपणीच तिचं लग्न झालं होतं.

कोल्हापूर जिल्ह्यातील राधानगरी डॅमचं काम सुरू होतं तेव्हा माझ्या सासूची आणि माझ्या आईची तट्ट्यांची झोपडी अगदी जवळजवळ होती. त्या दोघींच्या गप्पांमध्ये राधानगरी डॅमच्या कामाचा विषय हमखास निघायचा. मी ते माझ्या कानानं कितीतरी वेळा ऐकलं होतं. माझी सासू माझ्या आईच्या अगदी जवळच्या नात्यातील होती. माझं लग्न झालं तेव्हा दोघींत थोडी धुसफूस झाली होती. नंतर पुन्हा त्या दोघींमध्ये गोडी निर्माण झाली होती. माझ्या सासूचा स्वभाव मायाळू आणि गरीब होता. ती मला कधीही तोडून बोलायची नाही. मी रस्त्यानं येताना दिसलो की, तिला संकोच वाटे. सासू फट म्हणून कुणालाच बोलायची नाही.

सासू देवाघरी निघून गेल्यावर बायकोचा माहेरचा आधार एकदम तुटला. माझ्या मेहुण्या कधीतरी तिच्या धाकट्या बहिणीला भेटायला येत असत. परंतु बायकोचे सख्खे भाऊ तिच्या घरी येण्याचं टाळत असत. भाऊबीज असो किंवा रक्षाबंधन असो, त्या दोन भावांना त्यांच्या बहिणीची चुकूनही आठवण होत नसे. बायकोचा धाकटा भाऊ रंगा तर माणसातच जमा नव्हता. तो त्याच्या बायकोच्या

मुठीत होता. समाजात त्याला 'बाईलभाड्या' म्हणून ओळखत. बायकोच्या मोठ्या भावाचं नाव शामू. तो स्वभावानं गरीब आणि मायाळू होता. परंतु त्याला रक्ताच्या बहिणीबद्दल बिलकूल ओढ नव्हती. त्यामुळे धाकट्या बहिणीच्या घरी तिला पाहण्यासाठी तो कधी येत नसे.

शामूला तीन मुली आणि एक मुलगा होता. त्याच्या मुलाची त्याच्या आई-वडिलांवर श्रद्धा होती. तो त्यांचा नेहमी आदर करायचा. बापलेक कंत्राटी कामं घेत. त्या कंत्राटी क़ामांत त्यांनी बक्कळ पैसा कमावला होता. कोल्हापूर शहरात राजारामपुरीमध्ये शामूच्या नावे वडिलोपार्जित जमीन होती. त्या जमिनीवर त्यानं कंत्राटी कामात पैसा कमवून तीनमजली सिमेंट-काँक्रीटचा बंगला बांधला होता. गावी बिनशेती झालेली जमिन होती आणि तो वीस लाखाचा फ्लॅट घेऊन त्यात कुटुंबासह राहत होता. सुलीचा नवरा शामूला त्याच्या कंत्राटी कामात मदत करीत असे. म्हणून शामू त्याची मर्जी राखून होता. सुलीचा नवरा गाडी घेऊन आल्यावर शामू त्याला भेटायला धावत जात असे. सुलीचा नवरा शामूला त्याच्या पंगतीत घेऊन जेवायचा. वीस-पंचवीस वर्षांपूर्वी रस्त्यावर खडी फोडणारा बायकोचा मोठा भाऊ शामू आता कंत्राटी कामं घेऊन चारचाकी गाडी घेऊन झोकात फिरत होता. त्याच्याकडे आलेल्या पैशामुळे त्यानं त्याच्या मनात असलेली भावा-बहिणींबद्दलची माया अगदीच पातळ केली होती. त्याला पैशाची जणू नशाच चढली होती.

शामूच्या धाकट्या मुलीनं दुसऱ्या जातीच्या मुलाबरोबर प्रेमविवाह केला होता. त्याचा राग शामूच्या मनात होता. दोन मुलांना जन्माला घालून त्याच्या धाकट्या मुलीचा नवरा अचानक आजारी पडून देवाघरी निघून गेला. नवरा अचानक निघून गेल्यावर त्याची मुलगी निराधार झाली. दोन लहान मुलांची जबाबदारीसुद्धा तिच्यावर येऊन पडली होती. राग विसरून आपला बाप आपल्याला आधार देईल म्हणून शामूची धाकटी लेक तिच्या दोन मुलांना घेऊन गावी आली.

शामूनं एक मातीच्या भिंती असलेली खोली भाड्यानं घेऊन तिच्या राहण्याची व्यवस्था केली. मुलांचं आणि तिचं पोटं भरण्यासाठी ती गावी आल्यानंतर काम शोधू लागली. एके ठिकाणी तिला चपात्या करण्याचं काम मिळालं. महिन्याला हजार रुपये पगार होता. एके दिवशी ती माझ्या घरी आल्यावर मला रडत रडत म्हणाली,

"मामा, माझ्या बापाकडं एवढा पैसा असून तो माझ्या मुलांकडं आणि माझ्याकडे बिलकूल लक्ष देत नाही. मी कसे दिवस काढत्ये हे माझं मलाच ठावूक."

मला तिची दया आली. अजून तिनं पस्तिशीसुद्धा ओलांडली नव्हती. तिला एक मुलगी आणि एक मुलगा होता, तिची मुलं अगदी नक्षत्रागत गोरीपान होती.

तिची दोन्ही मुलं मराठी शाळेत शिकत होती.

मी तिला समजावीत म्हणालो,

"तुला काही अडचण आली किंवा माझी तुला मदत लागली, तर तू मला केव्हाही फोन कर. तुझी मुलं मोठी होईपर्यंत तुला हा त्रास सोसावा लागणार आहे. नंतर तू सुखी होशील."

माझं बोलणं ऐकून तिला खूप बरं वाटलं. तिचं मन हलकं झालं. शामूच्या आणि त्याच्या एकुलत्या एक मुलाच्या हातातून पैसा कधी सुटत नाही, हे मला-सुद्धा ठाऊक होतं. शामूला प्रेमाचा लोभ नव्हता, परंतु पैशाचा जरूर होता. भगवान श्रीकृष्णानं सांगितलं, की सर्व संकटांचे, पापाचे मूळ लोभ हेच आहे. अतिलोभानं सत्य, दया, अहिंसा, प्रेम आणि प्रामाणिकपणा अशा सदगुणांचा नाश होतो. सर्व स्वाभाविक उच्च मनोधर्म लोप पावतात आणि नीच मनोधर्म प्रकट होतात. लोभामुळे आप्तेष्ट व मैत्रीतदेखील वैर निर्माण होतं.

शामू निरक्षर होता. त्याला लिहिता-वाचता अजिबात येत नव्हतं. तरीसुद्धा सुलीच्या नवऱ्यानं तोंडी आदेश देऊन त्याला खेड तालुक्याचा वडार समाजाचा अध्यक्ष केला होता. 'काला अक्षर भैंस बराबर' अशी अवस्था असणाऱ्या शामूला तालुक्यातील वडारसमाजाच्या अडीअडीचणी ठाऊक नव्हत्या. समोरच्या माणसाला आपलं म्हणणं पटवून देता येत नव्हतं, त्याच्या अंगात धडाडी नव्हती आणि समाजाबद्दल असणारी तळमळसुद्धा बिलकूल नव्हती. ठेकेदारी व्यवसाय करण्यापलीकडे त्याला कसलाच गंध नव्हता आणि समाजातील कुणीही अडचणी घेऊन त्याच्याकडे येत नव्हते. 'म्हातारा नवरा गमतीला' असं त्याच्याकडे पाहून वाटे. खेड तालुक्यात वडार समाज संघटना अस्तित्वात आहे, हे त्याला सोडून कुणालाच ठावूक नव्हतं.

शामूनं अद्याप लेटरपॅड जरी छापून घेतलं नसलं, तरी तो आपण तालुका वडार समाजाचे अध्यक्ष आहोत या तोऱ्यात वावरायचा आणि हे मानाचे पद आपल्याला सुलीच्या नवऱ्यामुळेच मिळालं आहे, याची त्याला पूर्ण जाणीव होती. म्हणून तो त्याच्यासाठी शीर तळहातावर घेऊन एका पायावरदेखील लढायला तयार होता. खाल्लेल्या मिठाला तो जागणारा होता.

सुलीचं लग्न १९७६ मध्ये दापोली इथं झालं. तिच्या लग्नापासून आमची तिच्या सासरच्या माणसांबरोबर वाकडीक निर्माण झाली होती. मानपानावरून तिच्या लग्नात मोठा राडा झाला होता. लोकांनी एकमेकांची डोकीसुद्धा फोडली होती. दगडांचा पाऊस पडला होता. ते वैर कमी न होता पुढे पुढे अधिकच वाढत गेलं होतं. शामूला ते चांगलं ठाऊक होतं. कुणाचा वाईटपणा घ्यायला नको म्हणून शामू नेहमी

आमच्या भांडणात तटस्थ राहायचा. आमची तो कधीच बाजू घेत नसे. मी त्याच्याकडून तशी कधीही अपेक्षा करीत नसे. माधुरीच्या लग्नात त्याला मी घरी जाऊन लग्नपत्रिका दिली होती. तरीसुद्धा तो सुलीच्या नवऱ्याचा वाईटपणा येईल म्हणून भाचीच्या लग्नाला आला नाही. किंवा घरातील अन्य कुणाला लग्नाला पाठविलं नाही. तो लग्नाला का आला नाही हे ओळखायला मला अजिबात वेळ लागला नाही. त्यामुळे त्या वेळी मला त्याचा थोडा रागसुद्धा आला होता.

माधुरीच्या लग्नाची पत्रिका देऊनसुद्धा तुम्ही लग्नाला का नाही आलात, असं मी शामूला नंतर कधीही एका शब्दानंदेखील विचारलं नाही. लग्न आणि मृत्यू कुणासाठी थांबत नसतात, हे मला ठाऊक होतं.

माझ्या मनात नेहमी असा विचार यायचा की, सुलीची आणि आपली जशी ताटातूट झाली आहे, तशी बायकोची आणि तिच्या माहेरच्या माणसांची होऊ नये. सुलीच्या एका भेटीसाठी आम्ही आमच्या मनात किती आतुर असतो, हे आम्हालाच ठाऊक होतं. आक्काला सुलीची नुसती आठवण जरी झाली, तरी तिच्या डोळ्यांतून लगेच मायेनं आसवं गळायला लागतात.

शामू त्याच्या बहिणीला- मंगलला- भेटायला घरी का येत नाही, याचा जाब आपण त्याला घरी जाऊन विचारायचा, असं मी माझ्या मनात ठरवून टाकलं. एके दिवशी त्या तिरीमिरीतच मी त्याच्या फ्लॅटवर जाऊन धडकलो. शामू घरीच होता. त्याची बायको (शांता), सून, नातवंडंसुद्धा घरातच होती. मला दारात उभा असलेला पाहून तो त्याच्या तोंडावर उसनं हसू आणत मला आत बोलावीत म्हणाला, "रामू, ये ना आत." त्यानं आत बोलावल्यामुळे मी निःशब्दपणे पावलं टाकीत आत गेलो आणि त्याच्या घरातील किमती सोफ्यावर बूड टेकलं. मी अचानक त्याच्या घरात आल्यामुळे शामू थोडा गोंधळून गेला होता. त्याचा गोंधळलेला चेहरा पाहून माझ्या ते ध्यानात आलं होतं. त्याची बायको शांतादेखील माझ्याकडे भांबावून पाहत होती.

थोड्या वेळानं श्वास छातीत भरून घेतल्यानंतर मी त्याला अगदी स्पष्टपणे विचारलं,

"मामा, मी तुम्हाला आमच्या घरी यायचं नाही म्हणून कधी म्हणालो का?"

"न्हाय बा." शामू डोळे विस्फारून मला म्हणाला.

"माझी बायको म्हणाली का?"

"न्हाय बा."

"माझी मुलं तुम्हाला काही बोलली काय?"

"न्हाय बा."

"मग तुम्ही मला आता सांगा, तुमच्या बहिणीला भेटायला, तिची खुशाली विचारायला तुम्ही का नाही येत? तुम्हाला कुणी तुमच्या धाकट्या बहिणीला भेटायचं नाही म्हणून सांगितलेलं आहे का?" मी त्याला अगदी खिंडीत पकडत म्हणालो.

माझं सडेतोड बोलणं ऐकून शामू आणखी गोंधळून गेला. आता माझ्यासमोर काय बोलावं, असा त्याला प्रश्न पडला होता. माझा प्रश्न अगदी रोखठोक असल्यानं त्याची द्विधा मन:स्थिती झाली होती. यात त्याचीच चूक आहे, हे त्यालासुद्धा कळून चुकलं होतं.

दीर्घ नि:श्वास सोडून शामू थोड्या वेळानं मनात खजील होऊन मला म्हणाला,

"रामू, मला माझ्या बहिणीला बगायला यायला पाह्यजे व्हतं."

"मामा, असं जर सुलीच्या करोडपती नवऱ्यानं माझ्या घरी येऊन सांगितलं असतं, तर मी त्याच्या पायावर नतमस्तक झालो असतो."

"सुली मजेत हाय. गणपतीला ती मला दिसली व्हती. तिच्या नवऱ्यानं तिला म्वॉप सोन्याचे दागिने केलेत."

"नुस्तं अंगावर सोन्याचे दागिने घालून त्याचा काय उपयोग? सोन्याचे दागिने घातले म्हणजे तिला भाऊ, बहिणी थोडेच भेटणार आहेत? तिच्या नवऱ्यानं जर मोठं मन करून तिला आम्हाला भेटायला सांगितलं असतं, तर तो आणखी मोठा माणूस झाला असता. आम्हाला भेटून सुलीलासुद्धा खूप आनंद वाटला असता. मला एवढंच कळतंय की, रक्ताच्या नात्यापासून कुणी कुणाला तोडू नये. माणसाच्या जन्माला येऊन आपण माणसासारखं वागायला नको?"

"खरं हाय तुझं म्हण्णं." माझ्या सुरात सूर मिसळत शामू म्हणाला.

नंतर मी तोंडातून चकार शब्द न काढता छताकडे पाहत शांत बसलो. त्याची नातवंडं माझ्यासमोर बसून शाळेतील अभ्यास करीत होती. त्याच्या नातवंडांना वडारी भाषेचा अजिबात गंध नव्हता आणि ती शिकण्याचीसुद्धा त्यांना आवड नव्हती. ती त्यांच्या घरात मराठीतच बोलत होती. मी त्यांच्या घरी आगंतुक गेलो होतो.

थोड्या वेळानं मी पुन्हा बोलायला तोंड उघडलं.

"मामा, तुझ्याकडे येण्याच्या पाठीमागे माझा आणखी एक चांगला उद्देश आहे."

"कोणता? सांग बगू." तोंडाचा चंबू करून शामू मला म्हणाला.

"सांगतो. मामा, तू वडार समाजाचा अध्यक्ष म्हणून गेली दोन-तीन वर्षं काम करतोस."

"बरोबर." -शामू.

"नाती टिकली तरच आपला समाज टिकणार आहे. तू माझ्या घरी येऊन तुझ्या धाकट्या बहिणीला भेटलास, तर मला मोठं घबाड मिळणार नाही. तू तिला भेटलास तर त्याचं तिला नक्की समाधान वाटेल. तू माझ्या बायकोला काहीही देऊ नकोस. तिची तशी तुझ्याकडून अपेक्षासुद्धा नाही. मला सरकारी पेन्शन मिळते. त्यात आमचं सर्व भागत असतं."

शामूला मी अगदी स्पष्टपणे बोलून दाखविल्यामुळे तो आणखी खजील झाला. त्याच्या डोळ्यांत मी झणझणीत अंजन घातलं होतं. त्यामुळे माझं मन थोडं हलकं झालं होतं. नंतर शामूच्या सुनेनं दिलेला गरम चहा घेऊन मी त्याच्या घरातून बाहेर पडलो. दोन-तीन दिवसांनी शामू त्याच्या बायकोला सोबत घेऊन माझ्या घरी मंगलला भेटायला आला. मंगलची आपुलकीनं चौकशी करून तो चहा-पाणी करून समाधानानं त्याच्या घरी निघून गेला. त्यामुळे मी माझ्या मनात थोडा सुखावलो.

❖❖❖

२९

सुलीचं आम्हाला नखसुद्धा दिसू नये यासाठी तिच्या सासरची माणसं नेहमी दक्षता घेत. सुलीचं लग्न झाल्यावर तिचा सासरी छळ झाल्यावर मी तिचा कैवार घेऊन त्यांच्याशी भांडत असे, त्यांना त्याचा जाब विचारीत असे. दोन-तीन वेळा मी त्यांना पोलीस स्टेशनची पायरीसुद्धा चढायला लावली होती. त्यामुळे त्यांचा माझ्यावर प्रचंड राग होता. ते नेहमी मला पाण्यातच बघत होते. मी सुलीच्या सासरच्या माणसाबरोबर भांडतो, त्यांना त्याचा जाब विचारतो म्हणून माझी आई- सुद्धा मला रागवायची.

आई रागानं मला शिव्या देत म्हणायची,

"भाड्या, तुला कळत कसं न्हाय? आपलं मूठभर कॅस त्यांच्या हातांत हायत. तवा त्यास्नी दुकवून आपल्याला जमायचं न्हाय. तू त्यांच्याशी भांडत्योस, पर सुलीला त्याचा आनकी तरास व्हतू. येवडा तू शिकलास, सरकारी नोकरी करत्युस, पर तुला काडीचीदिकून अक्कल न्हाय बग. माझ्या सुलीला त्यानं काय केलं तर मी काय जिती ऱ्हानार न्हाय. गळ्याला फास लावून जीव दीन."

"तिच्या न्हवऱ्यानं तिचं डोकं फोडलं तरी मी त्यांना विचारायचं नाही? असं कसं तू म्हणत्येस? ती माझी पाठची बहीण आहे, मला तिची दया येणारच. आपण त्यांना त्याचा जाब विचारला नाही, तर त्यांचं आणखी फावेल."

"तू लई शाण्या बोड्याचा हैस. गप्प बैस."

आई माझं काहीही ऐकून घेत नसे. सुलीच्या सासरच्या माणसांना मी काहीही बोलू नये म्हणून ती मला पुन्हा ताकीद द्यायची. तिनं सांगितल्याप्रमाणे मला तसं वागायला जमत नसे. प्रयत्न करूनसुद्धा मला त्यात अपयश येत होतं. निमूटपणे

अन्याय सहन केल्यावर अन्याय करणाऱ्याचा जोर आणखी वाढतो, हे मला ठाऊक होतं.

आई सुलीला गावी असलेल्या बंगल्यात भेटायला जात असे. सुलीच्या सासरच्या माणसांनी तिला तिच्या लेकीला भेटायला जात असताना पाहू नये म्हणून एखाद्या चोराप्रमाणे आई सुलीच्या बंगल्यात जायची. सुलीला डोळ्यांसमोर पाहून तिचं काळीज सुपाएवढं व्हायचं नि आतड्याच्या मायेनं तिच्या डोळ्यांतून लगेच टीपं गळायला सुरुवात व्हायची, तिच्या घशात हुंदका दाटायचा. सायंकाळी रानात चरून आलेली गाय गोठ्यात तिचं वासरू पाहून जशी आनंदित होते तसा आनंद आईला सुलीला पाहून व्हायचा. सुलीच्या घरात आईला शिव्या घालून तिचा कुणी अपमान केला, तरी ती माझ्या कानावर कधी घालायची नाही. माझी आई नेहमी 'आरेला कारे' करणारी होती. तशी ती कुणाचं ऐकून घेणारी नव्हती. परंतु सुलीमुळे तिची जीभ त्या ठिकाणी अगदी टाळूला चिकटायची, ती हतबल व्हायची. आपल्या लेकीला या ठिकाणी त्रास होऊ नये म्हणून ती त्यांनी केलेला अपमान निमूटपणे सहन करीत असे. लेकीसाठी तिचं काळीज तीळ तीळ तुटायचं. तिच्या पोटातील दुःख ती मला कधी सांगत नसे. त्यामुळे तिला कधी रात्री सुखाची झोप मिळायची नाही. अंथरुणात आई नुसती तळमळत असायची. जरा रात्री कुठं खुट्ट झालं तरी ती लगेच उठून बसायची. शेवटी शेवटी तिनं 'सुलीऽऽ सुली' करीत तिचा धोसराच घेतला होता आणि त्यातच ती हे जग सोडून कायमची निघून गेली.

सुलीचं लग्न झालं तेव्हा तिचा नवरासुद्धा दगड फोडण्याचं पारंपरिक काम करायचा. जिद्द, चिकाटी आणि मेहनत करण्याची त्याच्या अंगात धमक असल्यानं ठेकेदारीच्या कामात त्याला यश येऊन तो बघता बघता करोडपती झाला. तालुक्यात सर्वांना त्याचं आश्चर्य वाटलं. एका मागासवर्गीय माणसानं ठेकेदारी व्यवसायात मारलेली गरूडझेप पाहून लोकांनी आश्चर्यानं तोंडात बोटं घातली. समाजात त्याची मोठी पत वाढली, तो म्हणेल तसा समाज त्याच्यासमोर माना डोलावू लागला. सुलीच्या नवऱ्यानं ठेकेदारीच्या व्यवसायात मिळवलेलं यश पाहून तो माझा मेहुणा म्हणून मला त्याचा जरूर अभिमान वाटत होता. परंतु सुलीची कड घेऊन त्याच्याशी संघर्ष करणं, हे आता माझ्यासाठी एवढं सोपं काम राहिलं नव्हतं. येथील समाजाचा कल त्याच्याच बाजूनं होता, हे माझ्यासुद्धा लक्षात आलं होतं. न्यायासाठी मी मागे त्याच्या विरोधात तक्रार लिहून देण्यासाठी जेव्हा पोलीस स्टेशनची पायरी चढली होती, तेव्हा माझी जी फजिती झाली होती, ती मी अजूनही विसरू म्हणता विसरू शकलो नव्हतो. 'भीक नको पण कुत्रं आवर' अशी त्या वेळी पोलिसांनी माझी गत

करून टाकली होती. त्यामुळे मी पोलिसांचा धसकाच घेतला होता. एवढी प्रतिकूल परिस्थिती असतानादेखील सुलीसाठी मी त्यांच्यासमोर कधी हार पतकरली नव्हती आणि पुढेसुद्धा पतकरणार नव्हतो.

सुली पुण्याला राहायला गेल्यापासून तिचं दर्शन आम्हाला दुर्मीळ झालं होतं. तिची खुशाली कुणाकडूनसुद्धा कळेना.

सुलीच्या नवऱ्यानं तिला एकदाच दमदाटी करीत ताकीद देऊन ठेवली होती–

"तुझ्या माह्येरची मान्सं लई नालायक हाईत. त्यांचं नावसुदीक माझ्या म्होरं कधी काडायचं न्हाय. तुला जर त्यास्नी भेटायचं असलं तर तू त्यांच्याकडे आक्शी बेलाशक जाऊ शकत्येस. पर पुन्नींदा तू माझ्या घरी कधी यायचं न्हाय. कळलं?"

नवऱ्याचं बोलणं ऐकून सुलीच्या पोटात भीतीनं खड्डा पडला होता. तिला तीन मुलं होती. नातवंडं, सुना होत्या. त्यांच्याशी फारकत घेऊन तिला एक दिवससुद्धा जगता येणार नव्हतं. त्यामुळे तिनं मनावर दगड ठेवून 'या घरात पुन्ना कधी आपल्या माह्येरची आठवण काडायची न्हाय' अशी तिनं मनात पक्की खूणगाठ बांधून ठेवली होती. माहेर सोडून इतके दिवस ती जगतच होती. पुढे ती तशीच जगणार होती.

सुलीनं जरी मनात खूणगाठ बांधून ठेवली असली, तरी तिला मनातून आम्हाला भेटावंसं वाटायचं, आमच्याशी तिला बोलावंसं वाटायचं. शरीराला बंधनं घालता येतात. परंतु मनाला कशी बंधनं घालणार? मन चंचल असतं. ते कुणाच्याही चिमटीत कधी सापडत नाही. घरात काही काम नसेल तेव्हा सुली माहेरच्या आठवणीत अगदी तासन् तास रमायची आणि त्या आठवणींनी काळीज कुरतडू लागलं, तर ती तिच्या डोळ्यांतील अश्रूंना मोकळी वाट करून द्यायची. तिचा स्वभाव अगदी साधा असल्यानं तिला कुणाशी कधी भांडतासुद्धा यायचं नाही. कधीतरी तिचा राग अगदीच उफाळून आला तरच ती भांडायची.

विज्ञानयुगातील मोबाईलचा शोध हा सुलीसाठी वरदान ठरला, असं म्हणायला काहीही हरकत नाही. मोबाईलनं तिच्या बऱ्याच अडचणी सुटल्या. तिच्याकडे मोबाईल आहे हे तिच्या नवऱ्यालादेखील माहीत नव्हतं. एखादा किमती हिरा लपवून ठेवावा तसं सुली तो मोबाईल तिच्या नवऱ्यापासून लपवून ठेवत असे आणि दुपारी घरात कुणी नसताना ती हळूच बाथरूममध्ये जायची. बाथरूमची कडी घट्ट घालून ती हळू आवाजात आमच्याशी बोलायची.

सुलीला सुरुवातीला मोबाईल लावता येत नसे. तिच्याकडे चपात्या लाटायला, जेवण करायला किंवा लादी पुसायला मोलकरणी येत. त्यांच्याकडून सुली मोबाईल लावायला शिकली होती. सुलीनं केलेली भाजी तिच्या नवऱ्याला खूप आवडायची,

म्हणून सुली त्याच्यासाठी भाजी करीत असे. श्रीमंती आल्यावर ज्या व्याधी माणसाच्या शरीरात घुसतात तसा त्या व्याधींनी सध्या तिचा नवरा त्रस्त असल्यानं त्यानं हॉटेलातील चमचमीत जेवणखाणं सोडून दिलं होतं. डॉक्टरानं त्याला तसा सल्ला दिला होता. गरिबी होती तेव्हा त्याचं शरीर त्यानं काहीही खाल्लं तरी पचवत होतं. परंतु त्याच्याकडे श्रीमंती आल्यावर त्याच्या खाण्यावरसुद्धा बंधनं आली होती.

सुलीच्या नवऱ्याची आई-वडिलांवर, भावा-बहिणीवर खूप माया होती. तो त्यांची नेहमी काळजी घेत असे. त्यांना दुखलं-खुपलं तर तो लगेच त्यांच्यावर उपचार करण्यासाठी त्यांना त्याच्या महागड्या गाडीत घेऊन दवाखाना गाठायचा. तिरुपती-बालाजीच्या दर्शनासाठी त्याला जायचं असेल, तेव्हा त्याचं अख्खं कुटुंब तो विमानातून घेऊन जात असे. त्याच्या त्या कुटुंबात जवळजवळ एकूण वीस-बावीस तरी माणसं होती. माझी मेहुणी पायीसुद्धा त्यांच्या सोबत कधीकधी जात असे. तिला त्यांच्याकडून पैसा मिळत असल्यामुळे ती त्यांना मदत करण्यासाठी अर्ध्या रात्रीसुद्धा त्यांच्याकडे उठून जायची.

बालाजीला गेल्यावर त्यांचा मुक्काम कमीत कमी दहा दिवस तरी महागड्या हॉटेलात पडायचा. दहा-पंधरा तास रांगेत उभं राहून बालाजीचं दर्शन झालं, की त्यांना आपल्या मानवी जीवनाचं सार्थक झालं असे वाटे. बालाजीच्या दर्शनासाठी लाखो रुपयांचा जरी चुराडा झाला, तरी सुलीच्या नवऱ्याला त्याची अजिबात पर्वा नसायची. देवानं आपल्याला पैसा दिल्यावर त्याच्यासाठी थोडा पैसा खर्च केल्यावर काहीही बिघडत नाही, उलट तो आपल्याला आणखी पैसा देईल, आपण आणखी श्रीमंत होऊ, असा तो नेहमी विचार करीत असे. गणपती उत्सवाला कुणी त्याच्याकडे वर्गणी मागितली तर तो त्यांना लाखालाखाची मदत करायचा. त्यामुळे त्याच्याकडे मदत मागायला जाणारे त्यांना तेव्हा माझा मेहुणा अगदी 'देव' वाटायचा.

तिरुपती बालाजीच्या दर्शनाला जायचं असेल, तेव्हा सुली मला आधीच मोबाईल करून सांगायची की, "आता तू माझ्या फोनची दहा-पंधरा दिवस वाट बघू नकोस." तिरुपतीला किंवा शिर्डीच्या साईबाबाचं दर्शन घेऊन आल्यानंतर सुली तिकडे काय काय घडलं, हे मला मोबाईल करून सांगायची. तिनं मला देवाची माहिती पुरवल्यामुळे माझंसुद्धा देवदर्शनाचं पवित्र कार्य खिशातील एक दमडीसुद्धा न खर्च करताच आपोआप होऊन जात असे. मलासुद्धा देवदर्शनाचा महामूर आनंद मिळायचा. खिशातील पैसे खर्च करून मी कुठंही निव्वळ देवाचं दर्शन घेण्यासाठी कधीच जात नसतो. माझा देव माझ्या घरात आहे आणि मी प्रामाणिकपणे केलेल्या कामात आहे, असं मी माझ्या मनात नेहमी समजत असतो. देवाला लाखो-करोडो

रुपयाचं दान देऊन तो पावतो का? असा विचार नेहमी माझ्या मनात येत असतो.

सुलीच्या नवऱ्याची देवावर भक्ती होती. तो नेहमी देवांना भजायचा. त्याला वाटायचं की, देवानंच आपल्याला एवढी संपत्ती दिली आहे. त्याच्यासाठी खर्च केलेलं कधी वाया जात नसतं. आयकर खात्याची त्याच्या बंगल्यावर कधीकधी धाडसुद्धा पडायची. त्या धाडीत सापडलेलं सोनं-नाणं जप्त व्हायचं. परंतु एखाद्या फिनिक्स पक्ष्याप्रमाणे तो पुन्हा नवी ऊर्जा घेऊन झेप घ्यायचा. ठेकेदारीचा व्यवसाय पुढे चालेल किंवा नाहीसुद्धा चालणार. तो त्यांच्या भावांच्या नावे गावी-पुण्यात इस्टेटी करून ठेवीत होता.

एकदा सुलीची लेक तिला वैतागून म्हणाली,

"अण्णाला बिलकूल अक्कल नाही तो त्याच्या भावांचीच भर करीत असतो. मुलांच्या नावे काहीही इस्टेटी करीत नाही."

सुली नवऱ्याचा कैवार घेत लेकीला म्हणाली,

"तुला त्यांनी येक कोटीचा बंगला बांदून दिला न्हाय? आनीक तुला काय पाह्यजे?"

सुलीची तिन्ही मुलं शांत आणि समंजस असली, तरी त्यांचा आईपेक्षा वडिलांकडे अधिक कल होता. ती मुलं आमच्याकडे कधी येत नसल्यामुळे त्यांना आजोळची बिलकूल ओढ नव्हती. आमच्याबद्दल त्यांचा पहिल्यापासून गैरसमज करून दिला असल्यामुळे ती मुलंसुद्धा आमचा द्वेष करीत होती. सुली फोनवर धाकट्या लेकापेक्षा नेहमी थोरल्या लेकाचं कौतुक करीत असे. सुलीला कधीतरी तिच्या थोरल्या लेकाचा राग आला, तर ती त्याच्याशीसुद्धा घरात भांडत असे. ती रागावली की, तिच्या दोन्ही सुना तिची समजूत घालण्यासाठी यायच्या. सुलीला प्रचंड राग आला असेल, तेव्हा ती तिच्या सुनांना तिच्या खोलीत दार उघडून घेत नसे. मग त्या बाहेरून "आईऽऽ आई, दार उघडा" असं म्हणत. परंतु सुली त्यांना अजिबात दाद देत नसे. घरात सुनांच्या बरोबर, मुलांच्या बरोबर जरी वादावादी झाली असली, तरी सुली कधी ते तिच्या नवऱ्याच्या कानावर घालीत नसे. त्याला कधीकधी त्याचा कामाचा मनस्ताप होत असे. नवऱ्याला आणखी त्रास होऊ नये म्हणून सुली तोंडात मिठाची गुळणी धरून गप्प बसायची.

सुली कधी तिच्या मुलांवर किंवा तिच्या सुनांवर रागावली असली तर मोबाईलवर गोड बोलून मी तिची समजूत घालायचो. माझं बोलणं ऐकून सुलीचा राग अगदी पाऱ्याप्रमाणे उडून जायचा. पुन्हा ती तिच्या मूळ स्वभावावर येत असे. तिचं दुःख समजून घेणारी व्यक्ती त्या घरात कुणी नव्हती. तिला तिच्या मनातील दुःखसुद्धा त्या

घरात कुणाला सांगता येत नसे. त्यामुळे कधीतरी तिच्या रागाचा ज्वालामुखीप्रमाणे भडका उडायचा. सुलीची धाकटी सून शिकलेली आणि समजूतदार होती. सुली तिला जरी अद्वातद्वा बोलली, तरी ती पुन्हा तिच्याकडे "आईऽऽ आई" करीत यायची आणि ती सुलीची समजूत घालीत गोड आवाजात म्हणायची,

"आई, आपल्या घरात आपण कधी भांडत बसायचं नाही. आपण असं भांडलो की, तुमच्या बाकीच्या जावांना त्याचा खूप आनंद होतो."

सुलीचा आता जसा स्वभाव होता, तसा तिचा स्वभाव तिच्या लहानपणी- सुद्धा होता. त्यात काहीही बदल झाला नव्हता. स्वभावाला औषध नसतं, हे सगळ्यांना ठाऊक आहे. सुलीची आणि माझी आमच्या लहानपणी खूप भांडणं होत असत. आम्ही लहान होतो तेव्हा आम्हाला कधीही पोटभर खायला मिळायचं नाही, अंगावर घालायला कधी नवीन कपडे मिळायचे नाहीत. खाली जमीन आणि वर मोकळं आभाळ, हेच आमच्या नशिबी होतं. चार-पाच महिने झाले की, विंचवाचं बिऱ्हाड पाठीवर याप्रमाणे आम्ही गावगन्ना फिरायचो.

मला माझ्या लहानपणी घडलेली एक घटना अजूनही लख्ख आठवते. आईनं सुलीला आणि मला एका पोचा आलेल्या जर्मनच्या ताटलीत मिलोची अर्धी अर्धी भाकरी मिठाच्या खड्याबरोबर खायला दिली होती. मी माझ्या वाटणीला आलेली अर्धी भाकरी गपागपा पटकन खाऊन टाकली. पाणी पिऊनदेखील माझं पोट अजिबात भरलं नव्हतं. सुलीच्या हातात असलेल्या भाकरीवर माझा डोळा होता. ती अगदी सावकाश भाकरी दातलत बसली होती. एका बेसावध क्षणी आकाशातील घार जशी कोंबडीच्या पिलावर झेप घालून ते पिलू पायात धरून नेते, त्याप्रमाणे ती सुलीच्या ताटलीतील भाकरी उचलून धूम ठोकली. "माझी भाकरी न्हेली" म्हणत सुलीनं भोकाड पसरलं.

सुलीला रडताना पाहून आई माझ्या मागे हातात दगड घेऊन लागली. मी तिला सापडलो नाही. हातातील दगड माझ्या दिशेनं रागानं भिरकावून ती मला मोठ्या आवाजात म्हणाली, "भाड्या, आता तू राती माझ्याकडं पुन्ना भाकरी मागायला ये. मी राती तुला आज उपाशीच ठिवणार हाय."

आईचं बोलणं माझ्या कानात शिरलं नव्हतं. माझ्या हातातील भाकरीचा तुकडा पाहून मला मूठभर सोनं सापडल्यागत आनंद झाला होता. एका कातळावर बसून मी हातातील भाकरीचा लगेच फडशा पाडला आणि पोटभर पाणी पिऊन तृप्तीची ढेकर दिली. रात्री खूप उशिरानं मी घरी गेलो. तेव्हा आईचा माझ्यावरील असलेला राग पाऱ्याप्रमाणे उडूनसुद्धा गेला होता. तिनं मला रात्री खायला भाकरी दिली.

माझ्यानंतर माझ्या आईवडिलांनी कामशेटजवळ असलेल्या काले- कॉलनी येथे सुलीला मराठी शाळेत घातलं. सुली माझ्यापेक्षा तीन यत्ता मागे होती. मी पाचवीत होतो, तर ती दुसरीत शिकत होती. सुली चिखलसे गावी तिसरीत वार्षिक परीक्षेत नापास झाल्यावर तिनं शाळेला कायमचाच रामराम ठोकला. तिनं शाळा सोडल्यावर त्याचं कुणालाच वाईट वाटलं नाही. सुली नापास झाल्यावर मी त्या वेळी तिच्यावर एक छोटी कविता रचली होती. ती कविता मला आता पंचेचाळीस वर्षांनंतरसुद्धा आठवत्येय. ती कविता अशी होती :

"ही लोणावळ्याची चिक्की
यंदा नापास झाली तिक्की"

तिक्की म्हणजे आमच्या वडारी भाषेत वेडी. मी ही कविता म्हणून तिला सारखी चिडवायचे. सुलीला त्याचा भारी राग यायचा. ती रडत रडत "घिरण्या, भाड्या, रक्ताड्या" इत्यादी शेलक्या शिव्या मला द्यायची. सुलीच्या शिव्या पहिल्यापासून माझ्या चांगल्या अंगवळणी पडल्यामुळे मला त्याचं काही वाटायचं नाही.

सुलीचा जावई स्वभावानं चांगला होता. तो पेशाने शासकीय अभियंता होता. सासू-सासऱ्यांबद्दल त्याच्या मनात आदराची भावना होती. सुली मोबाईल फोनवर जावयाचं नेहमीच कौतुक करायची.

"माझा जावई सोभावानं लई चांगला हाय. त्याला वरकमाईसुदीक चांगली मिळत्ये. पर माझी लेक कधीकधी भाजी न्यायची हाय म्हून माझ्याकडं पन्नास रुपये उसनं मागून न्हेते. ते पैसं ती कधी परत देत न्हाय. माझ्या न्हवऱ्याचा त्याच्या लेकीवर भारी जीव हाय. तिनं येकुदी वस्तुक कधी मागितली, तर त्यो कधी तिला न्हाय म्हणतच न्हाय. माझ्या लेकीचा मोठा लेक सारकं सारकं आजारी पडत अस्तु. डाक्टरनं त्याला जपायला सांगितलंय."

सुलीचा जीव जसा तिच्या दोन लेकांवर होता तसा तिच्या एकुलत्या एक लेकीवरसुद्धा होता. आठ वर्षांपूर्वी तिच्या लेकीचा पाय मुरगाळून फ्रॅक्चर झाला होता. तेव्हा तिच्या पायात नळी घालून ऑपरेशन करण्यात आलं होतं. ती पायात घातलेली नळी वेळेत काढली नसल्यामुळे ती हाडांना घट्ट चिकटून बसली होती, आणि तिच्या लेकीला त्याचा त्रास होऊ लागला. डॉक्टरांनी पायाचं ऑपरेशन करून ती नळी काढण्याचा खूप प्रयत्न केला. परंतु त्यांना त्यात यश आलं नाही. लेकीचे हाल डोळ्यांनी पाहून सुली दवाखान्यातच ढसाढसा रडू लागली.

❖❖❖

३०

आज मे महिन्याची ७ तारीख होती. दुर्गाम्मा देवीची जत्रा करण्यासाठी सुली तिच्या नवऱ्याबरोबर गावी आली होती. तिच्यासोबत तिची मुलं, नातवंडं, दीर, जावा इत्यादी सर्वजण आले होते. सुलीच्या मुलांची आणि तिच्या पुण्याला राहणाऱ्या दिरांच्या स्वत:च्या महागड्या किमतीच्या चारचाकी गाड्या होत्या. आपापल्या बायका-मुलांना घेऊन ते त्यांच्या गाड्यांतून गावी आले होते. घरात एखादा सण साजरा करायचा असेल किंवा एखादं धार्मिक कार्य पार पाडायचं असेल, तर त्यांचा संपूर्ण गोतावळा गावी एकत्र जमत असे.

दुर्गाम्मा देवीवर सुलीच्या सासरच्या मंडळींची खूप श्रद्धा होती. तीन वर्षांतून एकदा ते दुर्गाम्मा देवीच्या जत्रेत पाण्यासारखा पैसा खर्च करून मोठ्या थाटामाटात जत्रा साजरी करीत असत. माझा मेहुणा दुर्गाम्मा देवीच्या पाया पडल्याशिवाय कधीही बंगल्यातून बाहेर पाऊल टाकत नसे. दुर्गाम्मा देवी ही त्याची कुलदेवता होती. त्याची देवीवर अपार भक्ती होती. दुर्गाम्मा देवीच्या आशीर्वादामुळेच आपल्याला हे वैभव मिळालं आहे असं तो त्याच्या मनात विचार करीत असे. दुर्गाम्मा देवीबद्दल जशी त्याच्या मनात श्रद्धा होती, तशी भीतीसुद्धा होती. देवीच्या मनाविरुद्ध काही घडलं तर तिचा लगेच कोप होतो, अशी भीती त्यांच्या मनात कायम घर करून होती.

दुर्गाम्मा देवीची एक आख्यायिका वडार समाजात सांगितली जाते. खूप वर्षांपूर्वी माझ्या मेहुण्याच्या कुळातील एक इसम हातातील सुतकीनं उन्हानं भाजलेला एक मोठा दगड घाव घालून फोडत होता. घावावर घाव घालूनसुद्धा त्याला तो दगड अजिबात फुटेना, टळटळीत दुपार झाली होती. त्याच्या अंगातून खारट घामाच्या धारा निथळत होत्या. त्या घामाच्या धारांनी त्याच्या पायाखालचा दगडसुद्धा ओला

झाला होता. त्याच्या डोक्यावरील केस आणि डोळ्यांच्या पापण्यादेखील ओल्या झाल्या होत्या. तो दगड फुटल्यानंतर त्याला मालकाकडून धान्याच्या स्वरूपात मोबदला मिळणार होता. त्या एकाच आशेनं तो सकाळपासून सुतकीचे घाव घालून दगड फोडण्याचा प्रयत्न करीत होता. या दगडात काहीतरी गोम आहे अशी समजूत करून घेऊन त्यानं त्याच्या हातातील ती लोखंडी सुतकी त्या दगडावर ठेवली आणि तो हातानं त्याच्या कपाळावरील घाम पुसत जमिनीवर गुडघे टेकून बसला. त्यानं त्याच्या अंगावरील अर्ध धोतर जमिनीवर पसरलं. नंतर त्यानं दोन्ही हात भक्तिभावानं जोडून डोळे मिटले. तो मनातल्या मनात दुर्गाम्मा देवीची प्रार्थना करू लागला. ''माय दुर्गाम्मा, मला आता तुजाच आधार हाय. ह्यो दगड मी सकाळपास्नं फोडत्युय तरी त्यो मला फुटेना. कालपास्नं माझ्या घरात बायको, मुलं उपाशी हाईत. ह्यो दगड फुटल्यावर मालक त्याचा मोबदला म्हून मला याक पायली जवारी देनार हाय. माझ्या उपाशी पोरांच्या मुखात घास जाईल. मी तुला कधी इसरनार न्हाय. मी तुजी तीन वर्सांतनं येकदा तरी जत्रा करीन. मला माझ्या कामात यश दे.''

असं म्हणून त्या इसमानं डोळे उघडून समोर पाहिलं. समोरचं दृश्य पाहून त्याला आश्चर्य वाटलं. त्याला आशीर्वाद देण्यासाठी साक्षात दुर्गाम्मा देवी त्यानं जमिनीवर पसरलेल्या धोतरावर येऊन बसली होती. त्याला आशीर्वाद दिल्यानंतर ती लगेचच अंतर्धान पावली. त्यानं पुन्हा हातात लोखंडी सुतकी घेतल्यावर एकाच घावात 'खळ्ळ' असा आवाज होऊन त्या दगडाचे नारळाच्या वाट्याप्रमाणे दोन भाग झाले. त्या इसमाचा आनंद गगनात मावेना.

तेव्हापासून माझ्या मेहुण्याच्या कुळात दुर्गाम्मा देवीची जत्रा करण्याची प्रथा सुरू झाली होती, ती आजतागायत अगदी कायम होती. या देवीच्या जत्रेत पाहुण्यांना मोठा मान दिला जातो. त्यांना नवीन कपड्यांचा आहेर करावा लागतो. आधी वडारसमाजात खूप गरिबी होती. त्यामुळे प्रत्येक भाऊबंदाकडून वर्गणी (पट्टी) काढून दुर्गाम्मा देवीची जत्रा केली जात असे. आता माझा मेहुणा श्रीमंत होता. देवीची जत्रा करण्यासाठी तो त्याच्या भावकीकडून वर्गणी म्हणून एक नवीन पैसासुद्धा घेत नव्हता. दुर्गाम्मा देवीच्या संपूर्ण जत्रेचा खर्च तो तीन वर्षांतून एकदा आनंदानं करायचा.

आजच्या दुर्गाम्मा देवीच्या जत्रेचं आमंत्रण मेहुण्यानं पंधरा दिवसांपूर्वीच आम्हाला वगळून सर्वांना द्यायला सुरुवात केली होती. तो दूरदूरच्या पाहुण्यांना त्याच्या मोबाईल फोनवरून आग्रहाचं निमंत्रण देत होता. 'येतो' म्हणून सर्व पाहुण्यांकडून त्याला होकार मिळाला होता. दुर्गाम्मा देवीची पूजा पार पाडण्यासाठी त्याच्या घरातील

सर्व माणसं त्याला मदत करीत होती. त्यामुळे सुलीच्या नवऱ्याला आणखी उत्साह वाटत होता.

मेहुण्यानं सर्व पाहुणेमंडळींची राहण्याची व्यवस्था एका लॉजमध्ये केली होती. ते लॉज त्याच्या बंगल्यापासून अगदी जवळ होतं. आलेल्या पाहुण्यांना ते फार सोयीचं होतं. झेंडूच्या फुलांनी भरलेला टेंपो पुण्याहून आला होता. भटजी व आचारीसुद्धा खास गाड्या करून पुण्याहून आले होते. गावी असलेल्या बंगल्यासमोर छान रंगीत कापडांचा मंडप उभारण्यात आला होता. बंगल्याच्या प्रवेशद्वाराजवळ व्यायलेल्या केळीचे खुंटं दोन्ही बाजूंना उभे करण्यात आले होते. संपूर्ण बंगल्यावर आणि बंगल्याच्या कंपाउंडवर छोटे छोटे रंगीबेरंगी दिवे सोडण्यात आले होते. रात्री त्या रंगीबेरंगी विद्युत् दिव्यांनी तो बंगला नुसता झगमटायचा. जणू त्या ठिकाणी स्वर्गच साक्षात अवतरला होता. माझ्या निरक्षर मेहुण्याची ती कमाल होती. 'भगवान देता है तो छप्पर फाडके देता है', असं त्याच्याकडे पाहून कुणालाही वाटायचं.

दुर्गाम्मा देवीच्या जत्रेसाठी सातारा, सांगली, पुणे, सोलापूर आणि रत्नागिरी जिल्ह्यांतून खास गाड्या करून पाहुणेमंडळी बायको, मुलांना घेऊन आली होती. बंगल्याच्या समोर असलेला थाट पाहून आश्चर्यानं त्यांचे डोळे दिपले. जनतेला लुटणाऱ्या एखाद्या बड्या मंत्र्यापेक्षाही तो थाट काकणभर सरसच होता. कोणत्याही गोष्टीची त्या ठिकाणी अजिबात कमतरता नव्हती. ज्याला जे हवं ते त्यानं घेऊन खावं-प्यावं. ज्ञानेश्वर माउलीनं सांगितल्याप्रमाणे 'जो जे वांछील ते तो लाहो' अशीच त्या ठिकाणी आलेल्या पाहुण्यांसाठी सरबराई करण्यात आली होती.

मे महिन्यात कणकवलीहून आक्कासुद्धा माझ्याकडे राहायला आली होती. सुली दुर्गाम्माच्या जत्रेला तिच्या नवऱ्याबरोबर गावी येणार, हे माझ्या तिन्ही बहिणींना ठाऊक होतं. सुलीला भेटण्यासाठी हौसा, आक्का आणि लक्ष्मी आतुर झाल्या होत्या. त्यांच्या मनामध्ये सुलीला भेटण्याची ओढ अगदी घर करून राहिली होती. दुर्गाम्मा देवीची मिरवणूक डांबरी सडकेवरून निघून नदीकडे जाते, हे माझ्या बहिणींना ठाऊक असल्यामुळे त्यावेळी आपण सुलीला भेटू, असं त्यांनी माझ्या परोक्ष ठरवून टाकलं होतं. माझ्या कानावर ते आलं असतं, तर मी त्यांना नक्की अडवलं असतं, हे त्यांना ठाऊक असल्यानं त्यांनी ती गोष्ट माझ्यापासून लपवून ठेवली होती. चिपळूणला राहणाऱ्या अण्णालासुद्धा त्यांनी परस्पर कळावा केला होता. सगळा योग त्यांच्या मनासारखा जुळून येत असल्यामुळे तिघीजणी सुली भेटणार म्हणून खुशीत गाजर खात होत्या.

सायंकाळचे चार वाजून गेले होते. उन्हाची धग थोडी कमी झाली होती.

आक्का, हौसा आणि लक्ष्मी सुलीला भेटण्यासाठी बंगल्याच्या समोर डांबरी रस्त्यावर उन्हात ताटकळत उभ्या राहिल्या होत्या. अण्णा त्यांच्यापासून शंभर मीटरच्या अंतरावर असणाऱ्या एका हॉटेलसमोर उभा होता. सुलीच्या भेटीसाठी क्षणाक्षणाला त्यांच्या जिवाची घालमेल सुरू होती. माझ्या तिन्ही बहिणींना सुलीच्या सासूनं जर तिच्या बंगल्यासमोर उभं असल्याचं पाहिलं असतं, तर तिनं लगेच शिव्या घालून भिकाऱ्यांना हाकलावं तसं त्यांना तेथून हाकलून लावलं असतं. त्या वेळी माझ्या बहिणींना मदत करण्यासाठी प्रत्यक्ष ईश्वरसुद्धा त्या ठिकाणी आला नसता.

थोड्याच वेळात बँडच्या तालात दुर्गाम्मा देवीच्या मिरवणूकीची सुरुवात झाली. डांबरी रस्त्याच्या दुतर्फा अगदी नदीपर्यंत छान रांगोळी काढण्यात आली होती. डांबरी सडकेवर एकामागून एक फटाक्यांच्या माळा लागल्या. आकाशात भुईनळे फुटू लागल्यामुळे त्या कर्णकर्कश आवाजानं आकाशालासुद्धा कापरं भरलं होतं. डोईवर मानाचे फेटे बांधून माणसं डांबरी सडकेवरून ऐटीत चालत होती. सुलीच्या थोरल्या मुलानं दुर्गाम्मा देवीचा मुखवटा आणि झेंडूची फुलं असलेली टोपली त्याच्या डोक्यावर घेऊन तो अनवाणी पायानं डांबरी सडकेवरून चालत होता. तो त्याच्या कुळाचा मोठा मान होता. पुरुषांच्या मागून बायकांचा घोळका डोक्यावर पाण्यानं भरलेल्या कळश्या घेऊन गाणी म्हणत चालत होत्या. त्या घोळक्यात अंगावर भरपूर दागिने घालून सुली चालत येताना आक्काला दिसली. आक्का धावतच तिला भेटायला गेली. आक्काच्या मागून हौसा आणि लक्ष्मी सुद्धा धावल्या. चौघी बहिणी कितीतरी दिवसांनी आज एकत्र जमल्या होत्या. त्यामुळे त्यांना भरून आलं होतं. मायेनं चौघींचेही डोळे पाणावले होते.

चौघी बहिणी एकत्र जमून रडताना पाहून सुलीच्या सासूच्या अंगाचा नुसता भडका उडाला. एखाद्या चवताळलेल्या नागिणीगत ती त्यांच्या जवळ डोळ्यांतून आगीच्या ठिणग्या सांडत धावतच आली. सुलीच्या सासूनं आक्काला अगदी खडसावून विचारलं,

"ए भवाने, माझ्या सुनेला भेटायचा तुमचा काय समंध? तुमचं नि आमचं काय नातं ऱ्हायलंय का?"

तिचं बोलणं ऐकून आक्काच्या डोळ्यांतसुद्धा रक्त उतरलं. आक्का तिला सडेतोड उत्तर देत लगेच म्हणाली,

"हे रगताचं नातं हाय. त्ये कधी तुटत न्हाय. पैसा आज हाय, तर उद्या न्हाय. आमी आमच्या भनीला भेटायला आलुय. तुला भेटायला आलु न्हाय."

लक्ष्मी पुढे येऊन सुलीच्या सासूला खडसावीत म्हणाली, "आमी आमच्या

भनीला रस्त्यानं येवून भेटतुय. तुझ्या बंगल्यात आलु न्हाय आमी. लई उतमात करू नकुस.''

''माझ्या लेकाला सांगून तुझी इथं चामडी लोळवायला लावीन.''

''आता सांग त्याला. मी न्हाय भिनार.'' लक्ष्मी तिला जशास तसं उत्तर देत म्हणाली.

सुलीच्या सासूच्या डोळ्यांतून रागाने आगीच्या ठिणग्या पडत होता. बायकांच्या घोळक्यात तिचा अपमान झाला होता. तिचा रुबाब लक्ष्मीने आणि आक्कानं मिळून एका झटक्यात रस्त्यावर उतरविला होता. तेव्हा तिला सुलीचा खूप राग आला. ती तिच्या सुनेकडे खाऊ की गिळू या नजरेनं पाहत मोठ्या आवाजात म्हणाली,

''ह्या भवानीनंच तिच्या भनीस्नी या ठिकाणी भेटायला बलवलं असंल. तिच्याकडे आता मी बगत्येच.''

सुलीच्या अंगात त्या वेळी साक्षात दुर्गाम्मादेवी संचारली होती. ती तिच्या सासूच्या धमकीला अजिबात घाबरली नाही. सासूच्या समोर उभं राहून सुली तिला ईट का जबाब पत्थरसे देत मोठ्या आवाजात म्हणाली,

''तुला आता माझ्याकडं बगायचं असतं तर बग. मी आता तुला न्हाय घाबरनार.''

''अस्सं. चल बगू बंगल्यात. दावत्येच तुला.'' सुलीची सासू सुनेला आव्हान देत म्हणाली.

''चल चल. बघू तू मला बंगल्यात न्हेवून काय करत्येस ते.''

बंगल्यात जाऊन त्या सासू-सुनेनं रागाच्या भरात नक्कीच एकमेकींच्या झिंज्या उपटल्या असत्या. परंतु ती वेळ त्यांच्यावर आलीच नाही. सासू- सुनेचं डांबरी सडकेवर झनपन भांडणं सुरू आहेत, हे सुलीच्या नवऱ्याला कसं समजलं कुणास ठाऊक? दुर्गाम्मा देवीच्या जत्रेला जमलेल्या पाहुण्यांच्या समोर आपली अब्रू जाऊ नये म्हणून तो त्या ठिकाणी धावतच आला.

लेकाला डोळ्यांसमोर पाहून सुलीच्या सासूला आणखी स्फुरण चढलं. ती त्याला आवाज मोठा करून म्हणाली,

''ह्या बग रांडा तुज्या बायकुला भेटायला आल्यात. तुज्या बायकुनंच ह्यास्नी निरुप धाडून बलवून घेतलंय.''

आईचं बोलणं ऐकूनसुद्धा सुलीचा नवरा अगदी शांत राहिला. तो अजिबात सुलीवर किंवा त्याच्या मेहुण्यांवर वेळकाळ ओळखूनच रागावला नाही. उलटपक्षी तो त्याच्या आईला समजावीत म्हणाला,

"आय, त्यास्नी तिला भेटायचं असलं तर भेटू दे की, तू उगाच कश्याला गोंधुळ घालायला लागलीस? दुर्गाम्मा देवीची मिरवणूक सुरू हाय. लोक काय म्हनतील याचा जरा तू इचार कर."

सुलीची सासू लेकाचं बोलणं ऐकूण धुसफूस करीतच बर्फागत थंड झाली. तिनं पुन्हा तिच्या तोंडातून चकार शब्दसुद्धा काढला नाही. सासू आणि सून बायकांच्या त्या घोळक्यात दोघी एकमेकींच्याकडे मारक्या म्हशीप्रमाणे बघत होत्या. आक्का हौसाला आणि लक्ष्मीला सोबत घेऊन लगेच मागे वळली. नंतर आक्कानं बऱ्याच दिवसांनी ही घटना मला सांगितली. तोपर्यंत सगळं काही शांत झालं होतं. सुली तिच्या नवऱ्यासोबत पुण्याला निघून गेली.

मी गावी असलेल्या सुलीच्या बंगल्याकडे शरणागती पतकरून गुडघे टेकायला कधी जात नसे. उलट, माझ्या भावाला आणि माझ्या इतर तीन बहिणींनासुद्धा त्यांच्याकडे जायचं नाही म्हणून ताकीद देऊन ठेवत असे. त्या लोकांचा आमच्यावर पहिल्यापासून राग असल्यामुळे ते आमची सावलीसुद्धा कधी अंगावर पडू देत नसत. 'त्यांचा अपमान सहन करीत एखाद्या कोडग्यागत त्यांच्याकडे आपण कशाला जायचं?' असं मी माझ्या इतर भावंडांना सांगून ठेवल होतं. सुलीच्या बंगल्याची पायरी मी अद्याप कधी चढली नव्हती, तरी तिला भेटण्याची, तिच्या बरोबर बोलण्याची इच्छा मात्र माझ्या मनात अगदी घर करून होती आणि ती माझ्या मनातील इच्छा माझ्या शेवटच्या श्वासापर्यंत माझ्या मनात कायम राहणार होती.

❖❖❖

लेखकपरिचय

नाव	-	रामचंद्र भैरू नलावडे
जन्मतारीख	-	१ जून
शिक्षण	-	बी.ए. (हिंदी)
व्यवसाय	-	महसूल खात्यात कोषागार अव्वल कारकून तथा कार्यकारी दंडाधिकारी या पदावरून स्वेच्छा सेवानिवृत्ती.
पत्ता	-	मु.पो. वेरळ, ता. खेड, जि. रत्नागिरी. पिनकोड ४१५६२१, भ्रमणध्वनी ९६२३९७०६१६
		प्रकाशित साहित्य
आत्मकथन	-	(१) दगडफोड्या २०००, (२) झगडा २००७ (३) रक्तचंदन २०१५
अनुभवकथन	-	(१) माझ्या मना बन दगड २०१२, (२) एका अस्वस्थ तलाठ्याची डायरी २०१५
संशोधनपर ग्रंथ	-	(१) वडारगाडा २०११
कथासंग्रह	-	(१) जोगवा १९९४, (२) सुरुंग २००६, (३) चिरेखाण २००९, (४) गावकुसाबाहेरील माणसं २०११, (५) घरकुल २०१२, (६) अशी पाखरे येती २०१२, (७) रानभूल २०१५, (८) व्यथाफूल २०१५
व्यक्तिचित्रे	-	कोकणची माणसं २०१५
कादंबरी	-	(१) लाडी २००७, (२) पातेरा २००७, (३) प्रहार २००९, (४) चंदनवाडी २०१०, (५) थैमान २०१२, (६) कुरण २०१३, (७) खोत २०१४

पुरस्कार

१) बळी या कथेला उत्कृष्ट कथा पुरस्कार (१९९३)

२) दमाणी साहित्य पुरस्कार (दगडफोड्या २०००)

३) वडार भूषण पुरस्कार (दगडफोड्या २०००)

४) धनंजय कीर पुरस्कार (दगडफोड्या २००३)
५) कै. सौ. कुसूमताई अभ्यंकर साहित्य गौरव पुरस्कार (दगडफोड्या २००४)
६) कवी अनंत फंदी साहित्य पुरस्कार (लाडी २००८)
७) अंकुर वाङ्मय पुरस्कार (पातेरा २००८)
८) कविवर्य नारायण सुर्वे पुरस्कार (पातेरा २००८)
९) आपटे वाचन मंदिर व इचलकरंजी साहित्य संमेलन स्मृती ट्रस्ट पुरस्कार (झगडा २००८)
१०) कादंबरीकार ना. ह. आपटे पुरस्कार (चिरेखाण २०१०)
११) खानदेश कन्या स्मिता पाटील पुरस्कार (चिरेखाण १०१०)
१२) वारणेचा वाघ साहित्य पुरस्कार (चिरेखाण २०११)
१३) राधानगरी साहित्य संस्कृती मंच साहित्य पुरस्कार (चिरेखाण २०११)
१४) शब्दगंध साहित्य पुरस्कार (प्रहार २०११)
१५) अस्मितादर्श साहित्य पुरस्कार (प्रहार २०१०)
१६) दीनमित्रकार मुकुंदराव पाटील पुरस्कार (प्रहार २०१०)
१७) कादंबरीकार र. वा. दिघे स्मृती पुरस्कार (प्रहार २०११)
१८) आशीर्वाद पुरस्कार (प्रहार २०११)
१९) लोकमान्य टिळक पुरस्कार (साहित्यक्षेत्रातील उल्लेखनीय कामगिरीकरता २०१०)
२०) कोकण क्रिएटिव्ह फाउंडेशन पुरस्कार (साहित्यक्षेत्रातील उल्लेखनीय कामगिरीकरता)
२१) पद्मगंधा प्रतिष्ठान नागपूरचा सुधाकुसूम कादंबरी पुरस्कार (चंदनवाडी २०१२)
२२) राजवैभव पुरस्कार (साहित्यक्षेत्रातील उल्लेखनीय कामगिरीकरता २०१२)
२३) लोकशाहीर अण्णाभाऊ साठे राज्य शासन पुरस्कार, (वडारगाडा २०१३)
२४) आपटे वाचन मंदिर, इचलकरंजी, उत्कृष्ट कादंबरी पुरस्कार (थैमान २०१३)
२५) शब्दवेल साहित्य पुरस्कार (माझ्या मना बन दगड २०१३)
२६) मराठवाडा साहित्य परिषदेचा यशवंतराव चव्हाण पुरस्कार (माझ्या मना बन दगड, २०१३)
२७) ख्रिस्ती साहित्य प्रसारक पुणे पुरस्कार (कुरण २०१४)
२८) मृत्युंजयकार शिवाजी सावंत पुरस्कार (कुरण २०१५)

'दगडफोड्या' व 'झगडा' या प्रकाशित आत्मकथनांवर पीएच. डी. व एम. फिलसाठी संशोधनकार्य. 'जोगवा' या कथेचा कन्नड भाषेत अनुवाद.

www.ingramcontent.com/pod-product-compliance
Lightning Source LLC
LaVergne TN
LVHW060439051026
849518LV00002B/525
* 9 7 8 9 3 5 1 1 7 0 8 5 3 *